ருபினி

தெரிசை சிவா

ருபினி	:	நவால்
	:	தெரிசை சிவா
	:	© ஆசிரியருக்கு
முதற்பதிப்பு	:	பிப்ரவரி 2021
அட்டை வடிவமைப்பு	:	பி.எஸ்.வம்சி
வெளியீடு	:	வம்சி புக்ஸ்
		19, டி.எம்.சாரோன்,
		திருவண்ணாமலை - 606 601
		9445870995, 04175 - 235806
அச்சாக்கம்	:	மணி ஆப்செட், சென்னை - 600 077
விலை	:	₹ 200/-
ISBN	:	978-93-84598-73-0

Rubini	:	Novel
	:	Therisai Siva
	:	© Author
First Edition	:	Februray - 2021
Wrapper Design	:	B.S. Vamsi
Published by	:	Vamsi books
		19.D.M.Saron,
		Tiruvannamalai - 606 601
		9445870995, 04175 - 235806
Printed by	:	Mani Offset, Chennai - 600 077
	:	₹ 200/-
ISBN	:	978-93-84598-73-0

www.vamsibooks.com - e-mail: kvshylajatvm@gmail.com

அன்பின் எழுத்தாளர் கோதை சிவக்கண்ணன்
அவர்களுக்கு

வசியப்படுத்தும் ருபினி

இவளைத் தெய்வமாய் வணங்கும் காமம் கடந்த ஒரு உலகம். ஆம் ஆண்கள், பெண்கள் என நம் பூவுலகைப் போல் வாழும் மனிதர்களுக்கு காமம் குறித்தான உணர்வுகள் துளி கூட இல்லை. அது எப்படிச் சாத்தியம்...? அப்படியான ஒரு உலகத்தை உருவாக்கி, ஆச்சார்யா உருளியாரின் அறிவுரைகளைக் கேட்டு ஆட்சி செய்து கொண்டிருக்கிறாள் அழகு ராணி சில்வியா.

காமமே இல்லை பின் எப்படி சந்ததி தொடரும்...? ஒரு கட்டத்தில் சந்ததி இல்லாத அந்த உலகமே இல்லாமல் போய் விடாதா...? எதற்காக அப்படியானதொரு உலகம்..? என்றெல்லாம் யோசிக்கத் தேவையில்லை... ஏனென்றால் அங்கும் குழந்தைகள் பிறக்கின்றன... அதற்கென தனியே ஒரு இடம்... அதுதான் மதலைக் கூடம். அதில் எப்போதும் காமமும் பிரசவமும்தான்... சுருக்கமாகச் சொன்னால் மனித உற்பத்தித் தொழிற்சாலை. அதைப் பராமரிக்கும், பாதுகாக்கும் கூடு விட்டு கூட் பாயும் திறமை கொண்ட, உயிரை ஒரு உடலில் இருந்து இன்னொரு உடலுக்குச் செலுத்தும் ஆற்றல் கொண்ட திமிலன்... அவனுக்கு உதவியாய் அதிரனும் மற்றும் சிலரும்.

சிவாவின் நாகர்கோவில் வட்டார வழக்கு எனக்கு ரொம்பப் பிடித்தமான ஒன்று... அவரின் சிறுகதைத் தொகுப்புக்களான 'குட்டிக்கோரா', ' திமில்' இரண்டுமே ரசித்துப் படிக்க வைத்தன... குறிப்பாக நகைச்சுவை மேலோங்க எழுதுவதில் சிவா கில்லாடி. அப்படிப்பட்டவர் காமத்தைக் கையில் எடுத்து, வட்டார வழக்கில் இருந்து விலகி, முழுக்க முழுக்க ஒரு வித்தியாசமான நாவலைப் படைத்திருக்கிறார்.

சித்தர்கள் குறித்த விளக்கங்கள், ஏடெடுத்துப் பார்ப்பது பற்றிய செய்திகள் என நிறைய உழைத்திருக்கிறார். நாவல் முழுவதும் தகவல்கள் நிரம்பியிருக்கின்றன. ஒவ்வொரு அத்தியாயத்தின் ஆரம்பத்திலும் அதில் எழுதியிருப்பதற்குத் தகுந்தாற்போல சித்தர் பாடலை இணைத்திருக்கிறார்.

சகோதரர் சிவா, மிகச் சிறந்த எழுத்தாளர்.... வட்டார வழக்கால் மட்டுமே படிப்பவரை தன் எழுத்துக்குள் ஈர்த்துக் கொள்ள முடியும் என்பதை மாற்றிக் காட்டுகிறேன் என்று சொல்வதைப் போல, வட்டார வழக்கில்லாமல் ஒரு வித்தியாசமான கதைக்களத்தில் எந்த இடத்திலும் தொய்வில்லாமல், வாசிப்பவரை சுவராஸ்யம் குறையாமல் இறுதி வரை கொண்டு செல்லும் எழுத்தைக் கொடுத்திருக்கிறார்.

பூலோகம், பிறையுலகம் என இங்கும் அங்குமாய் நம்மை ஓட வைத்து மிரட்டுகிறார். உயிர் பறக்கும் வேகத்தில் நாமும் பறக்கிறோம் சிவாவின் எழுத்தின் பின்னேெ எந்த இடத்திலும் நம்மை அயற்சி அடைய விடவே இல்லைெ கையில் எடுத்து வாசிக்க ஆரம்பித்தால் முழுவதும் வாசித்த பின்னே கீழே வைக்கச் சொல்லும் என்பதே உண்மை.

ருபினி... மிகச் சிறப்பான நாவல்.... வித்தியாசமான நாவல்...பிறையுலகம் இப்படித்தான் இருக்கும் என்பதை நம் கண் முன்னே காட்டும் வர்ணனைகளுடன் நாம் அறிந்த சித்தர்கள், ஏடு பற்றி நமக்குத் தெரியாத பல செய்திகளையும் அள்ளிக் கொடுத்திருக்கிறார்.

ருபினி... வாசித்து முடிக்கும் போது உங்களை வசியப்படுத்திக் கொள்வாள். அவளிடம் நீங்கள் நிச்சயமாக வசமிழப்பீர்கள்ம அவளின் வாசம் உங்களுக்குள் நீண்ட நாட்களுக்குத் தொடரும்.

தொடரட்டும் உங்கள் எழுத்தின் வேகம்.

வாழ்த்துகள் சிவா...

'பரிவை' சே.குமார்.

அட்டை கருப்பு இருட்டில் நீங்கள் உட்கார்ந்திருக்கும் போது உங்கள் மனக் கண்களுக்கு முன் பல உருவங்கள் தோன்றலாம். கடும் கருப்புக்கனவில் நீங்கள் சில வெளிச்சப் புள்ளிகளைக் கண்டிருக்கலாம். கண்ணாடியில் உங்கள்முகத்தை உற்றுப் பார்க்கும்போது கூட, உங்களுக்குள் உறைந்திருக்கும் ஒருவரை நீங்கள் அடையாளம் கண்டிருக்கலாம். மனித கற்பனையின் எல்லையை நிர்மாணிக்க இந்நாள்வரை எந்த அளவுகோலும் இல்லை. அமானுஷ்யங்களையும், அற்புதங்களையும் சுற்றியே இந்த மனித வாழ்வு நகர்ந்துக் கொண்டிருக்கிறது.

தொட்டுத் தொடர்ந்து பரவும் கட்டற்ற காமமே இந்த உலகத்தை, உயரிகளை இயக்குவதாக எல்லோரும் நம்புகிறோம். காமமே இல்லாத ஒரு உலகம் இவ்வண்ணமே இயங்க வாய்ப்புள்ளதா? ஆம் எனில் அங்கு உயிர்கள் எங்ஙெனம் தழைக்கும்? - என்று ஐந்தாறு ஆண்டுகளுக்கு முன் என் மனதில் எழுந்த கேள்விகளின் தேடலே, இன்று இந்த புனைவு நாவலாக உங்கள் முன் விரிந்திருக்கிறது. முழு அம்மணமான மனத்தோடு சில்வியாவுடன், திமிலனுடன் , ஆதியுடன், திலகாவுடன், அதிரனுடன்,

அமுதாவுடன் நான் கழித்த இரவுகளே நாவலின் வார்த்தைகளாகக் கோர்க்கப்பட்டிருக்கிறது.

‘முதலாவது அத்தியாயத்தை கடந்துவிட்டால் முழுமையாக படிக்காமல் கீழே வைக்க முடியாது‘ - என்று மூத்த எழுத்தாளர் ஒருவர் அளித்த சிலாகிப்பே இந்நாவலுக்கு கிடைத்த பெரும் பாராட்டாய் எண்ணுகிறேன். இந்நாவலைப் படித்து கருத்துப் பகர்ந்த அனைத்து நண்பர்களையும் இந்நேரத்தில் அணைத்துக் கொள்கிறேன். ரூபினியும் அதன் பாதுகாவலர்களும் இனி உங்கள் கைகளில்...

பேரன்புடன்

தெரிசை சிவா

00971562245755

தெரிசை சிவா

தெரிசை சிவா கன்னியாகுமரி மாவட்டம் தெரிசனம்கோப்பு பிறந்த ஊர். தற்போது துபாயில் வசிக்கும் இவர் இதற்கு முன்பு குட்டிக்கோரா, திமில் என இரண்டு சிறுகதைத் தொகுப்புகளை எழுதியுள்ளார். இசை, சினிமா என சராசரி தேடுதல்களில் ஆரம்பித்து முகநூல் மற்றும் இலக்கிய வாசகர் வட்டங்களில் முனைப்புடன் இயங்கி வருகிறார். இவரது சடலசாந்தி சிறுகதை வாசகர்கள் மத்தியில் பரவலான கவனஈர்ப்பைப் பெற்றது. அமானுஷ்யங்களையும் அறிவியலையும் அசாதாரண சம்பவங்களால் கோர்த்து எழுதியிருக்கும் 'ருபினி' என்ற புதினம் இவரது முதல் புனைவு நாவலாகும்.

தெரிசை சிவா கன்னியாகுமரி மாவட்டம் தெரிசனங்கோப்பு பிறந்த ஊர். வேதியியல் முதுநிலை பட்டப்படிப்பு படித்த இவர் ஆரம்பத்தில் விரிவுரையாளராகப் பணியைத் தொடங்கி தற்போது துபாயில் எண்ணெய் நிறுவனத்தில் பணி செய்கிறார். மனைவி ராதா. மகள் சாய்ஸ்ரவனி மற்றும் மகன் அஸ்வந்த் சரண்.

இசை, சினிமா என சராசரியான தேடுதல்களில் ஆரம்பித்து முகநூல் மற்றும் சிறுகதை வாசகர் வட்டத் தளங்களில் முனைப்புடன் இயங்கி வருகிறார். மண்ணைப் விட்டு பிரிந்த மன வெப்ராளங்களே தன்னை எழுதத் தோன்றியதாகக் கூறும் இவர், அமைப்புகளின் சீர்திருத்தங்களை விட 'தனி மனித சுதந்திரத்தின் அவசியமே' அத்தியாவசியம் எனக் கருதுகிறார்.

வட்டார மொழி வழக்கு நாம் கடந்து போய்விடும் சராசரி மனிதர்களின் வாழ்க்கையின் அழகியலை தன் கதைகளின் மூலம் நிலைநிறுத்தும் இவர் இதுவரை 60க்கும் மேற்பட்ட சிறுகதைகளை எழுதியுள்ளார். இவரின் முதல் சிறுகதைத் தொகுப்பு 'குட்டிக்கோரா' என்ற பெயரிலும் இரண்டாவது சிறுகதைத் தொகுப்பு 'திமில்' என்ற பெயரிலும் வெளிவந்து வாசகர்களின் பரவலான கவன ஈர்ப்பைப் பெற்றது.

அமானுஷ்யமும் அறிவியலும் கலந்த புனைவுப் புதினமான இந்த 'ருபினி' இவரது முதல் நாவலாகும்.

பிரபஞ்சவெளி...

அன்னை யெனுங்கர்ப்ப மதனில்வந்துமதிலேயிருந்தும்
நன்னயமாயப் பத்துத்திங்களு நானகத் தேயிருந்தேன்
என்ன அதிசயங் காணிவ்வுலகி லேயமைந்த
உன்னதமெல்லா மமைந்தேன் உண்மையைக் காண்கிலரே.

அது வேறு உலகம்...

எழுத்திலோ சொல்லிலோ எளிதில் புரியவைக்க முடியாத அதிசய உலகம். அத்தனை மனித ஜீவன்களும் சிந்தையால், செயலால் வேறுபட்ட நிலையில் வாழும் ஆச்சர்ய உலகம். வாசிப்பினூடே உங்கள் கற்பனைகளுக்குத் தகுந்த மாதிரி அந்த உலகத்தை நீங்கள் வடிவமைத்துக் கொள்ளலாம். கற்பனை பறவைகளின் சிறகுகளை விரிக்கத் தெரிந்தவர்களுக்கான அசாத்திய உலகம். அன்பு, மகிழ்ச்சி, கிளர்ச்சி, சோகம் என மனித வாழ்க்கையின் சராசரி நிகழ்வுகளை உள்ளடக்கிய உலகம். உலக வாழ்வியலின் உருக்கமான அத்தனை விசயங்களும் அங்கு உண்டு. தென்றல் தவழும் மக்கள் உலவும் இடங்கள், மாட மாளிகைகள், செயற்கை நீரூற்றுகள் என காணும் இடமெல்லாம் ராஜ கம்பீரத்தோற்றம். மின்மிட்டாம் பூச்சிகளின் குவியல்களாய் ஒளிபரப்பும் எண்ணெய் விளக்குகள். மானாய், மயிலாய், ஆனையாய், பிடறி உலுப்பும் சிங்கமாய், கலைநயம் சொட்டச் சொட்ட வடிவமைத்த கட்டிட முறைகள். கண்களுக்கு விருந்தாக மலர் பூக்கும் மரங்கள் சூழ்ந்த நகரம். சில மலர்கள் காலையில். சில மாலையில். அதற்கேற்றாற்போல் காற்றில் மாறி மிதக்கும் பூக்களின் நறுமணங்கள். சுற்றிச் சூழ்ந்து நிற்கும் பச்சை மலைமுகடுகள். அதை ஒட்டிப் பேசிநிற்கும் வெண்ணிற

மேகத்திரள்கள். இளம்குழந்தையைப் போல் பொங்கிவரும் மலையருவிகள். பருவமங்கையைப்போல் வளைந்து பரவும் காட்டாறுகள். என்ன நகரம் இது? பூலோகத்தில் ‘சொர்க்கம்’ என்று நாம் கேள்வி பட்ட இடங்களெல்லாம், இந்த இடத்திடம் முட்டி போட்டுப் பிச்சை எடுக்க வேண்டும். எந்த பகுதியிது? அழகு.. அழகு.. எட்டுத் திக்கும் அதைத்தவிர வேறொன்றுமில்லை.

அழகான ஆண்கள். மிதமிஞ்சிய வனப்புடன் ஆறடிக்கு குறைவில்லாத உயரமுடைய ஆண்கள். எல்லோரும் பாதி முதுகு அளவிற்கு முடி வைத்திருந்தார்கள். திரண்ட தோள்களும், களங்கமில்லாத உடல்வாகும் கொண்டிருந்தனர். எல்லோருடைய புருவங்களும் மேல்நோக்கி வளைந்து பின்பு சட்டென்று கன்னப்பரப்பில் சரிந்திருந்தன. ‘‘ப’’ வடிவ தாடையோடு அத்தனை பேரும் அகன்ற கழுத்து உடையவர்களாக இருந்தனர். இயற்கையாக வே அத்தனை பேரின் மார்புக் காம்புகளும் அளவிற்கு மீறி புடைத்திருந்தன. உலர்ந்த தாவர இலைகளில் இயற்கைச் சாயமடித்து, பருத்தி ஆடைகளுடன் அணிவதால், அத்தனை ஆண்களின் மார்புக் காம்பு புடைப்பும், ஆடையைத் துருத்திக் கொண்டு எடுப்பாகவே இருந்தது. ஆறடுக்கு சதைப்பிடிப்புடன் கூடிய ஒட்டிய வயிறோடும், நரம்புகள் தெரியாத கால்களோடும், கொப்பளித்தப் பிஷ்டங்களோடும், நீண்ட லிங்க ஸ்தூபிகளோடும் அரேபியக் குதிரைகளாக ஆண்கள் இருந்தனர். நடையில் வேகமும், ஓடும் போது ஆக்ரோஷமும், தெறிக்கும் உடல் அமைப்போடு இருந்தனர். நாமறிந்த அத்தனை அழகான வசீகரங்களையும் உள்ளடக்கி இருந்தாலும், கால்களில் மட்டும் நான்கு விரல்கள். பெருவிரல் இல்லை. அது இருந்ததிற்கான சுவடு மட்டும் இருந்தது. அது யாருக்குமே இல்லாததால் அதைப் பற்றிய கவலை எவருக்கும் இல்லை.

ஆண்களே இத்தனை அழகென்றால் பெண்களைப் பற்றி கூறவா வேண்டும்? அத்தனைப் பெண்களும் அழகின் உச்சமாக இருந்தனர். காணும் மங்கையர் ஒவ்வொருவரும் பேரழகின் இலக்கணமாய்

இருந்தனர். முக்கால் பகுதி சந்தனத்தில், கால் பகுதி மஞ்சளும் குங்குமமும் கலந்த நிறமுடைய தேவதைகள். உடம்பிற்கு இந்நிறமென்றால் தொடைப் பகுதிக்கு மட்டும் சற்று கூடுதலான மஞ்சள் நிறம். கரிய அடர்ந்த புருவ முடிகளைக் கொண்ட காந்தக் கண்களை கொண்டிருந்தனர். கூரிய மூக்கும், வளைந்துத் தடித்த சிவந்த இதழ்களுமாய் வலம் வந்தனர் மங்கையர் அனைவரும். விரிந்த தோள்களும், நிமிர்ந்த முலைகளும், குவிந்த இடை வளைவுகளும் எல்லா பெண்களையுமே எடுப்பாகக் காட்டியது. குறுகிய இடைவெளியில் நுழைந்து கடலில் கலக்கும் நதி போல, குறுகிய இடுப்பைத் தாண்டிய ஒவ்வொரு பெண்ணின் தொடைகளும் கடல் போல் விரிந்துக் காணப்பட்டன. உடம்பைச் சரியாக இரண்டாகப் பிரிக்கும் புள்ளியாய் தொப்புளும், கருப்பு மேகமாய் தலையிலிருந்து பின் பிட்டங்கள் வரை தலை முடியும் பேரழகை மென்மேலும் கூட்டியதாய் இருந்தன. ஆண்களைப் போல் பெண்களுக்கும் பெரு விரல் இல்லை. நான்கு விரல்களோடு நளினம் மாறாமல், பிஷ்டம் குலுங்க அவர்கள் நடப்பதைப் பார்ப்பதற்கு நாலாயிரம் கண்கள் வேண்டும். ஒட்டு மொத்த பேரழகிகளின் கூடாரமாய் அத்தனை பேருமே அழகாய் இருந்தனர். அழகுகளை அப்படியே பறைசாற்றும் லேசான கண்ணாடி போன்ற ஆடைகளைப் பெண்டீர்கள் அணிந்திருக்க, பூசி விட்ட வெண்கலச் சிலை போன்ற உடலழகுடன், தனங்கள் குலுங்க வலம் வந்தனர் பெண்கள் யாவரும்.

அந்த ஒரு நன்னாளில், அந்நகரத்தின் குடிகளில் பல பேர் நகரத்தின் அழகுக்கு அழகு சேர்க்கும் 'பைக்கால் ஏரி'-யின் மையத் தீவை நோக்கி நிர்வாணமாக நீந்திக் கொண்டிருந்தனர். ஆண்டாண்டாய் ருபினி கலாச்சார சம்பிரதாயங்களுடன் நடக்கும் 'நீஞ்சல் திருவிழா' அது. ஏரியின் மையத்தீவிலிருக்கும் மூல ருபினி தெய்வ கோவில் பச்சைநிற மூங்கில் கூரைகளால் அலங்கரிப்பட்டிருந்தது. மூங்கில் குருத்துக்களால் செய்யப்பட்ட மெல்லிய கிரீடங்களைத் தம்பதியினர் அனைவரும் தலையில் அணிந்திருந்தனர். நீஞ்சலில் மையக் கோவிலை அடைந்து,

கருணைமிகு ருபினி தெய்வத்தைச் சேவித்து, மீண்டும் நீந்தி மறுகரை வருவதோடு திருவிழாவின் சம்பிரதாயச் சடங்கு முடிகிறது.

இச்சம்பிரதாயத்தை நிறைவேற்ற, கூட்டம் கூட்டமாய் நகரும் 'கூனிப்பொடி' மீன்களைப் போல, ஆண்களும், பெண்களும் வெற்றுடம்போடு அம்மணமாய் மையத்தீவை நோக்கி நீந்திக் கொண்டிருந்தனர். பளபளப்பான கருப்புடன் தண்ணீரில் நழுவிச் சுழலும் 'டால்பினின்' உடல் வனப்பு அனைவரின் உடலிலும். நீரின் மேல்மட்டத்தில் இளஞ்சூடாக வீசும் காற்று. அதற்கு மேல் வெண்ணையாய் திரண்டு நிற்கும் மேகம், எந்நேரமும் மழையைச் சொரியலாம் என்ற ரீதியிலிருந்தது. சுற்றி நிற்கும் பலபேர்கள் சப்தமிட்டும், கைதட்டியும் நீந்துபவர்களை உற்சாகப்படுத்திக் கொண்டிருந்தனர்.

தில்தி... வேகமாக வா... - என்ற சப்தமிட்டபடி கூட்டத்திற்குள் நீந்திக் கொண்டிருந்தான் கஜினி. ருபினி இனத்தாருக்கே உரிய ஆளுமையுடன் தண்ணீரில் விரையும் கஜினியின் பேச்செங்கும் சந்தோசத்தின் குதூகலிப்பு. கைவீசி நீந்துவதால் ஏற்பட்ட மகிழ்ச்சியின் மூச்சிரைச்சல்.

மஞ்சள் நிற தேவதையாய் பின்னால் நீந்திக் கொண்டிருந்த தில்திக்கு இருபது வயதிருக்கலாம். கழுவித் தோலுரித்த சாலமன் மீனைப்போல், வாஞ்சையான தேகம். தண்ணீரில் அலைபாயும் தெப்பக்குள 'கரும்பாசியாய்' சுற்றிச் சுழலும் கூந்தல். கஜினியின் அழைப்பால் உந்தப்பட்டு, முழு பலத்தையும் திரட்டி, கைகளைச் சுழற்றி வேகம் காட்டினாள் தில்தி. தண்ணீரின் அலைக்கழிப்பில், சூரியனின் எதிரொளிப்பில் அவள் தேகமெங்கும் பசும் பொன்னாய் மினுமினுத்தது.

தீவுக் கோவிலை நெருங்கும் நேரத்தை அனுசரித்து கூட்டத்தினரிடமிருந்து ஆர்ப்பரிப்பு விசில்களும், சந்தோச ஊளைகளும். அதைத் தொடர்ந்த ஆகோஷ கூக்குரல்களும். தொடர்ந்த முயற்சியில் கூட்டத்தோடு கூட்டமாய் கோவிலை

அடைந்திருந்தனர் கஜினியும், தில்தியும். தண்ணீரின் தண்மை குளிரில் இருவரின் மார்புக்காம்புகளும் , சுண்டி நிற்க, லேசான குளிர் நடுக்கம் இருவர் உடம்பிலும் தெரிந்தது. பேரருள் ருபினி தெய்வத்தை வணங்கி மீண்டும் மூங்கில் கிரீடங்களை அணிந்துக் கொண்டு, பக்தி சிரத்தையோடு தண்ணீரில் குதித்தனர். பட்டுத் தெறிக்கும் தண்ணீரின் தூய்மை அனைவரின் உடலிலும். சுவாசம் முட்டி, கைகள் சுழற்றிய, இடைவிடாத உழைப்பில் தம்பதியர் இருவரும் வேண்டுதல் முடித்து மறுகரை அடைந்திருந்தனர்.

தொடர்ந்த நீஞ்சலின் களைப்பில், இருவர் உடலும் ஆசுவாசப் பெருமூச்சிற்காக ஏங்கித் தவிக்க, புன்னகைப் பூக்கும் தெய்வங்கலோடு 'ரெம்ப சந்தோசமாக இருக்கிறது கஜினி' - என்றாள் தில்தி.

'எனக்கும்தான், தில்தி ' - என சந்தோச மூச்சிரைத்தான் கஜினி.

தண்ணீரில் ஊறியதில் இருவரின் உடம்பும் விரைத்துக் கிடக்க, கருப்புநூலில் கோர்த்த சிறிய முத்துமணியென அந்தரங்க முடிகளில் தண்ணீர் துளிகளின் திவலைகள். நாடியிலும், கால்களிலும் குளிரின் நடுக்கங்கள். சிறிதுநேர இடைவெளியில் இருவரும் இயல்பாகி, ஆடம்பர நகைகளோடு, மிகக் சிறிதான சம்பிரதாய ஆடைகளை அணிந்து கொண்டனர். கையோடு கொண்டு வந்திருந்த அத்தர், இட்ரா போன்ற வாசனைத் திரவியங்களை ஒருவர் மாற்றி ஒருவர் உடம்பெங்கும் பூசிக் கொண்டனர். இருவரின் நிர்வாணமும் ஒருவரை ஒருவர் பாதிக்கவே இல்லை. கண் முன்னே காணக் கிடைக்கும் அங்க அவயங்கள் அவர்களை ஈர்க்கவே இல்லை. தொட்டும், தடவியும் ஒருவரை ஒருவர் அழகாக்க அனைத்தும் செய்து கொண்டனர். ஆனால் அவர்களுக்குள் கவர்ச்சி கட்டவிழ்க்கும் பாலீர்ப்பு இல்லை. உடம்பின் அழகான அவயங்களைக் காண்கையில் பொங்கும் காமப் பரிதவிப்பும் இல்லை.

அடுத்தாண்டு இந்நேரம் நமக்கு மகவு கிடைத்துவிடும் அல்லவா? - சந்தோஷக் கூத்தாடினாள் தில்தி.

கண்டிப்பா... அரசாங்க அனுமதி கிடைத்தாகி விட்டது. முன்னுரிமை வரிசையில் நமது பெயரும் உள்ளது. அடுத்தாண்டு இந்நேரம் மகவு நம் கைகளில்.- பேச்சில் உறுதி காட்டினான் கஜினி.

ஏரிக்கரையில் நீந்திக் கரையேறிய ஆண்களும் பெண்களும் கூட்டம் கூட்டமாய் தங்களை அலங்கரித்து நகரத் தொடங்க, ஊரெங்கும் திருவிழாக் கோலம். காணும் இடங்களில், கட்டிடச் சுவர்களில், எதிலும் எங்கும் வண்ண மயம். காற்றெங்கும் ஊற்றெடுக்கும் மலர்களின், வாசனைத் திரவியங்களின் வாசம். திருவிழாவின் கொண்டாட்டத்தில் ஒருவரை ஒருவர் அன்பு பாராட்டிய மக்கள், பழங்களும், பானங்களும், பட்சணங்களுமாய் புசித்துக் களித்தனர். தங்கமும், வைரமும், வைடூரியமும் பரிசுப்பொருட்களாகத் தங்களுக்குள் பகிர்ந்து கொண்டனர். விண்ணெங்கும் வெடித்துச் சிதறும் பாட்டாசுகளின் ஆரவாரம். மாடமாளிகையாய் விரிந்திருந்த நகரம் மக்களின் சந்தோஷத்தால் மேலும் சிறந்திருந்தது.

பிறையுலகத்தின் இந்த அளவிலா வளர்ச்சிக்கு ஆண், பெண்களின் உழைப்பே முழுமுதற் காரணமாயிருந்தது. அறிவாளிகள் மட்டுமே உள்ள அதிசய உலகில், இம்மாதிரியான ஆச்சர்யங்களுக்கா பஞ்சம். இத்தனை அறிவும் உடலுழைப்பும் கண்ணியமும் கொண்ட 'குடிகள்' கிடைத்து விட்டால், சிறுதீவும் பெரும் சொர்க்கம் ஆகாதோ. பாருங்கள். பரந்து விரிந்திருக்கும் இந்த பரிபூரண சொர்க்கத்தை. அத்துணை சிரத்தையாக, பெண்டிரும், ஆடவரும் உடம்பையும் மூளையையும் நசுக்கிப் பிழிந்து நகர வளர்ச்சிக்காக உழைப்பை ஈந்திருந்தனர். குடிகள் அத்தனை பேரையுமே திறமைசாலியாய் பெற்றுவிட்ட ஓர் உலகம் இத்தனைச் சிறப்பாகத்தானே இருக்கும்.

விஞ்ஞானத்திலும் சாமர்த்தியத்திலும் சிறந்த இவர்கள் எவ்வாறு இத்தீவில் ஒன்றிணைந்தார்கள்?

அறிவு மேலோங்கி இருந்தாலும் குறைவான ஆடையோடு, அழகு மிளிர வட்டமிடும் இவர்களெல்லாம் யாரோ?

நன்றாக கவனியுங்கள். இந்த பிறையுலக மனிதர்கள், அரைகுறை ஆடையோடு நகரமெங்கும் சுற்றித் திரிந்தாலும் அவர்களுக்குள் 'உடல் கவர்ச்சி' இல்லை.

அன்பு இருக்கிறது.

காதல் இருக்கிறது.

அக்கறையெல்லாம் இருக்கிறது.

ஆனால் சகஜமாக எதிர்பாலினர் மீது கட்டவிழ்க்கப்படும் 'காமம்' அவர்களுக்குள் இல்லை. அதற்கான எந்த அறிகுறியும் இல்லை. கண்ணைப் போல், கையைப் போல், காலைப் போல்தான், அவர்களுக்கு முலைகளும், யோனிகளும், லிங்க ஸ்தூபிகளும்.

கண்முன்னே சுண்டி இழுக்கும் அவய அழகுகள் காணக் கிடைத்தாலும் ஆண், பெண்களுக்குள் ஈர்ப்பு இல்லை. ஒரு துளி காமம் இல்லை. அவர்கள் பார்வையில் செய்கையில் அதற்குண்டான அறிகுறியும் இல்லை. எனவே அதைச் சார்ந்த திருமணம் இல்லை. உடலுறவு இல்லை. குழந்தைகள் இல்லை. காமத்தின் சுவடில்லா, ஆண் பெண் வேட்கையில்லா அதிசய உலகமாய் அவ்விடமிருந்தது. அம்மாவென்றாலும், அக்காவென்றாலும், அப்பாவென்றாலும், அண்ணனென்றாலும் சமூகக் கட்டமைப்பை மீறிய ஒரு எதிர்பாலின ஈர்ப்பை எல்லா மனிதர்களும் எல்லோரிடத்தும் உணர்ந்திருப்போமே? அந்த உடலீர்ப்பு இங்கில்லையே. காமம் கடுகளவேனும் அவர்கள் செயலில் வெளிப்படவே இல்லையே. என்ன விசித்திர உலகமிது.

உலக இயக்கமே காதலித்து காமமுற்று பல்கிப்பெருகும் உயிர்த்தேடலைச் சார்ந்ததுதானே. ஆனால் அவ்வழக்கமோ, அதற்குரிய அறிகுறிகளோ இல்லாத இவ்வுலகம் எங்ஙனம் இயங்குகிறது? பார்ப்பவர் (படிப்பவர்) மனமெங்கும் பற்பல கேள்விகள், இருட்டில் மினுமினுக்கும் மின்மிட்டாம் பூச்சிகளின் ஒளியாய்.

உடல்கோர்வை...

*முதலிருந்த ஊழ்வினையை முப்பாழைச் சுட்டுப்
பதறா மதிபாடு பட்டேன் - முதலிருந்த
நல்வினையுந் தீவினையு நாடாம லும்பிறந்து
வல்வினையிற் போக்கிவிட்டேன் வாழ்வு*

அதிகாலைப் புணர்வின் ஆட்டத்தில் கட்டில் அசைந்து கொண்டிருந்தது. கதவிடுக்கின் வழியே அறைக்குள் ஊடுருவிப் பரவும், புத்தம்புது காலையின் வெளிச்சப்பாய்ச்சல். அறைக்குள் மஞ்சள் நிற சூரியக் கதிர்களின் நடமாட்டமும், அதில் பறந்து திரியும் தூசுகளின் ஒளியாட்டமும். அதிகாலைக் குளிரோ அளவாக அறைக்குள் நிறைந்திருந்தது.

அவள் கட்டிலின் முன்புறக் கம்பியை வெறித்தனமாய் பற்றியபடி, அவனுக்கு இயைந்துக் கொண்டிருந்தாள். முற்றாத முருங்கைக்காய் வடிவத்தில் அளவான நீண்ட நெடிய விரல்கள் அவளுக்கு. அறையிருட்டில் கலைந்த தலைமுடியோடு அவள் அழகாக இருந்தாள். அருகில் சென்று பார்க்கையில் குழந்தை வரைந்த ஓவியமென கிறங்கிக் கிடந்தாள். அவனோ அவளுக்குள் வேகமாய் இயங்கிக் கொண்டிருந்தான். மோகம் கூடும் பொழுதிலெல்லாம் 'அமுதா, அமுதாவென' அவள் பெயர் முனங்கினான். பின்பு ஆசை ஆவேசத்தில் அடிக்கடி அவள் இதழ் பருகினான். தேக்குக் கட்டையைப் போல் இழைத்த அவன் முதுகின் 'சதைத் திரட்டில்' முத்து முத்தாய் வியர்வைத் துளிகள். அவள் விரல்களால் வியர்வைக் கலைத்து, அவனைத் தனக்குள் இழுத்து 'மோகம்' கூட்டினாள். 'புனையல்' கொள்ளும் நாகங்களென ஒருவர் மாற்றி ஒருவர் கட்டிப்புரண்டு வேகம் கூட்டினர்.

ருபினி

பேரிடியோ மழையின் தூறல்களுக்கு காத்திருக்க, இருவரின் கண்களிலும் காதல் எழுப்பிய காமத்தின் மின்னல்கள். இடையிடையே இதமான வலியில் அவள், அவன் காதுமடல்களைக் கடிக்க, அவனோ அவள் மார்புக் காம்பினை மென்கடியில் சுவைத்துக் கொண்டான். மெலிதான மோக முனகல்களும், மூச்சு பீறிடல்களும், உடல் அழுத்தி ஆடும் வேகத்தில் கட்டிலின் கால் எழுப்பும் 'க்ரீச்... க்ரீச்' என்ற ஒலியும், சீரான இடைவெளியில் அறையெங்கும் எதிரொலித்தது. அவர்களின் மோக ஆலிங்கனத்தால் தூக்கம் கலைந்த பூனையொன்று ஜன்னல் தவாரத்தில் அமர்ந்தபடி அவர்களையே பார்த்துக்கொண்டிருந்தது. சீரான இடைவெளியில் சுவர் கடிகாரம் எழுப்பும் மெலிதான டிக், டிக், டிக், ஓசை சற்று கூடுதலாகவே காதினுள் விழுந்து கொண்டிருந்தது.

கட்டிலின் காலுக்கருகில் அவசரத்தில் தூக்கி எறியப்பட்ட உள்ளாடைகள் மற்றும் கிழித்தெறிந்த ஆணுறையின் கவரும். அறையின் மேல்புறமெங்கும் குறுக்கும் நெடுக்குமாய் தொங்கும் அலங்கார விளக்குகள். சுவரெங்கும் இன்னவென்று அறுதியிட்டு கூற முடியாத, பார்வைக்கு விளங்கா விஷயங்களைப் பிரதிபலிக்கும் 'உச்சக் கலாரசனை' ஓவியங்கள். சில இடங்களில் எரியும்போது மணம் பரப்பும் வண்ண மெழுகுவர்த்திகள். கண்ணாடி ஷோ கேசில் சில பரிசுப்பொருட்கள், பதக்கங்கள். இவைத்தவிர அறையெங்கும் அமானுஷ்யப் புத்தகங்கள். வரலாற்றுப் புத்தகங்கள். தொல்லியல் துறை புத்தகங்கள். மேல்புறமாய் ஒதுக்கி இடப்பட்டிருந்த ஈட்டி மேஜையின் மேல் ஒரு ஆப்பிள் கணிணியும், சில ஓலைச்சுவடிகளும், அதனைப் படிக்க உதவும் ஒரு பப்படஅளவு குவிலென்சும். ஒரு ஓரத்தில் அவனும் அவளும் முகத்தோடு முகம் ஒட்டிய நிலையிலுள்ள ஒரு புகைப்படமும்.

ஆடிக் களித்து, களைத்து அவள் குளிக்கச் சென்றிருந்தாள். அவனோ டிவியை ஆன் செய்து, செய்தி சானலை ஓட விட்டுக்கொண்டிருந்தான். வழக்கம்போல் ஒரு அரசியல்வாதி வெகு சீரியசாக காமெடி பண்ணிக் கொண்டிருந்தார்.

அழகான அவர்களின் 'உடல் வாசம்' அறையெங்கும் கலந்திருந்தது. அவன் முகமெங்கும் 'உழைத்து' முடித்த களைப்பு.

குளியலறையிலிருந்து சற்று சப்தமாகப் பேசினாள் அவள்.

ஆதி... எங்கெல்லாம் கடிச்சு வச்சிருக்கடா... தண்ணி பட்டு நல்ல காந்துது..

அவன் மெலிதாகச் சிரித்துக் கொண்டான்.

உள்ள வந்து பார்க்கவா? என்று கேட்டு நக்கலடித்தான் ஆதி.

கொலை பண்ணிருவேன் டா... என்று சப்தமிட்டுக்கொண்டே ஷவரை திறந்திருப்பாள் போலும். சிறுமழையென தண்ணீர் சொரியும் சப்தம் அறையெங்கும் கேட்கத் தொடங்கியது.

குளித்து முடிந்து, சேலை மாற்றி உணவை எடுத்து வைப்பதற்குள் அவனும் குளித்துத் தயாராயிருந்தான்.

பனியில் நனைந்த ரோஜாச்செடியாய் சமயலறைக்குள் உலவிக் கொண்டிருந்தாள் அவள். அவனோ, அவளை கண்களால் ருசித்துக் கொண்டிருந்தான்.

அழகு ராட்சசி நீ ...ப்பா... சரியான பேரழகு... - என்றான்.

நானா... போடா... குளித்த தலையை கட்டாமா பேய் மாதிரி இருக்கேன்...- உள்ளுக்குள் ஆனந்தத்துடன் ஆனால் வெளியே சலித்துக் கொண்டாள் அமுதா .

சரி... அப்ப...பேயழகு...

அடேய்... கொலை பண்ணிருவேன்...

பண்ணினாலும் பேயா வருவேன்...

ஆதி...- குரலை உயர்த்தி, பருந்துக்கு பயந்த கோழிக்குஞ்சாய் அலறி மருண்டாள்.

சாரி டி... உனக்கு பேய்ன்னா ரெம்ப பயம்லா... சாரி...

பேய்ன்னா யாருக்குத்தான் பயம் இல்ல... எல்லாருக்குத்தான்.

இருந்தாலும் நீ ரெம்ப பயப்புடுற டி...

சரி... அத விடு... நாலு இட்லி பார்ஸல் பண்ணி தரவா... ஆதி... மதியத்திற்கு?

புன்முறுவல் பூக்க அவளையே பார்த்தான் ஆதி.

நாம லிவ்விங் டுகெதர்ல இருக்கிறதே மறந்து போகுது அமுதா... எப்படி ஆசை ஆசையா கேக்குற...இட்லி பார்ஸல் பண்ணி தரவான்னு...

ஏண்டா... எனக்கு புடிச்ச உன் உடம்ப... நல்ல ஆரோக்கியமா பாத்துகிறது என் கடமை இல்லையா? - கண்ணடித்து நக்கல் செய்தாள் அமுதா.

இல்லடி... வர, வர பொண்டாட்டிக் கலை உன் முகத்துல நல்லா தெரியுது...அதான் கல்யாண ஆசை வந்திட்டோன்னு கேட்டேன்.- குளித்து மலர்ந்திருந்த அவளைக் தலையணையை அமுக்குவதுபோல் பின்புறமாய் அணைத்தான். ஈரத் தலை முழுதாகக் காய்ந்திருக்காததால், அவன் சட்டையில் அவள் ஈரம்.

முதல்ல, திகட்ட திகட்ட காதல் செய்வோம்டா... கல்யாணம் அப்புறம் பாத்துக்கலாம்...- என்று அவன் கை வளையத்திற்குள்ளாகவே நெஞ்சத்தோடு நெஞ்சம் மோதி திரும்பிக் கொண்டாள்.

தமிழ் பொண்ணு மாதிரி பேசுடி... மொதல்ல மேட்டராம்... அப்புறம் கல்யாணமாம்... ராட்சசி... - அவளை அவனுக்குள் இறுக்கினான்.

நான் தெலுங்கு... இல்லன்னா கன்னடானு வச்சுக்கோ... இப்ப பார்சல் வேணுமா? வேண்டாமா? - அவன்கை விடுத்து மறுதிசை ஓடினாள்.

வேண்டாம் அமுதா... இன்னைக்கு ப்ரோபெஸோரோட வெளிய போக வேண்டி இருக்கும்... இப்ப மட்டும் சாப்பிட்டு போறேன். - என்று சில உடைமைகளை எடுத்துக்கொண்டே கிளம்ப எத்தனித்தான்.

உடல் துளிர்க்கும் காமம் என்னவோ சில நிமிடங்களில் நிகழ்ந்து விடுகிறது. ஆனால் அது கொடுக்கும் நினைவுகள், அதனுள் கண்ட காட்சிகள் மனதிலேயே தங்கி ஆண்டாண்டுகளாய் உடலீர்ப்பை உயிர்ப்போடு வைத்திருக்கிறது. பல காலங்களாய் அனாதையாயிருந்து, ஆறேழு மாதங்களாய் அந்தரங்க இணைப்போடு இருக்கும் இவர்களுக்குள்ளும் அதுவே தொடர்ந்து நிகழ்ந்துக் கொண்டிருக்கிறது.

அமுதா இட்லிகளை தட்டில் எடுத்து வைத்துக் கொண்டிருந்தாள். கழுத்துப் பகுதிகளில் குங்கும நிறத்தில் சில பற்குறி காயங்கள். அவள் இடுப்பை விட்டு இறங்க மறுத்த குளியலின் நீர் துளிகளில் சில, விளக்கொளியில் மினுமினுத்தது. அவளைப் பார்த்துப் பார்த்துச் சலித்திராத அவன், அவள் முகத்தைப் பார்த்துக்கொண்டே 'ரெம்ப வலிக்குதா பா... சாரி... - என்றான்.

அவள் தெற்றிப் பல் தெரிய சிரித்துக் கொண்டே, 'பண்றதெல்லாம் பண்ணிட்டு சாரியாம்லா... ராஸ்கல்' - என்று உணவுத் தட்டை அவன் முன் நீட்டினாள்.

இதெல்லாம் வீரத்தழும்புல அம்மு - என்று கேட்டு கண்ணடித்துக் கொண்டே சாப்பிடத் தொடங்கினான்.

வீரத்தை... போர்க் களத்துல காட்டுங்கடா... வீட்டுல எதுக்கு? - என்று கூறிச் செல்லக் கோபம் காட்டினாள் அமுதா.

நீயும்தான் என்னை கடிச்சிருக்க? காட்டவா - என்றான் ஆதி.

அவள் பாதி வெக்கத்துடன்... சரி வேண்டாம்... விடு... அடுத்த ஷோவுக்கு பிளான் பண்ணாத? ஆபிசுக்கு போவென்றாள்.

அரைமணிநேரம் பெர்மிஸன் போட்டா தீர்ந்தது... என்று சொல்லி குழைந்தானவன்.

லேசான சலிப்பை உடலில் காட்டினாள் அமுதா.

அய்யா... ராசா... உனக்கு அலுக்கவே... அலுக்காதா? என்ன மனுஷன்டா நீ? எப்ப பார்த்தாலும் அந்தப் நினைப்புதானா? கடவுளே காமம் இல்லாத மனிதனா இவனை மாத்துப்பாவென- மேல்நோக்கி கையுயர்த்தி 'இறைவனிடம் வேண்டுவதுபோல்' கிண்டல் செய்தாள் அவள்.

அதுக்கு நான் ருபினி குலத்துலதான் பொறக்கணும் - என்று கூறிச் சாப்பிட்டு கை கழுவினான் ஆதி.

ருபினியா? யாரது... - என ஆச்சர்யம் காட்டினாள் அமுதா.

காலுக்கு செருப்பிட்டுக் கொண்டே, மேஜையிலிருந்த அந்த புத்தகத்தைத் தேடி எடுத்தான்.

நேரம் போகல... நேரம் போகலேன்னு சொல்றேல... இந்த புத்தகத்தை முழுசா படி... என்னோட ப்ரோபஸர் உமையொருபாகன் எழுதுன புக் இது... என்னோட ஆராய்ச்சியும் இதுலதான்... உங்க தொல்லியல் துறையில என்ன வேலை பார்ப்பீங்கன்னு, அடிக்கடி கேக்குரேல... எங்க ஆராய்ச்சி தற்போது இத பத்திதான்... பலபேரு இத கட்டுக்கதைனு சொல்றாங்க... ஆனா இப்படி ஒரு விசித்திர மனித குலம், யாருக்கும் தெரியாத ஒரு உலகத்துல... சிறப்பா இயங்கிட்டு இருக்குன்னு... நாங்க முழுமையா நம்புறோம்... நீயும் படிச்சு பாரு - என்று கூறி அலுவலகத்திற்கு விரைந்தான் ஆதி.

இயல்பிலேயே புத்தகப் படிப்பில் ஆர்வமுள்ள அமுதா, ஆதி குறிப்பிட்ட அந்த புத்தகத்தை படிக்கத் தொடங்கினாள்.

புத்தகத் தலைப்பு

''காமம் கடந்த ருபினி''

மெய்யென்னும் பொய்...

சிட்டர்ஓது வேதமும் சிறந்தஆக மங்களும்
நட்டகார ணங்களும் நவின்ற மெய்ம்மை நூல்களும்
கட்டிவைத்த போதகம் கதைக்குகந்த பித்தெலாம்
பெட்டதாய் முடிந்ததே பிரானையான் அறிந்தபின்.

மூன்றுநாள் திருவிழாக் கொண்டாட்டத்திற்குப்பின் பிறையுலக ருபினி நகரம் இயல்பிற்குத் திரும்பியிருந்தது. ருபினி நகரத்தின் மொத்த கூட்டத்திற்கும் தலைவியான சில்வியாவின் மாடமாளிகை பைக்கால் ஏரிக்கு நீர் கொடுக்கும், மலையருவியை அடுத்து தென்மேற்கு மூலையிலிருந்தது. அலையலையாய் நுரைநுரையாய் வெண்மேகங்கள் துயிலும் குளிர் மலைப்பகுதியது. குடிகளுக்கே அத்தனை அழகான வசிப்பிடமென்றால், தலைவிக்குக் கேட்கவா வேண்டும். ஒற்றைத் தண்டில் மலர்ந்த தெப்பக்குளத் தாமரையைப் போல், நிலப்பரப்பின் மேல்புறத்தில் தொங்குவது போன்றத் தோற்றத்திலிருந்தது சில்வியாவின் ஆடம்பர மாளிகை.

பல வண்ண பளிங்கு கல்லும், சலவைக் கல்லும் அரண்மனையாய் குவிந்திருந்தது. அறுங்கோண வடிவ மாளிகையின் நடுநாயகமாய் அணையா விளக்கொன்று விண்ணோக்கி எரிந்து கொண்டிருந்தது. மாளிகையின் உள்ளும் புறமுமாய் வண்ண வண்ண மலர்க்கோர்வைகள். அவைகளுக்கு நீரூற்றும் செயற்கை அருவிகள். தெளிந்துக் கிடக்கும் அல்லி, ஆம்பல் மற்றும் தாமரைப்பூ தடாகங்கள். அரண்மனையெங்கும் காவலிலிருக்கும் திறன்மிகுந்த ருபினியரின் பாதுகாப்பு வளையங்கள். பொன்னும் பொருளும் பெருமலையெனப் பொங்கித் தெறிக்க, பார்த்துப் பார்த்துக் கட்டிய உன்னத வேலைப்பாடுகள். ருபினி குல அரசாங்க நிகழ்வுகள் பிசகின்றி

நடப்பதற்காகக் கட்டப்பட்ட அழகிய உறைவிடம். காணும் இடமெல்லாம் கலைநயங்கள் விலைமதிப்பில்லாமல் கொட்டிக் கிடந்தது.

அறுங்கோணத்தின் மையப்புள்ளியாய் அமைந்திருந்தது சில்வியாவின் தனியறை. விடியற்காலையின் குளிர், அறையெங்கும் நிறைந்திருக்க, காற்றில் அமர்ந்து, அலைந்து எரியும் நெய் விளக்கின் வாசம். அதிகாலையின் வாடைக்காற்றில் அசைந்தாடும் திரைச்சீலைகள். அரண்மனையின் மையத்தில் பூவரசன் பூவுக்குள் புதையுண்டதுபோல் வடிவமைத்த இளமஞ்சள் நிறப் படுக்கையறை.

சில்வியா, அழகு மிளிரும் ஆறடித் தேவதை. மேனியெங்கும் உரித்த நுங்கு நிறத்திலிருந்த அவளுக்கு, மினுமினுக்கும் நீலம் கலந்த 'கருங்கூந்தல்'. காமம் சுரக்கும் மனிதனை எல்லாம் வேகத்துடன் நீர்த்து போகச் செய்யும் பேரழகு பெட்டகம். கருநாவல் பழங்களெனக் கண்கள். அதன் மேலே தீட்டிவிட்ட புருவ மேடுகள். அழகு தெறிக்கும் கூர்மையான நாசி. அப்படியே சாப்பிடச் சொல்லும் ஆரஞ்சு பழ உதடுகள். நீளமான, எலும்பு தெரியாத, சதை கூடாது வழித்த தேகம். வளைவுகளின் உச்சத்தையும், உப்பியத்தின் மிச்சத்தையும் தெள்ளத்தெளிவாக தெரியப்படுத்தும் வாளிப்பு உடம்பு. பால் நிறத்தில் விரல்கள். பச்சரிசி நிறத்தில் நகத்திரடுகள். பாலாடையின் நிறத்தில் உள்ளங்கைகள், கால்கள்.

மஸ்லின் துணிப் போர்வைக்குள் ஒட்டுத் துணியில்லாமல் உறங்கிக் களைத்த சில்வியா, சோம்பல் முறித்து, ரோஜாப்பூ சாறு கலந்த தண்ணீரில் குளித்து முடித்து, சாம்பிராணி புகையில் மிதந்து ஈரம் நீக்கி, உடம்பெங்கும் சந்தனமும், பன்னீரும் மணக்க, அழகான பட்டாடையுடுத்தி, ஆம்பல் பூச்சூடி, இட்ரா வாசனையோடு மாளிகையிலிருந்த மந்திரி தர்பாருக்கு வரும் போது, தலைமை மந்திரி விபிலன் அன்றைய அவசரச் செய்தியோடு காத்திருந்தான்.

‘புத்திசாலிகளின் அறிவுக்கூர்மை அவர் கண்களில் வெளிப்படும்’ என்பது விபிலனின் கண்களைப் பார்க்கையில் விளங்கும். தேர்ந்துக் கடைந்த மரக்குதிரையைப் போல் ஆஜானுபாகுவாய் இருந்தான் மகாமந்திரி விபிலன்.

‘ராணியாருக்கு வணக்கம். அவசரச் செய்தி. ஆதலாலேயே தங்களைச் சந்திக்க அவசரமாக வேண்டினேன் தேவி.’

‘விபிலா... ஆகச்சிறந்த இந்த ரூபினி நகரத்தின் தலைமை மந்திரி நீர். உம்முடைய செய்தி அனைத்தும் எனக்கு முக்கியமே. அதை நான் அவசர செய்தி... சாதாரண செய்தி... என்று பிரித்துப் பார்ப்பதில்லை.’

மகிழ்கிறேன் அரசி... திமிலனிடமிருந்து செய்து வந்துள்ளது. இந்த மாதத்திற்கான மதலைக் குவியல்கள் தயாராகி விட்டதாம். வழக்கம் போல் அமாவாசையன்று யாக பூசைக்கான பணிகளும் நடைபெற்றுக் கொண்டிருக்கிறது. ஆனால் பிறந்த ஒரு ஆண் மதலையின் கால்களில் மட்டும் ஆறு விரல்கள் உளதாம்

என்ன ஆறு விரல்களா? ஆச்சர்யத்துடன் புருவம் உயர்த்தினாள் சில்வியா தேவி.

பவ்யத்துடன் விபிலன் கூறினான்.

ஆம் தேவி... இரட்டைப் பெருவிரலுடன் பிறந்த அந்த மதலைக்கு, இப்பொழுதே ஓரிரு வார்த்தைகள் பேசும் ஆற்றலும் இருக்கிறதாம்...

என்ன.... பிறந்த மதலைப் பேசுகிறதா... என்ன விபிலா... ஆச்சர்யங்களை அடுக்கிக் கொண்டே போகிறாய்? - வியப்பில் சிக்கனமாய் புருவங்களை உயர்த்தினாள் சில்வியா.

திமிலனின் செய்தி கிடைத்ததிலிருந்து நானும் ஆச்சர்யத்தில் உறைந்து போயிருக்கிறேன் தேவி. ‘மோகம்’ அகற்றும் ‘விரல்பலி பூஜையில்’ எந்த விரல்களை அகற்றலாமென, நம் மருத்துவ வல்லுனர்களும் குழம்பி போய் கிடக்கின்றனர்.

கொத்த மறந்து, திக்கித்து நிற்கும், பெட்டைக் கோழியாய் விக்கித்து நின்றிருந்தாள் சில்வியா.

திமிலன் என்ன கூறுகிறான்? - தளர்ந்த குரலோடு ஏதோ நினைவில் மறுவினா எழுப்பினாள்.

திமிலனும் குழம்பியிருக்கிறான்... மொத்த உடம்பின் நரம்பு முடிச்சுகளும் ஒன்றிணையும் பெருவிரலை அகற்றி விட்டால், காமம் இல்லா பெருவுடலை பெறலாமென்பது நமது நம்பிக்கை. அதன்படியான ஆகமங்களில் இந்த ருபினி நகரத்தை உருவாக்கி, சீர்மரபுடன் செவ்வனே தாங்களும் ஆண்டு வருகிறீர்கள். இந்நாள் வரை காமமற்ற பேருலகாய் 'ருபினி நகரம்'' சிறப்புடனே செழித்தோங்குகிறது. ஆனால் இப்போது இப்படி ஒரு குழப்பம்.

ஒரு குழப்பமும் வேண்டாம். இரண்டு விரல்களையும் எடுத்து விடச் சொல்... தெளிவானச் சிந்தனையோடு பதிலீந்தாள் சில்வியா.

தேவி... என்ன சொல்லுகிறீர்கள்... ஐந்து தலைமுறையாய் கட்டிக் காத்த பாரம்பரிய சத்தியங்களை நாமே மீறலாகுமா? 'ஒருவிரல் அகற்றி, பெருவுடல் பேணி, மோகம் துறப்போமென' தங்கள் முன்னோர்கள் கொடுத்த வாக்கை நாமே எப்படி மீறுவது? வழி வழியாய் கட்டிக்காத்துவரும் மரபு ஆகமங்களில் தங்களால் ஒரு பிழை நேரலாமா?

விபிலா.. அதே ஆகம விதிகளின் படி, தேர்வு செய்த மதலையை மறுக்கவோ, மீண்டும் நரவுலகிற்கு அனுப்பவோ, மரணிக்கவோ செய்யவும் ருபினி குலத்தாருக்கு அனுமதி இல்லை என்பதை மறந்து விட்டாயா?

மறக்கவில்லை தேவி. அதே சமயத்தில் ஒருகாலில், இருவிரல் அகற்றவும் நமக்கு உரிமை இல்லையே?

உண்மைதான்.. சிக்கலான விஷயம்தான். நீ ஒரு காரியம் செய். நள்ளிரவின் மூன்றாம் ஜாமத்தில் சூலக அரண்மனைக்கு நாமிருவரும்

வருவதாகத் திமிலனுக்குச் செய்தி அனுப்பு. ஆச்சார்யர் உருளியரையும் அங்கு வரச்சொல். கலந்தாலோசித்து ஒரு முடிவெடுக்கலாம்- என்று சொல்லி யோசனையுடனே அரண்மனை உட்பிரகார வாயிலை நோக்கி நடந்தாள் சில்வியா தேவி.

உத்தரவு தேவி.. என்று சொல்லி விபிலன் தலைசாய்த்து விடைபெற்றுக் கொண்டான். கல்லிடுக்கில் தலைகாட்டும் நாகமென, அவர்களின் சம்பாஷணையை ருபினி குல அரசாங்க அடிமையொன்று கூர்தீட்டிக் கேட்டுக்கொண்டிருந்தது.

மோகப்பிளிறல்...

நாலிரண்டு மண்டலத்துள் நாதனின்றது எவ்விடம்
காலிரண்டு மூலநாடி கண்டதங்கு உருத்திரன்
சேரிரண்டு கண்கலந்து திசைகளெட்டு மூடியே
மேலிரண்டு தான் கலந்து வீசியாடி நின்றதே.

ஆதியின் அலுவலகம் ஒரு தொல்லியல் துறைக்கான அத்தனை அடையாளங்களுடன் அலங்கோலமாயிருந்தது. ஆங்கிலேய ஆட்சிக்காலத்தில் கட்டப்பட்ட கல் கட்டிடம். மேற்புற ஓட்டுக் கூரையில் ஒளிவரும் பொருட்டு, சில கண்ணாடிச் சதுரங்கள் சொருகப்பட்டிருந்தது. உள்ளுக்குள் நுழையும் போதே பழைய பரண் புத்தகங்களைப் பிரித்து அடுக்கும் போது வெளிப்படும் மணம், அறையெங்கும் நிரம்பி நின்று வரவேற்றது. கால்களை அழுத்தி வேகமாய் நகர்கையில் தூசியும், துகளுமாய் ஏதோ ஒன்று சூரிய ஒளியில் நிழலாடியது. எங்கிருந்தெல்லாமோ கண்டெடுத்த பழங்காலப் பொருள்கள், அது தொடர்பானச் செய்திகளைத் தாங்கியப் புத்தகங்கள் ஆங்காங்கே அடுக்கி வைக்கப்பட்டிருக்க, பல புராதானப் பொருள்களின் புகைப்படங்கள் சுவர்களை அலங்கரித்துக் கொண்டிருந்தது. பழைய இரும்பு பித்தளைக்கு பேரித்தம் பழம் - என்ற வியாபார வேண்டுதலுக்கு செவிச் சாய்த்து, அங்குள்ள புராதனப் பொருள்களைக் கொடுத்தால், நாலைந்து வருடங்களுக்கு உட்கார்ந்து தின்னும் அளவிற்கு பேரித்தம் பழங்கள் கிட்டும். அவ்வளவும் அதரப் பழையதான புராதன தொல்லியல் பொருள்கள்.

மொத்த அறையிலும் அத்தனைப் பிரகாசமாக இருந்தது கணிணி முன் அமர்ந்திருந்த திலகா மட்டுமே. பார்த்தால் பார்த்துக்கொண்டே இருக்கத் தோன்றும் இருபத்துமூன்று வயது இளஞ்சிட்டு. கவர்ச்சியான,

மிதமான கருப்பில் அப்படி ஒரு எடுப்பான முகம். காதை அலங்கரிக்கும் சற்று அளவு கூடிய வளையங்களும், ஆங்காங்கே வளைந்து தெறிக்கும் பூனை முடிகளும், கூர்மையாக பார்த்தாலொழிய மூக்கில் இருப்பதாகவே தெரியாத சிறிய வெள்ளைக்கல் மூக்குத்தியும் அவள் தனித்தன்மைக்கான அடையாளங்கள். தேவையான இடங்களைத் தவிர எந்த ஒரு இடத்திலும் கொஞ்சம் கூட அதிகப்படியான சதையில்லாமல், நெடு நெடுவென நீளவாக்கில் விரிந்திருந்தாள் திலகா. அப்படியொரு சீரமைத்த குதிரையின் உடற்கட்டு. அம்மாதிரியான குதிரையின் வாலைப்போல், தலையில் நீண்ட நெடிய மயிர்கட்டும். குதிரையின் வாலைப் போன்றது திலகாவின் தலைமுடியழகு என்று சொல்வதற்கு பதில், திலகாவின் ஜடையைப்போல் குதிரையின் வால் அழகாக இருக்கும் என்று கூறுவது சாலச்சிறந்தது. அப்படியொரு ஒரு வடிவான கொள்கலனாய் இருந்தாள் திலகா. என்ன செய்து தன் கண்களை, திரட்சிகளை, உடலழகை இத்தனைத் திமிரோடு, வனப்போடுப் பேணுகிறாள் என பெண்களே வெட்கம் விடுத்து கேட்கும் அளவிற்கு பேரழகுப் பெட்டகமாய் இருந்தாள் திலகா.

அலுவலக அறைக்குள் ஆதி நுழையும் போதே, அலுவலக வேலைக்காரன் முத்து கை தட்டினான்.

‘ஏய்... சார் இன்னைக்கு ஒம்போதைரைக்கே ஆபீஸ் வந்துட்டாங்க’

‘க்ளுக்’ என்று திலகா சிரிக்க, முத்துவின் மூலம் எதிர்கொண்ட வார்த்தைகளின் கிண்டல் தொனியை நினைத்து, ஒரு சங்கோஜப் புன்னைகையை இருவருக்கும் வீசினான் ஆதி.

முத்து... டீ எடுடா... காலையிலேயே பயங்கர டயர்ட்டா இருக்கு... என்று தன் இருக்கையில் வீழ்ந்தான் ஆதி. முத்து சென்ற அந்த நேரத்தில் ஒன்றைக் கண்ணால் திலகாவை நோட்டமிட்டான். ஆண்களுக்கே உண்டான பார்வைப் பாய்ச்சலை அவளுக்குள் செலுத்தி, அவள்

அழகான அவயங்கள் உருவாக்கிய ஏக்கப்பெருமூச்சில் தன் கணிணியை உசுப்பினான் ஆதி.

'சாருண்ட வீட்டுல காலையிலேயே பயங்கரமான வேலை போல' கணிணித் திரையை நோக்கி கொண்டே இலங்கை தமிழில் திலகா ஆரம்பிக்க, ஏதோவொரு நினைப்பில் பட்டென்று, ஆமா... காலையிலேயே... கொஞ்சம் வேலை... என்று சொல்லிவிட்டு, மறைமுகமாக நடந்த படுக்கையறை பணியை உளறி கொட்டிவிட்ட உணர்ச்சியில் 'அப்டில்லாம் இல்லப்பா, கொஞ்சம் டயர்ட்டா...' என்று மறுதலித்தான் ஆதி.

ஏதோ புரிந்த மாதிரி திலகாவும் நமுட்டுச் சிரிப்பு சிரித்தாள்.

சார் இன்னைக்கு வருவாரா திலகா?

பெங்களூருல இருந்து நேத்தே கிளம்பிட்டேன்னு சொன்னார். ஆப்டர் நூன் இவிட வருவார்னு நினைக்கைன் நான்.

பெங்களூரில் உள்ள NIMHANS (National Institute of Mental Health & Neurosciences) தானே கான்பரன்ஸ் நடந்தது...

ஆமாம்... அது ஏதோ முற்பிறவி-மறுபிறவி உண்மைகள் பற்றி ஆய்வு நடத்தி வருகிற அமைப்பாம்...

ஐ நோ டியர்... கான்பெரென்சலாம் எப்படி போச்சாம்...?

அது ஏதும் சொல்லல... நெக்ஸ்ட் வீக் மீண்டும் கன்னியாகுமரி போக வேணுமென்று மட்டும் சொன்னாரு.

கன்னியாகுமரிக்கா? நோ வே... நீ வருவேன்னா... சொல்லு... போலாம்... அவருகூட போக முடியாது. போன தடவை ராமேஸ்வரம் போயி பழைய குப்பைலாம் கிளறச் சொன்னாரு... கடைசியில 300 வருசத்துக்கு முன்னாடி இருந்த பத்திரங்களோட நகலை பொறுக்கிட்டு வந்தோம். இந்த தடவ என்ன நடக்க போகுதோ?

இப்படி இன்டரெஸ்டே இல்லாம, நீயெல்லாம் எப்படிடா ஆர்க்கியாலஜி படிச்ச?

கனடால இருந்து நீயே வந்து படிக்கும்போது... எனக்கென்ன?

சொந்த அடையாளத்தை தொலைச்சுட்டு, ஒதுங்கி நிக்குற எங்களுக்குத்தான் அந்த வலி தெரியும்? என் பூர்வீகம் இலங்கைன்னு மட்டும்தான் எனக்குத் தெரியும்... அதிண்ட மேல எங்கள்ட பாரம்பரியம் பற்றியெல்லாம் ஏதுமே தெரியாம வாழ்றதெல்லாம் கொடுமை டா... அதுகொண்டுதான் வலுக்கட்டாயமா இந்த துறையை தேர்ந்தெடுத்து பலவிஷயங்களை படிச்சிண்டு வருவினன் நான். என திலகா சற்று ஊறிய உணர்ச்சியில் பேச, வெகு சாதாரணமாக அதற்கு பதிலுரைத்தான் ஆதி.

நானெல்லாம்... கம்ப்யூட்டர் சைன்ஸ் கிடைக்காததுனாலதான் ஆர்கியாலஜியே படிச்சேன். என்று கூறிச் சிரித்தான் ஆதி.

முண்டம்... உன்றடத்து போய் நான் சென்டிமெண்டா உளறிட்டு இருக்கைன்ல... என்னைய சொல்ல வேணும்...

திலகா... உன் பாஷைய கேட்க... கேட்க... எனக்கு சிரிப்புதான் வருது. ஒண்ணு இலங்கை தமிழ் பேசு... அல்லது இந்தியத் தமிழ் பேசு... ரெண்டும் கலந்து பேசுறப்போ... என் தலையே சுத்துது...

அதுதான் சொல்லிட்டேனே... நான் கனடியன் பொண்ணுன்னு... எங்க தமிழ் இப்படித்தான் இருக்கும்.

பேச்சு எப்படி இருந்தா என்ன? பொண்ணுகளுக்கு பேச்சா முக்கியம்?-என்று கையில் ஒரு பாலியல் குறி செய்து, நமட்டு சிரிப்பு சிரித்தான் ஆதி.

யூ ஆர் எ டீப் ரோக் ஆதி... கத்தினாள் திலகா.

எஸ் டியர்... ஐ அம் எ ரோக்... லீவ் இட்... சரி நான் கேட்டது என்னாச்சு...

என்னது அது?

என்னதா... யாழ்பாணத்து கள்ளியே, இப்படி வச்சுகிட்டே வஞ்சகம் பண்றியே?

சத்தியமாய் புரியல டா... என்ன வேணும்?

அதுதான்... மத்த விஷயம்டி ... எத்ர நாளா கேட்டிட்டு இருக்கேன்... கொஞ்சமாவது மனசு வைக்க கூடாதா?

அடேய் விசுரா... நீ என்ன கேக்குறேய்ன்னு எனக்கு விளங்கையில?

அதுதான் பா..., ஒரே ஒரு தடவை மட்டும்னு சொன்னேனே? - என்று வார்த்தையில் எழுத முடியாத அளவிற்கு ஒரு பாலியல் குறியீடு செய்தான் ஆதி.

ஆதி... திஸ் இஸ் டூ மச்... அடங்க மாட்டயா நீ?

ஏய்... உன்ட தானே இத கேக்க முடியும்... எனக்கு வேற யாரு இருக்கா... பிளீஸ் திலகா...

நோ ஆதி... உனக்குத்தான் மேரேஜ் ஆயிட்டுல்லா... அப்பறம் ஏண்டா இப்படி அலையிற?

தன் திருமணத்தின் உண்மை நிலைதெரியாத திலகாவிடம் நெளிந்தான் ஆதி.

திலகா... ஏன் கூட எவ்வளவு நாளா பழகுற? ஒரே மேரேஜ்ல திருப்தி படக்கூடிய ஆளா நான்... நான் கலா ரசிகன் டி... சரி எப்ப தருவேன்னு சொல்லு?

பொறுக்கி பயலே... உன்ன போய் நல்லவேன்னு சாரும் நம்புறாரே?

ஹி... ஹி... ஹி... ஐ அம் எ ஹெடோனிஸ்ட் வகையறான்னு அவருக்கும் தெரியும் திலகா...

ஆம்பிள்ளை பதறுகளா... உங்கள்ட காரியம் ஆக வேணுமென்றால் என்னனாலும் கதைப்பீர்கள் தானே...

அப் கோர்ஸ்... பிளீஸ் திலகா... நீ மனசு வெச்சா நடக்கும்...

சரி... அடுத்த வாரம் பார்க்கலாம்...

அடு...த்...த... வாரமா... அதுக்குள்ள ரெம்ப காஞ்சு போயிருவேண்டி... இந்த வாரத்துல ஏதாவது ஒரு நல்ல நாளாப் பார்த்து...

பாக்கலாம்...

பாக்கலாமுன்னு இப்படி மொட்டையா சொன்னா எப்படி...?

மொட்டையா இல்லையே... முடியோட தானே சொல்றன் நான்... - கடி ஜோக்கடித்து சிரித்தாள் திலகா.

படிக்கிறவங்க... இந்த காமெடிய ரெம்ப தப்பா நினைச்சு பார்ப்பாங்க திலகா... - 'A' ஜோக்கில் பதிலுரைத்தான் ஆதி.

பொறுக்கி... பொறுக்கி... பொறுக்கி

சரி... நாளைக்கு கொண்டு வந்திரு... ஒகே வா...

நோ... - என்று திலகா சப்தமிட்டு அடங்கிய அந்த வினாடியில் காப்பிக் கோப்பையோடு முத்துவும், கையில் ஒரு பையோடு பேராசிரியர் உமையொருபாகனும் அறைக்குள் நுழைந்திருந்தனர்.

சூலக சூட்சமம்

ஆதியுண்டு அந்தமில்லை அன்றிநாலு வேதமில்லை
சோதியுண்டு சொல்லுமில்லை சொல்லிறந்தது ஏதுமில்லை
ஆதியானமூவரில் அமர்ந்திருந்த வாயுவும்
ஆதியன்று தன்னையும் ஆரறிவது அண்ணலே.

சூலக அரண்மனை ருபினி நகரத்தின் மேற்குத் திசையிலமைந்த ரகசிய உலகம். காமமில்லா ருபினி நகரத்திற்கு குடிகளை உருவாக்கித் தரும் இடம். சரியாகச் சொன்னால் அனைத்து விரல்களும், அதீத காம உணர்வும் உள்ள மானிடர்களின் உடலுறவுக் கூடம். அன்பில், அறிவில்,அழகில், ஆஜானுபாகுவில் சிறந்த ஆடவர்களைத் தேர்ந்தெடுத்து, பண்பில், பரிவில், அழகில் சிறந்த மங்கையர்களோடு உறவாட வைத்து ருபினி நகரத்திற்கு ஆகச்சிறந்த குடிகளை உருவாக்கித் தரும் மதலைத் தொழிற்சாலை. திமிலனின் ராஜவசிய சூட்சமத்திற்குக் கட்டுப்பட்ட 'சூலக அரண்மனை வாசிகள்' ருபினி நகருக்குள் நுழைய முடியாது. தங்களின் சொந்த நரவுலகிற்கும் செல்ல முடியாது. ருபினி குலத்தாரின் பாலியல் அடிமைகளான இவர்களின் முழுநேரப்பணி உடலுறவு.. உடலுறவு... உடலுறவு என்ற ஒன்றே. அதைத் தவிர வேறேதும் இல்லை. உடலுறவுக்கு உடம்பு ஒத்துழைக்காத நிலையில் மிஞ்சும் பாலியல் அடிமைகள் அமாவாசைதோறும் நிகழும் ரூபினிப் பேரானந்தத் திருவிழாவில் மிதமிஞ்சிய மரியாதையோடு நடத்தப்படுவார்கள். பின்பு அவர்களே அறியாதவண்ணம் மயங்கிய நிலையில், விமர்சையாக நிகழும் நெருப்புக் குளியலில் பலியாக்கப்படுவார்கள்.

சூலக அரண்மனையின் தலைமைப் பொறுப்பு திமிலனின் வசமிருந்தது. திமிலன் ருபினி குலத்தாரின் 'ஆட்சிப் பீட அடிமை'. ராஜவசிய மாமேதை. சப்த ஆகர்சன பிரயோகத்தில் கைதேர்ந்த

அறிஞன். மனிதர்களின் ஆழ்நிலை நனவிலி மனதைக் கட்டுப்படுத்தும் மகா வித்தகன். நரவுலகத்திலிருந்து அனைத்திலும் சிறந்த மானிட ஆண்களையும், பெண்களையும் தேர்வு செய்வதில் தொடங்கி, அவர்களைக் கடத்தி, வசியப்படுத்தி சூலக அரண்மனை அடிமைகளாக்கி, அவர்கள் மூலம் சிறந்த குடிகளை மழலைகளாகப் பெறச் செய்து, பிறந்த குழந்தைகளின் நரம்பு முடிச்சிருக்கும் பெருவிரலை நீக்கி, அவர்களைக் காமம் துறந்தவர்களாக்கி, குழந்தை வேண்டி விண்ணப்பித்திருக்கும் தன் குல மாந்தர்களுக்கு மதலைகளைப் பகிர்ந்தளித்து முடிக்கும் வரையிலான சித்துப் பணிகளைச் செவ்வனே செய்து முடிக்கும் அரசாங்க அடிமை திமிலன்.

பெயருக்கேற்றாபோல் திமிறிய தேகத்துடனும், தீக்கங்கு கண்களுடனும் காட்சித்தருபவன். புசு புசுவென முடிசூழ்ந்த, வெளுத்து கொழுத்த உடம்பிற்குச் சொந்தக்காரன். ராஜவசிய நடைமுறைகளை நெறிப்படுத்தும் சக்திச் சக்கரங்களை தன் மடியில் கொண்டவன். காணும் யாவருக்கும் அசுர பயத்தை ஊட்டுபவன். ருபினி தெய்வ உபாசகன். சக்திச் சக்கரக் காப்பாளன். அரசி சில்வியாதேவி, மந்திரி விபிலன் உட்பட யாருக்கும் தெரியாத ருபினி நகரத்திலிருந்து நரவுலகம் செல்வதற்கான வழி, திமிலனுக்கும் அவன் சீடர்களுக்கும் மட்டுமே தெரிந்த ரகசியம். சுருக்கமாகச் சொன்னால் காமம் மிகுந்த மானுடர்களை, காமம் துறந்த ருபினி குலத்தவர்களாக மாற்றும் மாபெரும் பணியை, வழிவழியாகப் பிழையின்றி செய்து கொண்டிருப்பவன் மாவீரன் திமிலன்.

காற்றைக் கிழித்து பாயும் புரவிகளின் ரதத்தில் சூலக அரண்மனையை அடைந்திருந்தனர் விபிலனும், சில்வியா தேவியும். நள்ளிரவின் கருப்பு, ஏற்றிவைத்த நல்லெண்ணெய் விளக்குகளின் மஞ்சள் ஒளியை உட்கிரகித்து உள்வாங்கியிருந்தது. மன்மத விளையாட்டிற்கு உகந்த அனைத்து விஷயங்களும் அரண்மனையெங்கும் நீக்கமற நிறைந்திருந்தது. காமம் தூண்டும் உணவுகள், மோகமேற்றும் வாசனைகள், விரகதாப காட்சி ஓவியங்கள்

என காணும் இடமெங்கும் அந்தப்புற விளையாட்டிற்கான உந்துதல்கள். அன்றைய நேரத்தில் வரையறுக்கப்பட்ட மானுட அடிமைகளின் உடலுறவு வேலைகள், மாளிகையின் மைய அரங்கில் வெகு ஜோராக நடந்து கொண்டிருந்தது. உச்சம் மிகும் ஆண்களின் ஈன உறுமல்கள், தேகம் உதறும் பெண்களின் சல்லாப முனகல்கள் எனப் பற்பல சப்தங்கள் சீரற்ற இடைவெளியில் அவ்வப்போது கேட்டுக் கொண்டிருந்தது. பணிமுடிந்துகளைத்தபிறஅடிமைஆண்களும், பெண்களும் ஓய்வு அறைகளில் உறக்கத்திலிருந்தனர். பிரசவத்திற்கு காத்திருக்கும் பெண்களின் குரல்கள், பிறந்த குழந்தைகளின் அலறல்கள் என அனைத்தும் சற்று தூரத்தில் கேட்க முடிந்தது. அரண்மனை காவல் பணியிலிருந்த திமிலனின் சீடர்களை, இவையனைத்தும் ஒன்றும் செய்யவில்லை. கால் கட்டைவிரல் இழந்து, காம நரம்புகள் துண்டிக்கப்பட்ட காயடித்தக் காளைகளாய் அரண்மனை முழுதும் அங்குமிங்கும் அலைந்து கொண்டிருந்தனர்.

மானுட உடம்பின் மொத்த நரம்புகளின் முடிச்சும் பெருவிரலில் முடிவதாகவும், அதிலும் காமம் தூண்டும் ‘உணர்வுகள்‘ அங்கிருந்தே தொடங்குவதாகவும் நம்பும் ருபினி குலத்தவர்களுக்கு ‘காமம்’ என்பது கூடாத செயல். உடம்பென்பது கோவில். இனப்பெருக்கத்திற்காக கூட, ஒரு உடம்பில் மற்றொரு உடம்பின் ஆதிக்கமென்பது பாவம் - என்பது மாதிரியான மனநிலைகளில் ஊறித் திளைத்திருந்தனர் ருபினி குலத்தவர்கள். காமம் இல்லா பெருவாழ்வை வேண்டி, குலதெய்வம் ருபினியரை வழிபட ஆரம்பித்து, இன்று தனியொரு இனமாக வளர்ந்திருக்கின்றனர் ருபினி இனமக்கள். அதாவது சில்வியா தேவியின் முன்னோர்களின் பெரு நம்பிக்கைகள் இவைகள். சிறுபான்மையினராய் உருவாகிய எண்ணம், இன்று மானுட நரவுலகிலிருந்து பிரிந்து தனியொரு உலகாக உருவாகியிருந்தது. அல்லது கட்டுக்கடங்கா காமத்தில் திளைத்துக் கிடக்கும் மானுட உலகிலிருந்து, தங்களை அவர்கள் இவ்வாறு பிரித்துக் கொண்டார்கள் எனவும் கூறலாம்.

சூலக அரண்மனையின் கலந்துரையாடல் கூடத்தில், ஆச்சார்யர் உருளியரின் வருகைக்காக காத்திருந்தனர் அனைவரும். எல்லோர் முகத்திலும் குழப்பத்திற்கான அறிகுறிகள். சில்வியா தேவி திமிலனிடம் கேட்டாள்.

திமிலா... இது எப்படி நடந்தது?

தேவி... ருபினி குலத்திற்குள் மாசு மரு கலக்க விடுவேனா? சோதனைகள் எல்லாம் முடிந்த நிலையில்தான், குறிப்பிட்ட அந்த பெற்றோரின் புணர்வை தீர்மானித்தேன். இருந்தும் இப்படி ஒன்று நிகழுமென்பதை நானுமே எதிர்பார்க்கவில்லை.

மதலையின் முன்னோர்களின் உயிர் ஆதாரநிலைகளை முன்னரே சோதிக்கவில்லையா திமிலா?

மகவு சூல் கொண்ட தினம் தொட்டு, எல்லா சோதனைகளிலும் உறுதிப்படுத்தியே பின்பே கருவளர்ச்சியை ஊக்குவித்தோம். நம்முடைய மருத்துவ முறைகளால் வலது காலில் இருந்த ஆறு விரலை, கடைசி வரை கண்டறியவே இயலவில்லை. மகாமந்திரி நம் பாரம்பரியங்களை விளக்கும்போதுதான், நிலைமையின் விபரீதம் எனக்கும் உரைத்தது?

திமிலனின் உரைக்கு ஆதரவாய் தலையசைத்தார் மந்திரி விபிலன்.

இனி இதற்கு என்னதான் முடிவு? காமம் கடந்த நம் மக்களின் ஆற்றல்களைக் கண்டால் மொத்த உலகமும் வியந்து நிற்கும். காமச்சிந்தனையில்லா மனதின் ஆகச்சிறந்த ஆற்றல்களை உலகத்தாருக்கு உணர்த்தவேண்டிய நேரமிது? வேறு வழியில்லை. மதலையை அழித்து விட வேண்டியதுதான். - என்று சில்வியா உரத்த குரலில் கூறும்போது, தறிகெட்டுப் பாயும் வேலைப்போல் சட்டென்று அந்த மறுபதில் காற்றில் கலந்தது.

உன்னால் அது முடியாது மகாதேவி ?

குரல் வந்த திசையில் எல்லோரும் திரும்பிப் பார்க்க, ருபினி குல ஆலோசகர், ஆச்சார்யர் உருளியர் நடந்து வந்து கொண்டிருந்தார்.

ஜென்ம சாபல்யம்

ஏகபோகம் ஆகியே இருவரும் ஒருவராய்
போகமும் புணர்ச்சியும் பொருந்துமாறது எங்ஙனே
ஆகிலும் அழகிலும் அதன்கணேயம் ஆனபின்
சாதிலும் பிறக்கிலும் இல்லை இல்லை இல்லையே.

பேராசிரியர் உமையொருபாகன் செய்யும் தொழிலுக்கேற்ப நவயுக விஞ்ஞானி தோற்றத்திலிருந்தார். உச்சி முழுதும் ஒவ்வொன்றாய் பிடுங்கி எடுத்ததுபோல் முழுமொட்டைத் தலையுடன் இருந்தார். சிரத்தையுடன் உட்கார்ந்தால், சிரமில்லாமல் எண்ணி முடிக்கக்கூடிய அளவில் இரு காதுகளுக்கு மேலேயும், பிடதியிலும் சில கற்றை முடிகள். சீராக ஒதுக்கி விடப்பட்ட தாடிமுடிகள் வாயைச்சுற்றி வட்ட வடிவில் நரைத்திருக்க, அறிவின் வன்மையைப் பறைசாற்றும் கூர்மையான கண்கள் வெண்ணிறமாய் பிரகாசித்தன. அதை மேலும் கூர்படுத்தும் விதமாக ஸ்கோபர் வின்டேஜ் ரக, வட்ட வடிவ 40 எஸ் கண்ணாடியைக் கண்ணுக்கு கொடுத்திருந்தார். நாலுமாத கர்ப்பிணியின் வயிற்றைப்போன்ற செல்லமான தொப்பையைத் தூக்கிக் கொண்டு, வேகமான நடையுடன் அவர் அறைக்குள் நுழைந்தார்.

ஐந்தாறு நிமிடங்களில் சொல்லிவைத்தாற்போல் ஆதியும், திலகாவும் அவர் அறைக்குள் நுழைய, கணினித் திரையைப் பார்த்துக் கொண்டே இருவரையும் உட்காருமாறு சைகை செய்தார்.

இரண்டொரு நிமிடங்களுக்கு கனமான மௌனம். திலகாவின் பிரைட் கிறிஸ்டல் வெர்சைஸ்ன் மணம் அறைக்குள் அனுமதியில்லாமல் நுழைந்து, எல்லோர் நாசியையும் இம்சித்தது. ஆதி குனிந்து திலகாவின் கவர்ச்சியானப் பாதங்களையே பார்த்துக்

கொண்டிருந்தான். முத்து கொண்டு வைத்த சூடான டீயிலிருந்து எழும்பிய ஆவி, காற்றில் கலந்து மறைந்து கொண்டிருந்தது. நான்காவது நிமிடத்தின் ஆரம்பத்தில் லேசாக தொண்டையைக் கரகரத்துக் கொண்டு உமையொருபாகன் பேச ஆரம்பித்தார்.

அப்புறம்... வேலைலாம் எப்படி போகுது ஆதி?

சார் நீங்க சொன்ன மாதிரி ருபினி தொடர்புடைய பேருல எந்தப் பத்திரங்களோ, ஆவணங்களோ இல்லை. ருபினி தேவி, ருபினித்தேவர்னு சில பேர்கள் இருக்கு. ஆனா அவர்களுக்கும் நம்ம தேடிட்டு இருக்குற ருபினி இனத்தவர் களுக்கும் சம்பந்தம் இருக்குறதா தெரியல சார்.

ஒகே... அந்த சிறு தெய்வ வழிபாடு பற்றி அனாலிசிஸ் என்னாச்சு...

சவுத் இந்தியாவுல கடந்த முன்னூறு நானூறு வருசமா உள்ள சிறுதெய்வ வழிபாட்டுல ருபினி-னு ஒரு தெய்வமே இல்ல... லிட்ரேச்சர்லையும் இந்தப் பெயரை மென்சன் பண்ணி எந்த பாட்டுகளோ, தகவல்களோ இல்லை. ஆனா ஒரே ஒரு தகவல் மட்டும் நம்ம ஆராய்ச்சியோட ஒத்துப் போகுது. அதாவது தென்மாவட்ட குலதெய்வ வில்லுபாட்டு பாடல்களில் மட்டும்

‘காமமில்லா ருபினியம்மா ... ருபினியம்மா...’

‘காத்து நீயும் அருள்வாயம்மா... அம்புலியம்மா...’ - என்று சில பாடல் வரிகள் வருது.

இன்டர்ஸ்டிங்... எனி எவிடென்சஸ்? - ஆர்வ மிகுதியோடு பேராசிரியர் குறுக்கிட்டார்.

அதுக்கு எந்த சாலிட் எவிடேன்ஸூம் இல்ல சார். ஆனா வாய்ப்பட்டா, மயான சுடலையின் வில்லுபாட்டோட முதல் வணக்கத் தொகுதி பாடல்களில் இந்த வார்த்தைகள் வருது. சில வில்லுப்பாட்டு பாடுறவங்ககிட்ட கேட்கும் போது, அந்த வார்த்தை தெரியும், ஆனா அந்த தெய்வத்தின் ‘மூலம்’ தெரியாதுன்னு சொல்றாங்க.

இட்ஸ் ஒகே... நம்ம கன்னியாகுமாரி ட்ரிப் போகும்போது இன்னும் சில ஆட்களை பார்த்து பேசுவோம். - என்று கூறி திலகாவின் பக்கம் திரும்பினார்.

அப்புறம்... அந்த ACE community பத்தி எனி நியூஸ் திலகா...

சார்... உலகம் பூரா, அன்-அபிஷியலா ACE community organisation அதாவது,

A sexual community organisation -ன்னுஇருக்குறது உண்மைதான். பாலியல் ரீதியா இவியளுக்கு யார் மேலையும் ஈர்ப்பு கிடையாது. All are Aromantic peoples. அதாவது romantism -க்குஎதிரானவங்க. பிறப்பாலும், மத ரீதியாகவும் உடல் உறவுங்கிறதே தப்புனு நினைக்கிற மக்கள் இவங்க. இனப்பெருக்கம் வேண்டி ஒரு உடம்பின் மீது, மற்றொரு உடம்பின் ஆதிக்கமே பாவம்னு நினைக்கிறாங்க. காமம் இல்லா உடம்பை வேண்டி, ஏதோ ஒரு தெய்வத்தை வழிபடுறாங்க... இன்னும் சிலர் தன் உடம்பிலிருந்து காமத்தை அகற்ற அவங்களோட உறுப்புகளையே அறுத்து எரிச்சிருக்காங்க...

சுவாரஸ்யமாய் உமையொருபாகன் கவனித்துக் கொண்டிருந்தார். அரண்டு போய் கேட்டுக்கொண்டிருந்த ஆதி, வெகு சிரமமாய் ஒருமுறை உமிழ்நீரை விழுங்கிக்கொள்ள, திலகா தொடர்ந்தாள்.

அதுமட்டுமில்லாம, இந்த உலகைவிட்டு மொத்தமா மோட்சம் கிடைக்கணும்னா, இந்த உடம்பின் சாயலில் எந்த ஒரு உயிரையும் இங்க விட்டுட்டு போகக்கூடாதுன்னு சொல்றாங்க. அப்படியில்லாம அவங்க வாரிசுகள் இங்க வந்திட்டுன்னா, மோட்சமில்லாமல் திரும்பவும் அவங்க இதே உலகத்துல பொறப்பாங்க என்பதை உறுதியா நம்புற ஆட்கள் இவியள். இவிங்க எல்லோரும் ரகசியமா ஒரு தெய்வத்தை வழிபடுறாங்கன்னு சில தகவல்கள் இருக்கு. நம்ம இதுவரை செய்திருக்கிற ஆராய்ச்சிகளையும், கிடைத்திருக்கிற ஆதாரங்களையும் வைத்துப் பார்க்கும் போது அவையள் குறிப்பிடுற தெய்வம் ‘ருபினி’ யாதான் இருக்க வேணும் சார்.

எக்ஸாட்லி... திலகா. ஆனா அப்படிபட்ட ஒரு அமைப்பையோ, அதில் உள்ள ஒரு மனிதனையோ நம்மால இதுவரைக்கும் கண்டு பிடிக்க முடியலையே...

ஆண்மைக்குறைவு உள்ள பலபேர்ட்ட இதப்பத்தி கதைச்சு பார்த்தாச்சு... சார்... பட் பெரிய ஹோப் எதுவும் கிடைக்கல...

சி... திலகா... இம்போடென்ட் வேற... அசெக்ஸ்சுவாலிட்டி பீப்பிள்ஸ் வேற... இயற்கையாகவே எதிர்பாலினரிடம் ஈர்ப்பு இருந்து செக்ஸில் ஈடுபடமுடியாதவங்க இம்போடென்ட் கேட்டகரி. பிறப்பாலேயே எதிர்பாலினரிடம் ஈர்ப்பு இல்லாம இருக்கிறவங்க அசெக்ஸ்சுவாலிட்டி பீப்பிள்ஸ். மருத்துவத் தகவல்களின் படி ஐந்துலட்சம் பேரில் ஒருவன் முழுமையாக பாலியல் ஈர்ப்பில்லாம பிறக்க வாய்ப்புள்ளதுன்னு சொல்றாங்க. அப்படி பிறந்தவரைப் பத்தி தெரிஞ்ச குணானு ஒருவரை நேத்து கான்பரன்ஸ்ல சந்தித்தேன். அவர் ஒரு ரிசர்ச் பெலோ. முற்பிறவி, மறுபிறவி பத்தி ஆராய்ச்சி பண்ணுற ஆளு. அவங்க ஊரு கன்னியாகுமரில கல்யாணம் பண்ணிக்காத ஒரு பெரியவருக்கு முற்பிறவி ஞாபகம் வந்ததா சொல்றார். கைலாசம்னு பேரு... தீடீர்னு ஊரில் உள்ள யாரையும் தெரியாதுன்னு சொன்னாராம் அந்தப் பெரியவர். தன் பெயரை நபிலவன் என்றாராம். தன் உடல் புனிதம் மிக்கது, மருத்துவர் உட்பட யாருமே அதைத் தொடக்கூடாது என்றாராம்.

இடையில் குறுக்கிட்ட ஆதி சட்டென்று அந்த காமெடி அடித்தான்.

மண்டையில எங்கேயாவது அடிபட்டு, பைத்தியம் பிடிச்சிருக்கும்... முற்பிறவியாவது? மறுபிறவியாவது?

திலகா லேசாகச் சிரித்தாள்.

நானும் அப்படிதான் நினைச்சேன் ஆதி. ஆனா ஒரு விஷயம் தான் என்னை ரெம்ப திகைப்பில் ஆழ்த்தியது. என்னென்னா...அந்த பெரியவர் இப்படி பேச ஆரம்பித்ததும், அவரோட சொந்தக்காரங்க

பேய் குத்தமா இருக்கும்னு நினைச்சு அவங்க கோவில்ல கொண்டு போய் விட்டிருக்காங்க. கோவில் தெய்வத்தை பார்த்தித்திட்டு அவர் இது என் தெய்வமே இல்லை என்று வணங்க மறுத்திருக்கிறார். என் தெய்வமே வேறேன்னு திரும்ப திரும்ப சொல்லிக்கொண்டே இருந்திருக்கிறார். அப்புறம் மந்திரவாதில்லாம் வச்சு கேட்டப்ப, மெதுவாக தன் தெய்வத்தின் பெயரைக் கூறியிருக்கிறார்.

திலகாவும் ஆர்வ மிகுதியில் அது என்ன பெயரென்று கேட்க, மெலிதான புன்முறுவலுடன் பேராசிரியர் உமையொருபாகன் பதிலுரைத்தார்.

அந்த தெய்வத்தின் பெயர் 'ருபினி' - என்றார்.

சிறிது நேரத்திற்கு ஒருமித்த திகைப்பில் ஆழ்ந்திருந்தனர் மூவரும்.

காமமின்றி, சராசரி மனிதர்களிடமிருந்து மாறுபட்டு, தனிஉணர்வோடு, தனி கடவுளோடு, தனி நம்பிக்கையோடு வாழும் இந்த மனிதர்கள் எங்கே இருக்கிறார்கள்?

அவர்கள் உலகம் எங்க இருக்கிறது?

அவர்கள் எவ்வாறு தங்கள் இனத்தை பெருக்கிக் கொள்கிறார்கள்? - என்று மூவரும் முழுமனதோடு குழம்பிக் கொண்டிருந்தார்கள்.

அறைக்கதவை அனுமதி கேட்டுத் திறந்து, தலையை மட்டும் உள்ளே விட்ட முத்து கேட்டான்.

சார்... சூடா... பஜ்ஜி போட்ருக்காங்க... மூணு பேருக்கும் கொண்டு வரட்டா...

எந்த ஒரு சங்கோசமும் இல்லாமல் பட்டென்று சரியென்றான் ஆதி.

மதலை மகத்துவம்

மூலமான மூச்சதில் மூச்சறிந்து விட்டபின்
நாலுநாளு முன்னிலோரு நாட்டமாகி நாட்டிடில்
பாலனாகி நீடலாம் பரப்பிரம்மம் ஆகலாம்
ஆலமுண்ட கண்டராணை அம்மையாணை உண்மையே.

ஆச்சாரியரின் கம்பீரக்குரல் கேட்டு அதிர்ந்தனர் அனைவரும். ஆச்சாரியர் உருளியரின் குரலில் இருந்த கம்பீரம் உடலில் இல்லை. கருங்கல்லாய் மினுமினுக்கும் தேகம். லேசாகக் கிழடு தட்டிய உடலில் முதுகுத்தண்டு அளவுக்கு கொஞ்சம் கூடுதலாய் வளைந்திருந்தது. அவர் சூட்சம உடலின் தூண்டப்பட்ட அஷ்ட சக்கரங்கள் வெளிப்படுத்தும் 'ஆரா சக்தியால்' ஒளிரும் முகமும், இருட்டில் மினு மினுக்கும் பூனைக் கண்களும் வாய்க்கப்பெற்றவர். ஆகச்சிறந்த ருபினியினத்தின் அரசியல் சாணக்யர். பிறையுலக நிர்மாணம் தொட்டு, அனைத்து விஷயங்களையும் கவனிக்கும் ஆட்சிபீட ஆலோசகர்.

வணக்கம் ஆச்சாரியாரே... பணிந்த குரலில் சில்வியா வணங்க, திமிலனும், விபிலனும் வணங்கும் சாயலில் தலைச் சாய்த்திருந்தனர்.

ஆசி கூறும் பாணியில் ஆச்சார்யர் கைகளை உயர்த்தி, 'ருபினி காக்கட்டும்'- என்று சொல்லி ஆசீர்வதிக்க, எல்லோரும் இருக்கையில் அமர்ந்தனர்.

பெருஞ்சாபம் நிகழ்ந்துவிட்டதா ஆச்சாரியரே? இந்த ஆறுவிரல் மதலை நம்மைப் பெருங்கவலை கொள்ளச் செய்யுமோ? - குழம்பிய மனதுடன் சில்வியா தேவி ஆரம்பித்தாள்.

தேவி... மதலையைக் கொல்வதென்பது நம் மத அடையாளத்திற்கெதிரானது. ஆகம விதிகளின் படி இருவிரல்

அகற்றவும் நமக்கு உரிமையில்லை. நிகழ்ந்தவைகளைச் சரியாக்க நாம் விதி மீறினால், நாம் இப்போது பெற்றிருக்கும் பேராற்றல்கள் நம்மை விட்டு அகலும். தற்போது ஐநூறு ஆண்டுகளுக்கு குறைவில்லாத ஆயுளைக் கொண்டிருக்கும் நாம், சாதாரண மனிதர்களைப் போல, அற்ப ஆயுளில் சாகும் நிலைமை உருவாகும். நமது செயலுக்குகந்தது இரண்டே வாய்ப்புகள்தான். ஒன்று விரலேதும் அகற்றாமல் அக்குழந்தையை சூலக அரண்மனையில் வளர்த்து, அவன் காமம் வெளிப்படும் வயதில் நம் குலம் தழைக்க உடலுறவுக்குப் பயன்படுத்துவது. அல்லது மதலையின் ஏதேனும் ஒரு பெரு விரலை அகற்றி, நம்மிடம் குழந்தை வேண்டி விண்ணப்பித்த ஏதேனும் ஒரு பெற்றோருக்கு அளிப்பது. இதை தவிர வேறேது மார்க்கமும் இப்பிரச்சனைக்கில்லை.

எல்லோரும் ஏதோ சிந்தனையிலிருக்க, திமிலனின் முகத்தில் ஏராளமான குழப்ப ரேகைகள். கூடவே அது குறித்த கேள்விகளும்.

சூலக அரண்மனையில் ஒரு குழந்தையை வளர்ப்பதென்பது நடைமுறையில் நடவாதது. நரவுலகிலிருந்து நாம் கொண்டு வரும் மனிதர்களை, நமது தனிப்பட்ட ராஜ வசிய மருத்துவ முறைகளில் நம்மால் நினைத்தபடி கட்டுப்படுத்த இயலும். கூர்க்கத்தியில் நடனமிடுவதைப் போன்ற சிக்கலானப் பொறுப்பிது. இந்த சூழ்நிலையில் ஒரு குழந்தையை இங்கு வளர்ப்பதென்பது உகந்ததன்று- என்று படபடவென திமிறினான் திமிலன். ஆறுவிரல் குழந்தையைப் பாதுகாக்கும் பொறுப்பு தனக்கு வந்துவிடுமோ என்ற பயத்தில் பிதற்றினான்.

காமம் அகற்றாமல் இக்குழந்தையை நமது குடியாக ஏற்க முடியாதே திமிலா? - சில்வியா தேவி கூற,

அப்படியென்றால் சரியான விரலை அகற்றி நம் குலத்தாரில் ஒருவருக்கு குழந்தையாக ஒப்படைத்து விட வேண்டியதுதான். அப்படி ஏதேனும் ஒரு பெருவிரலை நீக்கும் போது, அக்குழந்தைக்கு

காமமற்ற பெருவுடல் வாய்க்குமா ஆச்சாரியரே? - மந்திரி விபிலன் குழப்பத்தோடு கூறினான்.

அதை கணிக்க முடியாது விபிலா... ஆனால் இதைத் தவிர நமக்கு வேறேது வழியும் இல்லை. ஒன்றை மட்டும் நினைவில் கொள்ளுங்கள். பெருவிரலுடன் உள்ள உடம்பென்பது நம் மத அடையாளத்தின் படி சாத்தானின் வடிவம். எந்நேரத்திலாவது பொங்கும் காமத்தோடு அது மற்றொரு உடம்பை ஆக்கிரமிக்கும் என்பது நமது நம்பிக்கையும் கூட. இந்நிலையில் ஏதேனும் ஒருவிரலகற்றி மீதி ஐந்து விரல்களோடு உள்ள இந்த மதலையை நமது குடியின் எந்த பெற்றோர் ஏற்பர்? - கவலை தோய்ந்த முகத்தோடு ஆச்சார்யர் வினவ, எல்லோருடைய முகத்திலும் குழப்பத்தின் ரேகைகள்.

சரியாக இருபது வினாடி கடந்த மௌனத்தின் இடைவெளியில் சில்வியாதேவிதான் கூறினாள்.

நடக்கும் அத்தனைக்கும் பொறுப்பேற்று நானே அக்குழந்தையை வளர்க்கிறேன்.

அனைவரும் ஆச்சர்யம் மேலோங்கிப் பார்க்க, சில்வியா தேவி திடமான மன உறுதியுடன் இருந்தாள்.

தேவி, என்ன கூறுகிறீர்கள்? இது நடக்கக் கூடாது - என்றான் விபிலன்.

விபிலா... ஆசைப் பெருக்கில் நான் அக்குழந்தையை வளர்ப்பதாய் முடிவெடுக்க வில்லை. வேறு வழியின்றி நம் குடி காக்கவே நான் இம்முடிவை எடுத்துள்ளேன்.

இருந்தும் சாத்தானின் வடிவமென கூறும் ஒரு காமம் மேலோங்கிய குழந்தையை நீங்கள் வளர்க்கலாமா தேவி... ருபினி தெய்வம் கடுங்கோபம் கொண்டால் நாம் தாங்க இயலுமா?

குழந்தை என்பது இறைவனின் வடிவம் விபிலா. இந்தக் குழந்தையின் இரு பெருவிரல்களுள் நரம்பு முடிச்சு அமைந்திருக்கும் சரியான விரலை கண்டறிந்து நீக்கு. எனக்கு நம்பிக்கை இருக்கிறது.

தெய்வ அருளுடன் காமமில்லாத குழந்தையாகவே அது நம்முடன் வளரும். - நடக்கப்போகும் விபரீதம் தெரியாமல் பிதற்றினாள் சில்வியா.

யாருக்கும் எதுவும் சொல்வதற்கில்லை.

ஏதோ ஒரு யோசனையோடு ஆச்சார்யர் உருளியர் கண்மூடி அமர்ந்திருந்தார்.

ஆச்சாரியாரே, இவ்விஷயத்தில் தங்கள் அறிவுரையை நாங்கள் பெரிதும் எதிர்பார்க்கின்றோம்? - என்று சில்வியா கூற, சட்டென்று கண் திறந்தார் ஆச்சார்யர்.

தேவி, நிகழும் அனைத்தையும் இறைவி ஏற்கனவே முடிவு செய்து விட்டாள். இப்போதும் நரவுலக மக்களுக்கு காமமில்லா பெருவாழ்வு நம்ப முடியததாக இருக்கிறது. இன்று நாம் அதை கருத்தோடு வாழ்ந்து கொண்டிருக்கிறோம். நடக்கும் ஒவ்வொன்றும் ருபினியின் உத்தரவின்றி நிகழ்வதில்லை. நடப்பவற்றை ஏற்பதைத் தவிர நமக்கு வழியுமில்லை. தங்கள் கையால் இக்குழந்தை இங்கு வளர்க்கப்பட வேண்டுமென்பதை ருபினி தெய்வம் முடிவு செய்திருந்தால், அது அவ்வண்ணமே நிகழட்டும். அதற்கு முன் வழக்கம் போல் நம்குடிகளில் ஒருவருக்கு இக்குழந்தையை வழக்கமான முறையில் வழங்கிப் பார்ப்போம். அவர்கள் ஏற்காத பட்சத்தில் நீங்களே குழந்தையை வளருங்கள். - என்று கூறினார் ஆச்சார்யர்.

நடப்பவைகளின் குழப்பம் என்னைப் பெருந்துயரத்தில் ஆழ்த்துகிறது ஆச்சாரியாரே? - சில்வியா வருத்தப்பட்டாள்.

தேவி, நடக்கும் நிகழ்வுகள் அனைத்தும் எப்போதோ முடிவு செய்யப்பட்டவை. அது நடக்கும் கால நேரம் மட்டுமே இப்போது நிகழ்ந்து கொண்டிருக்கிறது. தெய்வத்தின் சித்தம் இவ்வாறெனில் அது சிறப்பாக நடக்கட்டுக்குமென - ஆசி கூறி நெகிழ்ந்தார் உருளியர்.

ஏதோ யோசனையில் சில்வியா, திமிலனை நோக்கித் திரும்பி,

திமிலா, விரலகற்றும் முன்பு ஒருமுறை அம்மதலையைப் பார்க்கலாமா?

உத்தரவு தேவி என திமிலன் நகர, ஆச்சாரியர் உருளியர் சில்வியாதேவியை நோக்கிப் புன்னைகைத்தார்.

தேவி, தங்களின் தைரியத்தை ஆத்மார்த்தமாக வரவேற்கிறேன். ஆனால் காமமில்லா பெருவுலகிற்குள், நீங்கள் ஒரு காமக் கசடினை கலக்குகிறீர்கள். சிறிதானத் தவறும் பெரும் சாபமாக மாறிட வாய்ப்புண்டு. காமமற்றப் பெருவாழ்வால், அளப்பரிய ஆற்றல்களைப் பெற்றிருக்கும் நாம், இம்மகவால் ஏதேனும் காமப்பேரிடர் நிகழுமாயின், அதனை லாவகமாய் கையாள இப்போதே தயாராக வேண்டும். எந்த ஒரு சிறுபிழையும் நம் மொத்த குடியையும் அழிக்கும் பெரும் பகையாய் மாறுமென்பதை எப்போதும் மனதில் கொள்ளுங்கள்- என்று கூறிய அடுத்தக் கணத்தில் கையில் மதலையோடு திமிலன் வந்து கொண்டிருந்தான்.

அப்போது உதித்த சூரியப்பந்தாய் திமிலனின் கையில் புரண்டு நெளிந்து கொண்டிருந்தது குழந்தை. அழகும் வனப்புமாய் அனைவரையும் கண்டுச் சிரித்தது. பொங்கிச் சாடிய கால்களிலிருந்த ஆறுவிரல்கள் எல்லோர் கவனத்தையும் ஈர்த்தது. ஆச்சார்யர் உருளியர் வாய்க்குள் சில மந்திரங்கள் உச்சாடனம் செய்தபடி குழந்தையை வாங்கி, சில்வியா தேவியிடம் கொடுக்க ஆசையோடு பெற்றுக் கொண்டாள் தேவியார்.

சில்வியாவின் அழகான முகத்தைப் பார்த்தபடியே துள்ளியது குழந்தை. அழுத்தம் திருத்தமாக அம்மாவென சொல்லியது. பிறந்த குழந்தையின் பேச்சு எல்லோரையும் ஈர்த்தது. இன்பப்பெருக்கில் சில்வியா குழந்தையை மாரோடு அணைக்க, மதலையின் தொடை நடுவே இருந்த லிங்க உறுப்பு லேசாக விரைத்து உயர்ந்தது. ஏதோ நினைவில் சில்வியா பட்டென்று அதிர்ந்து விலக, விரைத்த குறியிலிருந்து பொட்டித் தெறித்து, சிறு நீரூற்று அருவி போல் மேல் எழும்பியது ‘குழந்தையின் சிறுநீர்’.

நினைவின் பிறழ்வு

விண்ணிலுள்ள தேவர்கள் அறியொணாத மெய்ப்பொருள்
கண்ணிலாணி யாகவே கலந்துநின்ற தெம்பிரான்
மண்ணிலாம் பிறப்பறுத்து மலரடிகள் வைத்தபின்
அண்ணலாரும் எம்முளே அமர்ந்து வாழ்வது உண்மையே.

காவல்கிணறு தாண்டி கன்னியாகுமரியின் எல்லையைத் தொடும் போதே குளிர்ந்த காற்று முகத்தில் அறைந்தது. சாலையோரங்களி லெல்லாம் சிறிதும் பெரிதுமாய் மரங்களும், செடிகளும். இடையிடையே மின்சாரம் கொடுக்கும் 'அசுரக் காத்தாடிகள்' நட்டு வளர்ந்த அறிவியல் மரங்களென படுவேகமாக சுற்றிக் கொண்டிருந்தது. நல்ல தூக்கத்திலிருந்து திலகா விழித்து காரின் ஜன்னல் வழியாய்ப் பார்க்க ஆரம்பிக்க, தூக்கமில்லாத சிவந்த கண்களோடு ஆதி வண்டி ஓட்டிக்கொண்டிருந்தான். ப்ரொபஸர் உமையொருபாகன் பின்சீட்டில் லேசானக் குறட்டையோடு மிதமானத் தூக்கத்திலிருந்தார்.

இன்னும் எத்ர தூரம் உண்டாவும் ஆதி?

கூகிள் மேப்புல ஒன் அவர் காட்டுது.

நம்ம இப்ப நாகர்கோயில் போயிதான் போறோமோ?

நோ திலகா... ஆரல்வாய்மொழி இடத்திலேர்ந்து ரைட் கட் பண்ணி போகப்போறோம்... போகவேண்டிய ஊரு பேரு ஏதோ பூதப்பாண்டியாம்.- திகிலூட்டி பேசினான் ஆதி.

பூதப்பாண்டியா? என்னப்பா... பேரக்கேட்டாலே பயம் வந்துடுது? பூதங்கள் அவிட இருக்குமா என்ன? - கேலியும் பயமும் ஒரு சேர திலகா கேட்டாள்.

போய் பார்த்தால் தான் தெரியும். அழகான பொம்பள பூதமா இருந்தா, 'அதுக்கு' ஒரு வாய்ப்பு கேட்டிட வேண்டியதுதான். - என்று ஆதி சொல்லி கண்ணடித்த விநாடி ஆரல்வாய்மொழி பஜாரை கடந்த வண்டி, வலப்பக்கம் விலகி பூதப்பாண்டி நோக்கித் திரும்பிக் கொண்டிருந்தது.

செக்ஸ் சேடிஸ்ட் டா நீ... அதுனாலதான் இப்பவும் அந்த மாதிரி புத்தகமெல்லாம் தேடி தேடிப் படிக்குற இல்ல? - களைப்போடு முணுமுணுத்தாள் திலகா.

ஓ... அன்னைக்கு நான் கேட்ட செக்ஸ் அட் டவ்ன் (Sex at Dawn - The Prehistoric Origins of Modern Sexuality) புக்கை பத்திச் சொல்றியா?

ஆமா... நீ சொல்லினேன்னு சொல்லி, கனடால அத நான் வாங்க முன்னால பட்டபாடு... எனக்கு ரெம்ப கேவலமா போயிட்டது கேட்டயா?

இதுல என்ன கேவலம்... எல்லாரும் பண்றதுதானே...

ராஸ்கல்... எல்லாரும் பண்றது என்றால்... ரோட்டுல பண்ணுவியாடா நீ...

கூட பண்றவங்களுக்கு பிரச்சனை இல்லைன்னா, எந்த காட்டுல வேணும்னாலும் பண்ணுவேன். - என்று கூறி கண்ணடித்தான் ஆதி.

முண்டம்... முண்டம்... உனக்கு அந்த புத்தகத்தை வாங்கித்தந்ததே என்ட தப்புதான்...

அத கொண்டு தரத்துக்கு நீ என்னா பந்தா பண்ணுன... கெஞ்சி... கூத்தாடுனத்துக்கு அப்புறம்தானே தந்தே...

ஆமா... இவரு மானங்கெட்ட புத்தகமெல்லாம் கேப்பாராம்... நான் உடனே வாங்கிக் கொண்டு வந்து கொடுக்கணுமா?

திலகா... எல்லாரும் நினைக்கிற மாதிரி செக்ஸ்ங்கிறது, புள்ள பெத்துகிறதுக்காகவோ... உடல் இன்பத்திற்காவோ மட்டும் இல்ல.... இட்ஸ் பியாண்ட் சம்திங் மோர் தட்ஸ் லெவல்... நீ தந்த புக்க, ஒரே நைட்டுல படிச்சு முடிச்சிட்டேன். அந்த புக்க எழுதுன கிறிஸ்டோபர் ரியான் (Christopher Ryan) என்ன சொல்லுறார்னா, இந்த ஒரு மீட்டர் இடைவெளியில் இருக்குற நம்ம ரெண்டு பேருக்குள்ளயேயுமே, தொடாமலேயே செக்ஸுவல் ஆக்ஷன்ஸ் நடந்திருக்கும்னு சொல்லுறார்... அதாவது பாக்குறது மூலமா... பேசுறது மூலமா... உன்னோடு உடம்பு கவர்ச்சி.... எனக்குள்ளையும்... என்னோட உடம்பின் கவர்ச்சி... உனக்குள்ளையும்...

சட்டென்று... கையை வாயில் வைத்து... இஸ்ஸ்... போதும்பா... என்ற சாமி... என்று சைகை செய்தாள் திலகா.

லேசாக புன்முறுவலுடன் பேச்சை நிறுத்தினான் ஆதி.

கொஞ்சம் டைம் கிடைச்சாலும் உன் ‘செக்ஸுவல் கதாகாலட்சேபத்தை ஆரம்பிச்சிருவியே? ராஸ்கல்... பொய் கோபம் காட்டினாள் திலகா.

நீ பேசாம நிறுத்துன்னு... மட்டும் சொல்லியிருக்கலாம்... அதுக்கில்லாம உன் வாய் பக்கத்துல, விரலை கொண்டு போனதும்... எனக்கு என்னவெல்லாமோ ஞாபகம் வருது...

அடேய்... சேடிஸ்ட்... நீயெல்லாம் ‘அந்த எடத்துல‘ கேன்சர் வந்துதான் சாவப்போகுற... பேசாம வண்டியை மட்டும் ஓட்டுடா... என்று சொல்லி சுடிதார் சாலை காதோடுப் போர்த்தி கண்ணாடியில் புறஉலகம் நோக்கலானாள்.

மெலிதானப் புன்னகையோடு பாதையில் கவனம் செலுத்தினான் ஆதி. அந்த அதிகாலையிலேயே ஆரல்வாய்மொழி கொஞ்சம் கூடுதலான மக்கள் நடமாட்டத்துடன் காணப்பட்டது. கரகரத்த சத்தத்துடன் இனி பாழ்பட எந்தப் பகுதியும் இல்லை என்ற கதியிலிருந்த அரசு பஸ் ஒன்று அவர்கள் வாகனத்தைத் தழுவிக் கடந்தது.

வண்டிக் குலுக்கலில் தூக்கம் கலைந்த உமையொருபாகன் லேசான ஒரு கொட்டாவி விட்டுக் கொண்டே ஆதியிடம் கேட்டார்.

குணாவிற்கு கால் பண்ணியாச்சா ஆதி?

எஸ் சார்... இன்னும் ஒரு 35 மினிட்ஸ்ல ரீச் ஆயிரலாம்.

ஆரல்வாய்மொழி தேசிய நெடுஞ்சாலையை விட்டுப் பிரிந்த அந்தப் பாதை கொஞ்சம் அமானுஷ்யமாகவே இருந்தது. பாதையின் தொடக்கத்திலேயே நாலைந்து மயானங்கள் காட்சிக்குக் கிட்டின. தொலைதூரத்தில் ஏதோ ஒரு கல்லூரி வளாகத்தின் கட்டிடம் மங்கலாகத் தெரிந்தது. சொற்ப மனிதர்களும், சில வாகனங்களும் மட்டுமே பார்வையில் பட்டார்கள். ஓங்கி உயர்ந்த மலையின் அடிவாரத்தில் பொய்கை அணை என்ற உலோக பெரிய எழுத்துக்களை ரோட்டிலிருந்தே பார்க்க முடிந்தது. சாலையின் இருபக்கமும் வயல் வெளிகள், குளங்கள், பச்சைபசேலென மலையடிவாரங்கள். லேசான குண்டும், குழிகளுமான தார் சாலை. இடையிடையே தென்பட்ட வயல்வெளிகளில் மர்மமாய் சில கல்மண்டபங்கள். மண்டபச் சுவர்களில் புதர்மண்டியச் செடிவகைகள். அதில் துள்ளித் திரியும் குரங்குகள். தூரத்தில் தெரியும் மலையூற்றின் சுவடுகள். அது சேரும் சிற்றோடைகள். சாலையின் இடையிடையே சில காட்டு தெய்வங்களின் கோவில்கள். ஆள் அரவமற்ற ரோட்டில் அரைமணிநேரப் பயணத்திற்குப் பிறகு, பூதப்பாண்டி பேரூராட்சி தங்களை அன்புடன் வரவேற்கிறது என்ற கான்கிரீட் பலகையின் வாசகங்கள் கண்ணில் தட்டுப்பட்டது.

குணசேகரன் என்ற குணாவின் வீடு, பூதப்பாண்டியின் வடக்குத்தெருவிலிருந்தது. சற்று மெலிந்த நடிகர் ராஜ்கிரண் தோற்றத்திலிருந்து குணா சிரித்த முகத்துடன் வரவேற்றார். காதுகளுக்கருகில் மட்டும் முடிகள் நரைத்திருந்த குணா, நெற்றியில் விபூதியும், வலது கையில் பல நிறங்களில் சாமிக் கயிறுகளும் அணிந்திருந்தார். பரஸ்பர அன்பு விசாரித்தல் முடிந்து குளித்து ரெடி

ஆகியபோது மணி பதினொன்று கழிந்திருந்தது. நாஞ்சில் நாட்டின் பிரதான இட்லி, ரசவடை, சாம்பார். சட்னி வகைகளுடன் கூடிய காலை உணவு மூவருக்கும் பிடிந்திருந்தது. உணவைப் பற்றிய பாராட்டுதலுடன் சிரிப்புமாய் கலந்துரையாடல் கழிய, ப்ரொபஸர் உமையொருபாகன் வந்த வேலையைப் பார்க்கத் தொடங்கினார்.

குணா, பேசியபடி இன்னைக்கு விக்டிம்ம பார்த்திரலாம்ல?

கண்டிப்பா சார். இங்கிருந்து ஒரு மூணு கிலோமீட்டர். ஊரு பேரு தெரிசனங்கோப்பு. ஆக்சுவல் பேரு திருச்சரம்கோர்ப்பு.

இங்க உள்ள ஊர் பேரெல்லாமே ரெம்ப டிஃபரெண்டா இருக்கு. ஆச்சர்யம் காட்டினான் ஆதி.

ஆமா சார். சிலப்பதிகாரத்துல சொல்லப்படுகிற நாவலந் தீவோட எஞ்சிய பகுதிதான் இந்த இடமெல்லாம். அசுரர்களும் தேவர்களும் பாற்கடலைக் கடைய உபயோகப்படுத்துன மேருமலையோட மேல் திரடுதான் இந்த நிலமெல்லாம்னு சிலபேர்கள் சொல்றாங்க. உண்மையோ பொய்யோ கேட்க சுவாரசியமான பல கதைகள் இங்க ஒவ்வொரு ஊருலேயும் இருக்கு. இந்த இடம் முழுதும் கற்பகத் தருவான பனைமரமும், மருந்தா பயன்படும் நாவல் மரமும் தான். நாவல் காடுன்னு இப்பவும் ஒரு ஊரு இருக்கு.

உங்க ஊரு பூதப்பாண்டில பூதங்கள் இருக்கா என்ன? - சிரித்துக் கொண்டே ஆதி நக்கல் அடித்தான்.

திலகாவும், ப்ரொபஸரும் லேசாக சிரிக்க, குணசேகரனும் புன்முறுவல் பூத்தார்.

இங்க இருக்குற பூதலிங்க சுவாமி கோவில்ல சில பூதங்களின் ஆதிக்கம் இப்போதும் இருக்குன்னு சொல்றாங்க தம்பி? ஆத்திகவாதிகள் அனைவரும் அத முழுமையா நம்பவும் செய்யிறோம்.

சார்... நாங்க ஆத்திகத்தைவிட அறிவியலையும், அறிவையும் நம்புறவங்க. நீங்க சொல்ற ஒவ்வொரு நம்பிக்கைக்கும் ஆதாரம் என்னங்கிறதுதான் எங்களோட கடைசி கேள்வியாக இருக்கும். சிரித்துக்கொண்டே பதில் கூறினான் ஆதி.

நம்ப புராணங்கள்தான் ஆதாரம். எழுத்து பூர்வமா இருக்குற அந்த ஆதாரம் போதாதா?

அதெல்லாம் கட்டுக்கதை சார். கேட்க, கேட்க சுவாரசியமா இருக்கும். எல்லோரும் நம்புற மாதிரி எவனோ எழுதி வச்ச கதைகள் அவை. என்று கூறி ப்ரொபஸரையும், திலகாவையும் பார்த்தான் ஆதி.

சிறிதானப் புன்முறுவலுடன் இடைமறித்தார் குணசேகரன்.

இல்ல தம்பி, நாம இப்ப போகப்போற தெரிசனங்கோப்புக்கு கூட, ஒரு புராண கதையிருக்கு. ஊரு பேரு திருச்சரம்கோர்ப்பு அதாவது திரு+சரம்+ கோர்ப்பு, ராமாயணத்துல தாடகையைக் கொல்ல ராமன் சரத்தை, அதாவது அம்பைக் கோர்த்த இடம்னு சொல்றாங்க. இப்ப பேச்சு வழக்குல தெரிசனங்கோப்புன்னு ஆயிட்டு. ராமர் கொன்ற அரக்கி தாடகை மலையாய் மாறிட்டாளாம். இப்ப அந்த மலையைப் பார்த்தாலும் ஒரு அரக்கி மல்லாந்து படுத்த மாதிரியே இருக்குமாம். அந்த மலைக்கு பேருகூட தாடகை மலைதான். திருச்சரம்கோர்ப்புல ராகவேஸ்வரர் கோவில்னு சிவன் கோவில் ஒண்ணு இருக்கு. அரக்கியாக இருந்தாலும் தாடகை என்ற பெண்ணைக் கொன்ற பாவம் தீர ராமனாகிய ராகவன் ஈஸ்வரனை வழிபட, அந்த கோவில் சிவலிங்கத்திற்கு ‘ராகவேஸ்வரர்‘ என்ற பெயர் வந்ததாம்.

செமையான கதைதான்... திலகா ஆச்சர்யப்பட்டாள். பேச்சு சுவாரஸ்யத்தில் ப்ரொபஸரும் ஆதியும் கவனித்துக் கொண்டிருக்க, குணா தொடர்ந்தார்.

புராணக் கதைகள் உண்மையா பொய்யாங்கிறத விட, அதனோட உண்மைநிலைக்கான கண்ணெதிர் சான்றுகள்தான் நம்மை ஆச்சர்யப்

பட வைக்கின்றன. யாரோ எப்பவோ நம்புற மாதிரி கதை விட்ருக்கான்னு யூகித்தாலும், தற்காலத்தில் நிகழும் வேறு சில விஷயங்கள் இன்னும் ஆச்சர்யத்தை கூட்டுகின்றன.

சுத்த ஹம்பெக் சார்... நம்பவே முடியல... ஆதி மேலும் பேச முயல, உமையொருபாகன் இடைமறித்தார்.

குணா, நீங்க சொன்ன பெரியவருக்கு உண்மையிலேயே மறுபிறவி ஞாபகம் வந்திருப்பதாக நினைக்கிறீங்களா?

கண்டிப்பா சார். பயபக்தியோட இருந்த மனுஷன் இப்ப யாருமே கேள்விப்படாத ஒன்றை தெய்வம்னு சொல்றார். தன் உடம்பை புனிதம்னு சொல்றார். அவரோட தற்போதைய வாழ்க்கைமுறையோட சம்பந்தமில்லாத ஏதோ ஒன்றை அவர் சொல்ல வருகிறார். கண்டிப்பா அவரோட நினைவுகள் முன்ஜென்மம் சார்ந்ததாதான் இருக்கணும். அப்படி ஒரு தேஜஸ் அவர் முகத்தில். அப்படி ஒரு குரூரம் அவர் வார்த்தைகளில்.- சிரத்தையுடன் பேசி முடித்தார் குணசேகரன்.

ஒகே குணா... நீங்க சொல்லச் சொல்ல அவர சந்திக்கிற ஆசை கூட்டிட்டே இருக்கு. எல்லோரும் கிளம்புவோமா? ஆர்வமிகுதியில் எல்லோரையும் உசுப்பினார் ப்ரொபஸர்.

ஒகே சார். அவங்க சொந்தக் காரங்க கிட்ட இப்ப நாம வர்றத ஒரு வார்த்தை சொல்லிடுறேன் என்று கைபேசியை அழுத்தி காதில் வைத்துக் கொண்டே சிறிது தூரம் நகர்ந்தார் குணசேகரன்.

மூவரும் கிளம்ப எத்தனித்து உடைமைகளை எடுத்த வினாடி, போன் பேசி முடித்து அதிர்ச்சியோடு திரும்பினார் குணசேகரன்.

என்னப் பிரச்சனைன்னு சரியாத் தெரியல... ஆனா அந்த பெரியவரை இன்னைக்கு காலையிலேயிருந்து காணலையாம் சார் தயங்கித், தயங்கி குணசேகரன் கூற, மூவரும் அடுத்தடுத்து அதிர்ச்சியில் உறைந்தனர்.

மாந்த்ரீக தந்திரம்

உயிரு நன்மையால் உடலெடுத்து வந்திருந்திடும்
உயிர்உடம்பு ஒழிந்தபோது ரூபரூபமாயிடும்
உயிர் சிவத்தின் மாய்கையாகிஒன்றைஒன்றுக் கொன்றிடும்
உயிரும்சத்தி மாய்கையாகி ஒன்றையொன்று தின்னுமே.

தொட்டால் ஒட்டிக்கொள்ளும் அட்டைக் கருப்பு அமாவாசை. சூலக அரண்மனை முழுதும் கருப்புத்தாரை ஊற்றியதுபோல் அடர் இருள். ஜீவராசிகளின் சிறு அனக்கமும் இல்லாத உச்சி மலைமுகட்டின் பேரமைதி. எந்நாளும் தொடரும் உடலுறுவுப்பணிகள் இந்நாளில் மட்டும் நடப்பதில்லை. நரவுலகிலிருந்து ஆத்மாக்களை ருபினி உலகத்திற்கு நகர்த்தும் அதீத ராஜவசியத்திற்கான நேரம். ருபினி தெய்வ யாகசாலை முழுதும் அக்கினி சாம்பிராணியால் நிரப்பப்பட்ட புகை. அன்று முழுதும் அன்ன ஆகாரமில்லாத விரதத்துடன், வசிய வித்தகன் திமிலன் கொடும் மௌனத்திலிருப்பான். வசியத்தை வசப்படுத்தும் கந்தர்வ மூலிகை வேரானது அவன் தலையிலும், கருமை ராஜவசிய கல் அவன் கைகளையும் அலங்கரிக்கும். சஞ்சீவி வேரை நெய்யூற்றி எரித்து அதன் புகையைச் சுவாசித்துக் கொண்டே இருப்பான். அன்றலர்ந்த சிவந்த அரளி பூக்களில் அலங்காரம் செய்த ருபினி மகாதெய்வம் குங்குமத்தில் குளித்து, மனித உலகத்திலிருந்து ஆத்மாக்களை உறிஞ்சுவதற்கு வெகுவாக உதவி செய்யும். திமிலனின் மடியிலிருந்த சக்திசக்கரங்கள் ஆற்றலை வெளியிட்டு ஒளிர்வது போலிருந்தது.

வசியத்தில் ஜன வசியம், தன வசியம்,சத்ரு வசியம்,ஸ்த்ரீ (பெண்) வசியம், புருஷ (ஆண்) வசியம், மிருக வசியம், தேவவசியம்,லோக வசியம்,மூலிகையினால் வசியம், யந்திரத்தினால் வசியம், ராஜ வசியம் என பல வழிமுறைகள் உள்ளது. எனினும் 'ராஜவசியம்' என்பது

மிகவும் சக்தி வாய்ந்த மாந்த்ரீகர்களுக்கு மட்டுமே வசப்படும் ‘பரிசுத்த‘ யோக நிலையாகும். நாடு விட்டு நாடு மட்டுமல்ல, கோள்கள் விட்டு கோள்கள் எனப் பிரபஞ்சம் தாண்டியும், ஆத்மாக்களைக் கட்டுப்படுத்தும் சப்த ஆகர்ஷன முறையில் நிகழும் பிரம்ம ரகசிய வசியமே, ராஜவசியமாகும். ராஜ வசியம் நடக்கும் காலமும், இடமும் அமானுஷ்யமானது. திமிலனின் மனக்கூட்டில் வசியத்தின் ஆரம் பநிலைக்கான மந்திர உச்சாடனங்கள். காற்று இசைக்கருவி கொக்கறை யொன்று உச்ச ஸ்தாதியில் ஒலிக்க ஆரம்பித்தது. அதற்கு சுதி சேர்த்து எக்காளமொன்று மெலிதாக இசைக்கப் பட்டுக்கொண்டிருந்தது.

ஓம் ரீங் ஆகர்ஷய ஆகர்ஷய
சப்தாகர்ஷிணி ஆகர்ஷய ஆகர்ஷய
வா வா சுவாகா :

தாந்த்ரீகன் திமிலனின் அழைப்பையேற்று, சக்தி சக்கரங்களால் முன்னரே தேர்ந்தெடுக்கப்பட்ட நர ஆத்மாக்கள் சப்த ஆகர்ஷன முறையில் பூலோகம் விடுத்து, பிறையுலகமடைந்து, மதலைகளின் உடல்களை அடைவது வரை, மொத்த சூலக அரண்மனையும் மாந்த்ரீகத்தின் கட்டுப்பாட்டிலேயே இருக்கும். திமிலனும் அவன் பதினொன்று சீடர்களுமே இந்த அமானுஷ்ய பெருஞ்செயலின் காரணக் கர்த்தாக்கள். அமாவாசை உச்சத்திலிருக்கும் குறித்தப் பொழுதில், முதிர்ந்த ஆண் ஆட்டின் தொண்டையிலுள்ள வாசனைமிகுந்த கோரோசனையுடன், சூறாமீனின் தலையில் இருக்கும் மச்சக்கல், மற்றும் சிறிய கொசு போன்ற போந்தேனீயால் மிகக் குறைவாகக் கிடைக்கும் ‘சிறுதேன்‘ என அழைக்கப்படும் புற்றுத் தேனையும் சேர்த்து இழைத்து நெற்றியிலும், உள்ளங்கால்களிலும் தடவிக்கொண்டு ராஜவசிய மந்திரங்களை கூறலானான் திமிலன்.

சென்றுமிக நின்றுடனேயி ராச மோகம்
சிவசிவா செகமோகம் ஶ்ரீவ சியமாகும்
அண்டர் பிரானருள் பெருகிவசிய முண்டாம்

அப்பனே ஓம் கிலியு றீயு மென்று
பண்டுபோலி லட்சமுரு வெற்றிப் பின்னர்
பாலகனே லலாடமிசைப் பூசிச் சென்றால்
தொண்டரென்றே சத்ருக்கள் வ ணங்கு வார்கள்
துஷ்டனென்ற மிருகமெல்லாம்வ சிய மாமே ...

என்று தொடங்கிய மந்திரங்கள் காற்றோடு கலக்க கலக்க, தளிர் ஆம்பல் மற்றும் தாளம் பூக்களின் வாசம் போல் காற்றெங்கும் ஏதோவொன்றின் மணம். மந்திர உருவேற்றப்பட்ட அறுங்கோண வடிவ, செப்பினாலான சக்தி சக்கரங்களுக்கு நடுவே யோகச் சித்து ததும்பி நிற்கும் ஒளிப்பிளம்புகளின் சேர்க்கை. நெய்யூற்றி வளர்த்த யாகசாலையின் புகைகளுக்கு நடுவே, செங்குத்தாய் நிமிர்ந்து நின்ற திமிலனின் முதுகுத்தண்டில் சில சக்திக் சக்கர அதிர்வுகளின் சாயல்கள். அதைத்தொடர்ந்து அடர்கருப்புநிற இருள் மழுங்கி, ஆர்ப்பரிக்கும் நீலஇருள் அவ்விடமெங்கும் ஆக்கிரமித்தது.

அடுத்த நிமிடம் தவண்டை, கொடு கொட்டி, நகரா போன்ற தோல்கருவிகளும், உயிர்த்தூம்பு, குறும்பரந்தூம்பு போன்ற காற்றுக் கருவிகளும் காற்றில் பேரதிர்வோடு ஒலிக்க ஆரம்பித்தன. இதற்காகவே காத்துக் கிடந்தது போல், சீடர்கள் சிலபேர்கள் பள்ளக் குழியில் நிரப்பிய சந்தன கட்டைகளுக்கு நெருப்பு மூட்டி, அமானுஷ்ய சக்திகளுக்கு உயிர்கொடுக்கும் மாசிபத்திரி இலைகளை அதனுள் கொட்ட ஆரம்பித்தனர். சந்தன கட்டைகளில் எழும்பிய தீ, பச்சை இலைகளால் சூழப்பட்டதும் அவ்விடம் முழுதும் வெண்ணிறப் புகையின் பிரவேசம். அப்புகையை சுவாசிக்கத் தொடங்கிய உடலுறவுக்கு உழைத்துக் களைத்த முதிர்ந்த ஆண்களும் பெண்களும் பெரும் வசியத்திற்குக் கட்டுப்பட்டு இணை இணையாய் எழும்பி நடனம் செய்ய ஆரம்பித்தனர்.

டும்... டும்... டும்... டும்... டும்... டும்... டும்... டும்... என தவண்டையின் ஓசை.

டம்... டம்... டம்... டம்... டம்... டம்... டம்... டம்... டம்... என நகராவின் அதிர்வு.

ஊ... ஊ... ஊ... ஊ... ஊ... ஊ... ஊ... ஊ... எனஉயிர்த்தூம்பின் பிளிறல்.

உயிரை அறுக்கும் யாழிசை ஒன்று ஏற்கனவே ஒலித்துக் கொண்டிருக்கும் இசையுடன் கலக்க, கலக்க, இணையர் அனைவரும் படிப்படியாக வியர்வையில் குளித்து, ஆனந்தத் தாண்டவத்தை ஆவேசமாக ஆட ஆரம்பித்தனர்.

வெண் புகையைத் துப்பி, இலைகளைத் தின்ற நெருப்பு, மத மதவென ஜோதியாய் உயர, எதற்கோ கட்டுப்பட்டது போல் மெலிதான நடனத்துடன் தம்பதியர் ஒவ்வொருவராய் சிரித்த முகத்துடன் நெருப்பில் குதித்தனர். வசியப் பக்தி பிரவாகத்தின் ஆர்ப்பரிப்பு அனைவரின் முகத்திலும்., நீர் குளிப்பதுபோல தீக்குளித்தனர் மானிடர்கள். சிறிது நேரத்திற்குள் நெருப்புக் குளியலாய், பேரானந்தத் திருவிழாவாக முக்தி பெறும் ஆவலோடு தீக்குள் கலந்தனர் இணையர் அனைவரும். வெந்து எரிகின்ற பிணங்களின் நாற்றம் காற்றெங்கும். திமிலனின் முகமெங்கும் ஈடுஇணையற்ற பக்திப் பிரவாகம். உதடுகள் இடைவெளியின்றி மந்திரங்களை உச்சரிக்க, உச்சரிக்க, குதித்த மாந்தர்கள் அனைவரும், எழும்பிய பெரும் புகையில் முழுவதுமாய் எரிந்துக் காற்றில் கலந்தனர்.

பெரும்புகை அடங்கிய சிறிது நேரத்துக்கெல்லாம், ஆர்ப்பரிப்போடு அதர்வண வேதத்தின் எட்டாம் காண்ட மந்திரங்களை திமிலன் உச்சாடனத்தில் தொடங்க, பூமியில் ஏற்கனவே தேர்ந்தெடுத்து வைக்கப்பட்டிருந்த மனிதர்களின் ஆத்மாக்கள் அவ்விடம் விடுத்து, சப்த ஆகர்ஷண முறையில் ரூபினி உலகம் செல்ல ஆவல் கொண்டன. அதன் தொடர்ச்சியாய் மனிதர்களில் சிலபேர்கள் பூமியில் மயங்கிச் சரிந்தனர். சிலபேர்கள் என்ன நடக்கிறதென்று தெரியாமல் புத்தி பேதலித்தனர்.

ஆனால் பூமியில் வாழும், பாலியலை பாவமென்று கருதும் அந்த ACE கம்யூனிட்டி மக்கள் மட்டும் இந்நிலை அடைய வேண்டி அனுதினமும் ரகசியமாய். ருபினியை வழிபட்டுக் காத்துக் கிடந்தனர்.

சிலையென்னும் கலை

வீடெடுத்து வேள்விசெய்து மெய்யரோடு பொய்யுமா
மாடுமக்கள் பெண்டீர்சுற்றம் என்றிருக்கு மாந்தர்காள்
நாடுபெற்ற நண்பர்கையில் ஓலைவந்து அழைத்தபோது
ஆடுபெற்ற தவ்விலை பெறாதுகாணும் இவ்வுடல்.

தெரிசனங்கோப்பு என்று அழைக்கப்படும் திருச்சரங்கோர்ப்புக்கு குணா வழிகாட்ட, ஆதி, திலகா மற்றும் ப்ரொபஸர் உமையொருபாகன் பரபரப்புடன் வந்தடைந்திருந்தனர். சுற்றிப் பச்சைபசேலென வயல்கள் அலங்கரிக்க, சரியான சதுர வடிவத்தோடு, தேரடி வீதி சூழ அமைந்திருந்த அழகு கிராமம். ஊருக்குள் அங்கொன்றும், இங்கொன்றுமாய் தென்னை, வாழை, மற்றும் முருங்கை மரங்கள் தலை விரித்திருந்தன. தெருக்களில் குடிநீர் குழாய் மூடுகளில் தண்ணீர் பிடித்தபடி கதையளக்கும் பெண்டீர்கள். வந்திறங்கிய நால்வரையும் ஊர்மக்கள் சற்று விநோதமாகப் பார்க்க, குணா மட்டும் சில பேரிடம் சிநேகச் சிரிப்பு சிரித்தார். ப்ரொபஸரும், குணாவும் முன்னே நடக்க, நவநாகரீமாய் பளிச்சென்று வந்து நின்ற திலகாவை இளைஞர்கள் சிலர் உற்று நோக்கி புளகாங்கிதமடைந்தனர். அதைக்கவனித்த ஆதி, கிண்டலுடன் அவர்களைத் திலகாவிற்கு சுட்டிக்காட்டி ஜாக்கிரதை , ஜாக்கிரதை என கேலிச் சைகை செய்தான்.

தெற்குத்தெரு முடிவில் சிவன் கோவிலை அடுத்து அமைந்திருந்தது கைலாசத்தின் வீடு. திருவிதாங்கூர் காலத்து பழைய புராதன ஓட்டுப்புரைக் கட்டிடம். கைலாசத்தின் தம்பியின் மகன் மாணிக்கம் எங்கோ கிளம்பிக் கொண்டிருக்க, எதிர்பாராமல் வந்த குணாவையும் கூட வந்தவர்களையும் பார்த்து வேண்டாதவர்களாய் வெறுப்பைக் காட்டினான் மாணிக்கம்.

பார்க்க சென்றவர்களுக்கு அது தெரிந்தாலும் வேறு வழியில்லாமல் வீட்டுக்குள் நுழைந்து அமர்ந்தனர்.

குணா இவங்கெல்லாம் உங்க அப்பாவை பத்தி தெரிஞ்சுக்க வந்திருக்காங்க என்று கூறிய அடுத்த வினாடி, ஏற்கனவே கொதித்துக் கொண்டிருந்த மாணிக்கத்தின் கோபம், வாய்வழி வார்த்தைகளாய்ப் பொங்கி வழிந்தது.

அண்ணே... உங்கள்ட பலதடவை சொல்லிட்டேன்... ஆராய்ச்சி, அது இதுன்னு பெரியப்பாவ டிஸ்டர்ப் பண்ணாதீங்கன்னு... சின்ன வயசிலேயே அப்பாவா இழந்த எனக்கு அப்பாவ இருக்கிறவர் அவர்தான். தன் தம்பி குடும்பத்திற்காக தான் கல்யாணமே பண்ணிக்காம வாழ்ந்தவர். என்ன நோயோ, ஏதுன்னே தெரியல... இப்ப புத்தி பேதலிச்சு இருக்குறார். இதுல நீங்கவேற வந்து, ஏற்கனவே குழம்பியிருக்குற அப்பாவ அதையும் இதையும் கேட்டு ரெம்ப கொழப்பாதீங்க...

இல்ல தம்பி... இவங்க எல்லோரும்...

அண்ணே ப்ளீஸ்... புரிஞ்சுக்கிடுங்க... வீடேறி வந்தவங்கள்ட இதுக்கு மேல மரியாதையா பேச யாராலும் முடியாது. அப்பாவை காணலைன்னு போலீஸ்ல கம்பளைண்ட் பண்ண போயிட்டு இருக்கேன். நீங்க எல்லாரும் கொஞ்சம் கிளம்புறீங்களா?

மாணிக்கத்தின் பேச்சைக் கேட்ட நால்வருக்கும் உள்ளே இருப்பதற்கே நெருடலாக இருந்தது.

ஆதியும், திலகாவும் வெளியே கிளம்ப எத்தனிக்க, ப்ரொபஸர் உமையொருபாகன் இடைச்செருகிப் பேச ஆரம்பித்தார்.

தம்பி மாணிக்கம்... புத்தி பேதலிச்சதா நீங்க நினைக்குற உங்க அப்பாவ காப்பாத்தத்தான் நாங்க வந்திருக்கோம். நீங்க நினைக்குற மாதிரி...என்று ப்ரொபஸர் பேசிக்கொண்டிருக்கும் போதே

வெளியிலிருந்து ஒருவர் வீட்டுக்குள் வந்து, மாணிக்கத்திடம் பேச ஆரம்பித்தார்.

அண்ணே... கைலாச மாமா பெரியகோவில் வாகனப்பெரைல மயக்கமா கிடக்காகளாம்... பயக்கோ எல்லோரும் அங்கதான் இருக்காங்க... சட்டுனு நீ வாவென கூப்பிட ஆவேச பெருக்கத்தில் ஓட்டமும் நடையாய் எல்லோரும் கோவிலுக்கு விரைந்தனர்.

ஊரின் ஈசானி மூலையிலிருந்த பெரிய கோவில் பெயருக்கேற்றார் போல் பெரிதாக இருந்தது. அதிகாலையில் ஆள் அரவம் குறைந்த 'ஒரு அமானுஷ்யம்' கோவிலின் காணும் இடங்களிலெல்லாம் கிட்டியது. நூறு வயது தாண்டிய அரசமரமொன்று பச்சை பசேலென செழிப்புடன் வளந்திருக்க, அதன் மூட்டில் பழையதாய் ஒரு பிள்ளையாரும், சில நாகர் சிலைகளும். ராமர் வழிபட்ட சிவலிங்கம் ராகவேஸ்வரரும், உலகம் காக்கும் உலகம்மையும் மூல தெய்வங்கள். பாண்டியன் பொறித்த மீன் சிற்பங்களுடன், கற்கட்டிடமாய் பரந்து விரிந்திருந்தது பெரியகோவில். ஊர் நிரப்பை விட நன்கு உயர்ந்த கோவில் மூலவர் பிரகாரங்கள். கணபதியும், நாகரும், முருகனும், சண்டிகேஸ்வரரும், கால பைரவரும் அவரவருக்கான இடங்களில் சிலை கொண்டு அருள்பாலித்துக் கொண்டிருந்தனர். பவளமல்லியும், வில்வமும் பூத்துக் காய்த்திருந்தன. விவரிக்கமுடியாத ஒரு 'பெரும் மௌனம்' கோவிலின் உட்பிரகாரங்களில். நீண்டு நெடிந்திருந்த அரசமர இலைகளில் ஒரு துளி அசைவில்லை. கோவில் கொடிமர உச்சியில் மட்டும் ஒரு 'கருங்காகம்' எல்லாவற்றையும் கவனிப்பது போல் அமர்ந்திருந்தது. உலகம்மன் சந்நிதியை அடுத்திருந்த வாகனப்புரை, விடிந்த பின்பும் அளவிற்கு மீறிய இருட்டில் இருந்தது.

கலவரப் பீதியில் எல்லோரும் வாகனப்புரையை அடைந்த போது, கைலாசம் அரைகுறை முனகல்களோடு புத்தி பேதலித்த மாதிரி உட்கார்ந்திருந்தார். அறுபது வயது என்றாலும் ஐம்பது வயதுக்கு மதிக்கலாம். தலையில் வெள்ளையும் கருப்புமாய் கலைந்த

தலைமுடிகள். ஊறித் தடித்த வைரம் பாய்ந்த உடம்பு. இடுப்பிலும் தோளிலும் பருத்தியில் நெய்த நெசவு வேஷ்டியும், கனகாம்பர வண்ண குத்தாலந் துண்டும். குறுகலான முகத்தில் சற்று வீரியம் கூடிய கூர்மையான கண்கள். சப்பையான மூக்கு. நெஞ்சிலும் காதிலும் நரைத்துச் சுருண்ட வெள்ளி முடிகள். குனிந்து இருக்கையில் தெளிவாய் தெரியும் முதுகுத்தண்டின் ஓடை. கால்களின் இரு பெருவிரல்களிலிருந்தும் கருஞ்சிவப்பு நிறத்தில் ரத்தம்.

வாகனப்புரையில் வைத்து தன் கால் பெருவிரலை கற்களால் நசுக்க முயலும் போதுதான் ஊராரால் கவனிக்கப் பட்டதாக கோவில் பிரமுகர் ஒருவர் கூறினார். ரத்தம் வடியும் கால்வலிக்குரிய எந்த அறிகுறியுமின்றி, கைலாசத்தின் முகமெங்கும், பிறப்பின் ஆதி அந்தத்தைக் கண்டறிந்ததுபோல் பற்றி படரும் பிரகாசநிலை. மாணிக்கம் ஓடிச்சென்று அப்பா, அப்பாவென விளித்தும் கைலாசத்தின் நடவடிக்கையில் பெரிதான மாற்றம் இல்லை. அதே இருப்பு. வாய்க்குள் ஏதோ ஒரு முணு முணுப்பும், எல்லோர் முகத்திலும் குழப்பத்தின் சுவடுகள். என்ன செய்வதென்ற புரியாத நிலை. ஆதியும், திலகாவும் வைத்த கண் வாங்காமல் கைலாசத்தையே பார்த்துக் கொண்டிருக்க, ப்ரொபஸர் உமையொருபாகன் குணாவிடம் ஏதோ ரகசியம் பேசினார். பின்பு சற்று தடித்த குரலில் இருகை கூப்பி, கைலாசத்தின் முன் சென்று ஒற்றை வாக்கியமாய் பேசத் தொடங்கினார்.

ஓம் ருபினியே நம...

அடர்ந்தெறியும் சொக்கபனையின் பிரகாசம் போல கைலாசத்திடம் சில மாறுதல்கள். கூடவே உடலெங்கும் சிறு நடுக்கம். உமையொருபாகன் எல்லோரையும் பார்த்துக் கண்ணசைக்க, ஒருமித்த நிலையில் எல்லோரும் கைகூப்பி அந்த ப்ரணாமத்தை விளிக்கத் தொடங்கினர்.

ஓம் ருபினியே நம...

ஓம் ருபினியே நம...

ஓம் ருபினியே நம...

ஓம் ருபினியே நம...

ஓம் ருபினியே நம...

ஓம் ருபினியே நம...

ஓம் ருபினியே நம...

ஓம் ருபினியே நம...

அங்கு நின்றிருந்த அனைத்து மனிதர்களின் தொண்டையிலிருந்தும் அந்த நமஸ் துதி, வாகனப்புரை மண்டபமெங்கும் வார்த்தைப் புகையாய் எதிரொலிக்க, பக்திப் பரவசத்தில் ஆவேசமாய் பழைய கற்சிலைகள் நிரம்பிய வாகனப்புரை இருட்டுக்குள் ஓடி, அங்கு ஒதுக்கி வைக்கப்பட்டிருந்த அழுக்குச் சிலையொன்றின் முன் சென்று, சாஷ்டாங்கமாய் விழுந்து, மூர்ச்சையுற்றுச் சரிந்தார் கைலாசம்.

மாணிக்கம் அப்பா, அப்பாவென விளிக்க, அவருக்குள் எந்த அனக்கமும் இல்லை. நிலைமை விபரீதமாய் தொடர ஆதியும், ஊராரில் சிலபேரும் சேர்ந்து கைலாசத்தை தூக்கி, காரிலிட்டு மருத்துவமனைக்கு விரைந்தனர்.

வசிய பூரிப்பு

மண்கிடார மேசுமந்து மலையுளேறி மறுகுறீர்
எண்படாத காரியங்கள் இயலுமென்று கூறுகிறீர்
தம்பிரானை நாள்கடோறுந் தரையிலே தலைபடக்
கும்பிடாத மாந்தரோடு கூடிவாழ்வது எங்ஙனே.

அஷ்ட கர்மம் என்பது மாந்திரீகத்தின் எட்டு அங்கங்களை குறிக்கும். அவைகள் 1) வசியம் 2) மோகனம் 3) ஸ்தம்பனம் 4) உச்சாடனம் 5) ஆக்ருஷணம் 6) பேதனம் 7) வித்துவேஷணம் 8) மாரணம் என்பனவாகும். வசியமென்பது நம்மை பிடிக்காதவர்களையும் நம்மை விரும்ப செய்தல், அவர்களை நம் சொல்படி கேட்க செய்வது. மோகனம் என்பது நம்மை கண்டவர்கள் நம் மீது மோகிக்க செய்தல், அதாவது மோகம் கொள்ள செய்தல். ஆக்ருஷனம் என்பது எப்படிபட்டவர்களையும், காந்தம் எப்படி இரும்பை கவ்வுகின்றதோ, அது போல் நம்மால் கவர செய்வதாகும். ஓடிப்போனவர்களை திரும்ப வரவழைத்தல். ஸ்தம்பனம் என்பது தன்னை கண்டதும் அனைத்தையும் ஸ்தம்பிக்க செய்வது அதாவது அசைவற்று இருக்க செய்வது. பேதனம் என்பது கணவன் மனைவியையோ, நண்பர்களையோ, தகாத உறவுகளையோ பிரிப்பது. வித்வேஷனம் என்பது ஒருவருக்கொருவர் கடும் பகையை உருவாக்கி அவர்களை அழிக்க செய்வது. உச்சாடனம் என்பது எவரையும் நிலைகுலைய செய்து அவ்விடத்தை விட்டு ஓட்டுவது. மாரணம் என்பது மேல் கண்ட அனைத்து செயல்களிலும் ஆகக் கொடியது. மற்றவர்கள் உயிருக்கு கேடு விளைவிப்பது.

இந்த அத்தனை கர்மங்களிலும் சிறந்தவனான திமிலனின் ராஜவசிய சூட்சமத்தில், பொங்கி வரும் பேரலையென ஆயிரமாயிரம்

ஆத்மாக்கள் ருபினி உலகின் சர்வ வல்லமை பொருந்திய சக்திச் சக்கரங்கள் இருக்கும் சூலக அரண்மனையை வட்டமிட்டன. பூலோகத்தில் மயக்கமான கைலாசத்தின் ஆன்மாவும் இன்பப்பெருக்கில் ருபினி உலகை வட்டமடித்துக் கொண்டிருந்தது.

ராஜவசியம் பெருவெற்றி பெற்றதன் பூரிப்பு திமிலனின் முகமெங்கும். காமமில்லா பெருந்தெய்வம் ருபினியின் காலடியில் பிறந்த குழந்தைகளின் உயிரகற்றிய 'திரண்ட உடல்கள்' விரலகற்றி ஆத்மாவை ஏற்கும் ஆவலில் காத்துக் கிடந்தன. உயிரை உடலுக்குள் செலுத்தும் உன்னதத் தருணம். உயிரேறி ருபினியின் புதுக்குடிகள் உருவாகும் நேரம். குழந்தைகளின் வெட்டிய பெருவிரல்களின் குவியல்களை யாகத்தீயிலிட்டு மந்திரங்களைப் பாராயணம் செய்தான் திமிலன். இசைக்கருவி எக்காளத்தின் இசை உச்ச ஸ்தாதியில் காற்றில் கலக்க, ஆத்ம ஆகர்சனம் மெதுவாக அரங்கேறத்தொடங்கியது. அடுத்தடுத்த வசிய மந்திர உச்சாடனங்களில் பிறையுலகைச் சூழ்ந்த ஆத்மாக்கள் ஒவ்வொன்றும், ஒவ்வொரு உடல்களைத் தேர்ந்தெடுத்துக் கொள்ள, கைலாசத்தின் ஆத்மா தற்செயலாய் ஆறு விரல்களுடன் பிறந்த அந்த அதிசயக் குழந்தையின் உடலைத் தேர்ந்தெடுத்துக் கொண்டது. சில நிமிடங்களுக்கு அடர்ந்த பெரும் மௌனம். அடுத்த சில வினாடிகளில் உயிர் பெற்றக் குழந்தைகளின் உடல்கள், சிறிதான நடுக்கத்துடன் 'வீலென்று' குலுங்கி அழத் தொடங்கின.

ஆத்ம ஆகர்சனத்தின் வீரியம் குறைத்து, அமானுஷ்யத்தின் ஆவேசம் தணிந்த திமிலன் பிரம்ம முகூர்த்த தியானத்திற்குள் செல்ல, திமிலனின் சீடர்கள் அழும் குழந்தைகளைத் தூக்கி ஆசுவாசப்படுத்தினர். பின் வந்த பொழுதுகளில் குழந்தைகள் அலங்கரிக்கப்பட்டு, அவர்களுக்காகக் காத்துக் கிடந்த பெற்றோர்களின் கைகளில் ஒப்படைக்கப்பட்டது.

ருபினி உலகத்தில் குழந்தைப் பேறு என்பது, வீட்டுக்குள் வருகை தரும் தெய்வ வடிவத்தின் பிரவாகம். வீட்டுக்கு வரும் குழந்தை ருபினி

தெய்வச் சாட்சியாகவே பாவிக்கப்படுகிறது. குழந்தை வேண்டிக் காத்துக் கிடந்த தில்தியும் கஜினியும் வெகுவான உற்சாகத்திலிருந்தனர். விதியின் பயனோ என்னவோ, அந்த ஐந்துவிரல் குழந்தையே அவர்களுக்கு மகவாய் வாய்த்தது.

தங்க, வைர, வைடூர்ய நகைகளால் அழகுபடுத்தப்பட்டக் குழந்தை தன் பெற்றோரை அடையக் காத்திருந்தது. சில நிமிடங்களில் சில்வியாதேவியே அவர்களை அழைத்து குழந்தையைத் தாரைவார்த்துக் கொடுத்தாள். இப்படி ஒரு அதிசயக் குழந்தை உங்களுக்கு மகவாய் கிட்டியது, நீங்கள் இருவரும் பெற்ற பெரும் பேறென்றாள் சில்வியா. அளவிலா ஆனந்த பெருக்கில் தம்பதியர் இருவரும் குழந்தையை வாங்கி கண்களில் ஒற்றிக்கொண்டனர். முத்தினைப் பாதுக்காக்கும் சிப்பி ஓடுகளாய் குழந்தையின் இருகரம் பற்றி வசிப்பிடம் வந்தனர். உறக்கத்திலிருந்த குழந்தையைத் தங்க தொட்டிலில் இடுகையில் பேரானந்தம் கொண்டனர்.

அலங்காரம் கலைத்து, ஆடை களைந்து பிறந்த மேனியோடு கஜினியை அணைத்துக் கொண்டாள் தில்தி.

ராணியே நம்மை அழைத்து இப்படி ஒரு அழகு குழந்தையைத் தருவார்கள் என எதிர்பார்க்க வில்லை - என்றாள் தில்தி.

கஜினி ஏதோ ஒரு யோசனையிலிருந்தான். மனதில் சந்தோசம் இருந்தாலும் எந்த ஒரு ருபினி குடிகளிடமும் இல்லாத அந்த ஐந்தாம் விரல், ஒரு வித மனக்கலக்கத்தை உண்டு பண்ணிக்கொண்டே இருந்தது. இருப்பினும் தில்தியின் மனம் நோகக் கூடாதென மந்தமாகச் சிரித்துக் கொண்டான். தில்தியும் அதை குறிப்பால் உணர்ந்து கொண்டாள்.

கஜினி... என்னவாயிற்று உனக்கு - என்று உசுப்பினாள் தில்தி.

ஒன்றுமில்லை தில்தி - என்று கூறித் தலைச் சாய்த்தான் கஜினி.

என்ன... கஜினி, உனக்கு நம் மகவைப் பார்த்த மகிழ்வு இல்லையா என்ன?

ஐயோ... சந்தோசம்தான் தில்தி. ஆனால் அந்த விரல் தான்... என்று அவள் விரல்களைப் பற்றிக்கொண்டான் கஜினி.

அதுதான் மகாராணி தெளிவாகக் கூறினார்களே. இது ஒரு அதிசயக் குழந்தையென்று.

இருந்தாலும்....

என்ன இருந்தாலும்... ஒன்றுமில்லை... ருபினி தெய்வம் தந்த பரிசு இந்தக் குழந்தை. பெருமிதம் கொண்டாள் தில்தி.

கஜினி ஏதோ சொல்ல எத்தனித்த விநாடி, உறக்கம் கலைந்து தொட்டிலில் புரண்டக் குழந்தை தலையை வெளிநோக்கி எட்டிப் பார்த்தது.

இருவரும் ஆர்வ மிகுதியில் குழந்தையை நோக்கிச் சென்று, அள்ளி எடுத்து கொஞ்சி மகிழ்ந்தனர்.

அழகான இவனுக்கு என்ன பெயர் வைக்கலாமென்று தில்தி கஜினியிடம் கேட்ட வினாடியில், பட்டென்று மழலை மொழியில் அந்தக் குழந்தை பதில் தந்தது.

நபிலவன் என்று.

குழந்தையின் பிஞ்சு மொழிக்கேட்டு, பெற்றோர்கள் இருவரும் பேச வார்த்தையின்றி ஆச்சர்யத்தில் நிலை கொண்டனர்.

இறைவியின் இறைவன்.

நாவிதூ ளழிந்ததும் நலங்குலம் அழிந்ததும்
மேவுதேர் அழிந்ததும் விசாரமுங் குறைந்ததும்
பாவிகாள் இதென்னமாயம் வாமநாடு பூசலாய்
ஆவியார் அடங்கினால் ஐவரும் அடங்குவார்.

ஆச்சர்யம் அகலாத நிலையில் வாகனப்புரையிலேயே காத்துக் கிடந்தனர் ப்ரொபஸரும், திலகாவும், குணாவும். தெரிசனங்கோப்பு பெரியகோவில் அவர்களிடம் ஏதோ சொல்லத் தோன்றியதாய் தோன்றியது. கருப்பு சிறகுகள் விரித்த வெளவால் குஞ்சுகள் சில அங்கொன்றும், இங்கொன்றுமாய் பறந்துக் கொண்டிருந்தது. கைலாசம் விழுந்து வணங்கிய அழகு, அழுக்குச் சிலையைச் செல்போன் ஒளியில் தூரமாய் நின்று ஆராய்ந்து கொண்டிருந்தாள் திலகா. வியப்பும் ஆர்வமும் ஒருசேர விஷயங்களைக் கிரகித்துக் கொண்டிருந்தார் ப்ரொபஸர்.

குணா... இந்தப் பெண்தெய்வ சிலை ரெம்பப் பழமையானதா?

ஆமா சார்... முப்பது வருஷம் முன்னாடி நடந்த கும்பாபிஷேக விழாவில், யாகசாலைக்குக் குழி தோண்டும் போது, கிடைத்த சிலை இது. இது கூட சேர்ந்துக் கிடைத்த எல்லாமே உடைந்த சிலைகள்தான். அப்பவே ஆர்க்கியாலஜில இருந்து வந்து கணக்கெடுத்து, கோவில் கட்டும்போது சிலை வடிக்கையில் உடைஞ்ச சிலைகளை மண்ணுக்குள் புதைக்கிறது அந்தக்கால நடைமுறைன்னு சொன்னாங்க. கூடவே உடைஞ்ச சிலைகளைப் பிரதிஷ்டை பண்ணி வழிபடக்கூடாதென்பது இந்து தர்ம நியதியாதலால், மீண்டும் பூமிக்குள் புதைக்க வேண்டுமென்றும் முடிவு பண்ணினாங்க.

கதை கொடுக்கும் சுவாரஸ்யத்தில் அவர்கள் பேச்சும் திசையை நோக்கி நடந்தாள் திலகா. குணா தொடர்ந்தார்.

ஆனால் இந்த ஒரு சிலை மட்டும் எந்த ஒரு குறையும் இல்லாமல் அழகா இருந்துச்சு. ஒரு குறைபாடும் இல்லாத இந்தச் சிலையை எதற்காக பூமிக்குள் புதைச்சு வச்சாங்கன்னு எல்லோருக்கும் ஒரு குழப்பம் இருந்துச்சு. இருந்தாலும் எல்லா ஆகம நெறியோட, மற்ற சிலைகளைப் பூமிக்குள் புதைத்து, இத மட்டும் பிரதிஷ்டை பண்ண முடிவு செய்தப்ப, எதிர்பாராமல் அடிச்ச பெருங்காத்துல சிலை சரிஞ்சு விழுந்து, மூக்கு லேசா ஒடஞ்சு சிலைல ஒரு குறையாயிடுச்சு. பார்த்த எல்லாருக்கும் பெரும் ஆச்சர்யமும், தெய்வ பயமும் ஆயிட்டு. அப்ப இருந்து இந்த சிலை, பூமிக்குள்ளும் போகாம, வெளியேயும் பிரதிஷ்டை பண்ணாம இங்கதான் இருக்கு... என்றார்.

ஆச்சர்யத்தின் உச்சத்திலிருந்தனர் திலகாவும், ப்ரொபஸரும். சிலந்தி வலைகளும், வௌவால் புழுக்கைகளும் செழும்பியிருந்த அந்த வாகனப்புரைக்குள் கல்லோவியமாய் நின்றிருந்தது அந்தச் சிலை. செல்போனை உசுப்பி, சிலையை வெளிச்சத்தில் குளிப்பாட்டி மீண்டும் ஒருமுறை கண்டு களித்தனர் ப்ரொபஸரும், திலகாவும்.

பார்த்தவுடன் ஏதேதோ நினைக்க வைக்கும் கருப்பான கற்சிலை. கலைநயமும், வனப்பும் மிகுந்த அழகான தேஜஸ் நிறைந்த பெண் தெய்வச்சிலை. சட்டென்று அருகில் செல்ல இருவருக்கும் ஒரு தயக்கம் இருந்தது. நெருங்கும் வரை கண்மூடியிருந்து, அருகில் சென்றவுடன், பட்டென்று சிலை எழும்பி அறை அதிரும் அளவிற்கு 'மந்தகாசச் சிரிப்பு' சிரித்தால் என்ன செய்வது என்பது போன்ற மனநிலை. ஏதோ ஒரு தைரியத்தில் கால்களால் கைகளால் துளாவித் துளாவிச் சிலையை நெருங்கினாள் திலகா. ஆளுயர சிலையின் வனப்பை இப்போது நன்றாக உணர முடிந்தது. சிலையை நெருங்கி நிற்குமளவிற்கு இடங்களைச் சுத்தம் செய்தார் உமையொருபாகன். தூசும், வலையும் மண்டிய சிலையின் முகத்தை திலகா துடைக்கையில், லேசாக உடைந்த மூக்கு பார்வைக்குக் கிட்டியது. கண்களை முழுவதுமாய் மூடியிருந்த

அழுக்குத் தூசிகளை அகற்ற திலகா முயல, ப்ரொபஸர் வேண்டாம் என்பதுபோல் தலையசைத்தார். நீண்ட கழுத்தும், விரிந்து நிமிர்ந்த நெஞ்சமும் அதில் வரிசையாய் செதுக்கப்பட்டிருந்த நகைகளும், மாலைகளும், அது உண்மையில் சிலையா? அல்லது உயிருள்ள பெண்ணா என்ற பேராவலை உண்டாக்கியது.

நெஞ்சத்தில் மலர்க்கொத்தாய் நீண்டு கொழுத்திருந்தன சிலையின் கொங்கைகள். அவைகளை மார்புக்கச்சைகள் வழி பின்புறமாய் பிடித்து கட்டியிருந்த பாங்கு, அழகு பெண்ணொருத்தி அழுக்குக் குவியல்களுக்கு நடுவே அங்கே உட்கார்ந்திருப்பதைப் போலவே தோன்றியது. இடுப்பு வளைவுகளும், கனத்த பிட்டமும், தடித்த புருவமும், சிகையலங்காரமும், இரு காலையும் நிலத்தில் உள்ள தாமரையில் ஊன்றி, இடை மெலிந்து, உதட்டில் புன்முறுவலோடு அமர்ந்திருக்கும் சிலையைப் பார்க்கையில் லேசான ஒரு படபடப்பு இருந்தது. கல்லில் இத்துணைக் கவித்துவமாய் ஒரு உருவம் வார்க்க முடியுமா என்ன? வியப்பு மிகுதியோடு இருவரும் சிலையைச் சுற்றி, சுற்றி வந்தனர். என்ன காரணமோ, என்னவோ குணா ஒரு விதத் தயக்கத்துடனேயே அங்கு நின்று கொண்டிருந்தார்.

அங்குலம், அங்குலமாய் சிலையை ஆராய்ந்த திலகாவும் ப்ரொபஸரும் ஒரு கணத்தில் திகைத்துப் பேசிக் கொண்டனர்.

திலகா, கவனித்தாயா? உரக்க கூறிய ப்ரொபஸர் உமையொரு பாகனின் நெற்றிப் பரப்பில் ஏராளமான வியர்வைப் புள்ளிகள்.

ப்ரொபஸர் சுட்டிக் காட்டிய இடத்தில் பார்வையை செலுத்திய திலகா அதிர்ச்சியில் ஆடிப் போய்விட்டாள்.

ஒரு சில நிமிடங்களுக்கு அவர்களுக்குள் மூச்சு, பேச்சு இல்லை.

சார்... சிலையை நேருக்கு நேராய் பார்க்கும் போது, இந்த விஷயம் தெளிவாகத் தெரிவதில்லை. இப்படி அருகில் வந்து பார்க்கும் போது மட்டுமே இதனைக் கண்டு பிடிக்க முடியும் - என்றாள் திலகா.

ஆமாம் திலகா... அந்த மாதிரிதான் இந்த சிலையை வடிவமைத்திருக்கிறார்கள்.

அதிர்ச்சியும் ஆர்வமும் ஒருசேர இருவரும் பேசிக்கொண்டனர். குழப்பத்துடனும், பதட்டத்துடன் அருகே வந்த குணா சந்தேகத்துடன் இருவரையும் நோக்கலானார்.

இருவரின் முகத்திலும் வியப்பு பெருமிதத்தின் ரேகைகள். குணாவின் சந்தேகம் தீர்க்கும் தோரணையோடு ப்ரொபஸர் பேச ஆரம்பித்தார்.

குணா... மூக்கு உடைஞ்சதுனால தான் இந்த சிலையைப் பிரதிஷ்டை பண்ணலேன்னு சொன்னேங்கள்ல?

ஆமா சார்...

நல்லா பாருங்க... அதைத் தவிர இந்தச் சிலைக்கு வேறேதும் குறை இருக்கா? - புன்சிரிப்போடு ப்ரொபஸர் கேட்டார்.

நேருக்கு நேராய் நின்று, சிலையின் உச்சி தொட்டு, பாதம் வரை மீண்டும் சிலையை நோட்டமிட்டார் குணா. பதட்டத்தினாலோ என்னவோ எதையும் சரியாக அனுமானிக்க முடியவில்லை.

வேற ஒண்ணும் குறையா தெரியலையே சார்...

குணா, இங்க வந்து நின்று... நல்லா சிலையோட கால்களைப் பாருங்கள்.

ப்ரொபஸர் சொன்ன திசையில், சிலை அருகே சென்று, குனிந்து நோக்குகையில், ப்ரொபஸரும், திலகாவும் உணர்ந்த அதே மனப் பிறழ்வை தானும் உணர்ந்து அதிர்ந்தார் குணா.

பூமிக்குள் புதைந்து கிடக்கவும், நிலத்தில் காலூன்றி அருள் பாலிக்கவும் முற்றிலும் மறுத்த அந்த அழகிய பெண் தெய்வச் சிலையின் இரு கால்களிலும் 'பெருவிரல்கள்' இல்லை.

சமிக்கைகளின் சிலிர்ப்பு

நாலிரண்டு மண்டலத்துள் நாதனின்றது எவ்விடம்
காலிரண்டு மூலநாடி கண்டதங்கு உருத்திரன்
சேரிரண்டு கண்கலந்து திசைகளெட்டு மூடியே
மேலிரண்டு தான் கலந்து வீசியாடி நின்றதே.

ஆச்சார்யர் உருளியர் கனமான மௌனத்துடன் சில்வியாதேவியின் முன் அமர்ந்திருந்தார். சோகமா, குழப்பமா என்பதைக் கண்டறிய முடியாத ஒரு முகபாவம். எந்த ஒரு முன்னறிவிப்பும் இல்லாமல் சில்வியாதேவியைக் காண உருளியர் இதுவரை இப்படி நேரடியாக வந்ததே இல்லை. ஏதோ ஒன்று அவரை இந்நேரத்தில் இங்கு வரவைத்திருக்கிறது. உருளியர் வந்ததைக் கேள்விப்பட்டு அவசர அவசரமாக அரசியல் கூடத்திற்கு வந்து கொண்டிருந்த சில்வியாதேவியின் மனதிற்குள்ளும் சில பல 'கேள்விக்கணைகள்' வருவதும், போவதுமாக இருந்தன.

வணக்கம் ஆச்சாரியாரே... என்று சில்வியாதேவி வணங்க, கண்களை மூடி கனமான தியானத்திலிருந்தார் ஆச்சார்யர். எதிர்புறத்தில் இருவருக்குமாய் கொண்டு வந்து வைத்திருந்த திவ்ய பானங்கள் குடிக்கப்படாமல் ஒற்றைக்கால் கோப்பையில் தவமிருந்தன. நரை திரையை அண்டவிடாத அகில் பிசினின் நறுமணப்புகை அறையெங்கும் நிரம்பியிருந்தது. கூடவே கனமான நிசப்தம்... ஏதோ ஒன்று மர்மமாக நிகழப்போவதைபோல்...

சில நிமிடங்களில் கண் திறந்த உருளியர், கையுயர்த்தி ஆசீர்வாதம் செய்து நேரடியாகப் பேச்சைத் தொடங்கினார்.

பேராபத்து நம்மை சூழ்வதற்கான சில சமிக்கைகளை உணரப்பெற்றேன் தேவி... அத்தனையும் துற்சகுனங்கள் நிரம்பிய

கனவுகள்... விவரிக்க முடியாத பெருந்துயரம் நம்மை சூழப்போவதற்கான அடையாள அறிகுறிகள். உருளியர் இறுகிய முகத்துடன் வார்த்தைகளை உதிர்க்க, சில்வியாதேவியும் படபடத்தாள்.

ஐய்யகோ!... ஆச்சாரியாரே... என்ன கூறுகிறீர்கள்...

ஆமாம் தேவி... ஒன்றைத் தொடர்ந்து ஒன்றாய் மிளிரும் அபசகுனத்தின் கனவுகள்... பைக்கால் ஏரி முழுதும் இரத்தத்தால் நிரம்பியிருப்பதுபோல், திமிலன் திக்குக்கொன்றாய் வெடித்து சிதறுவது போல், நம் குல மக்களுக்கு பெருவிரல் முளைத்து வளர்வதைப்போல் 'பெருந்துயர்க் கனாக்கள்'. இதற்கெல்லாம் மேலாய் அமைதியும், அழகும் நிறைந்த இப்பிறையுலகம் மானிடர்களால் தன் வனப்பினை இழப்பது போல்...

மானிடர்கள் பிறையுலகத்தில் நுழைவதா? அதற்கு வாய்ப்பில்லை ஆச்சார்யரே?

வாய்ப்புள்ளதே தேவி...மானிடர்களும் அறிவியல் தொழில் நுட்பங்களில் அனுதினமும் வளர்ந்து வருகின்றனரே... சந்தேகம் மிளிர உருளியர் வார்த்தைகளை விதைக்க, சில்வியாவின் முகத்தில் ஏளனத்தின் சாயல்கள்.

கண்ட கனவு சமிக்கைகள் உங்களைத் தடுமாற வைக்கிறதா ஆச்சாரியாரே? எல்லா நிலைகளிலும் எங்களை நெறிப்படுத்தி வழிநடத்தும் தாங்களே... இப்படி வழக்கொழிந்து குழம்பலாமா...

லேசானப் பெருமூச்சை உடம்பிற்கு கொடுத்தார் ஆச்சார்யர்.

குழப்பமும் தடுமாற்றமும் உயிர்களின் பிறவிப்பயன் தேவி. இன்ன காலத்தில்... இவர்களுக்கு... இவையெல்லாம் நடக்குமென்பது... எப்போதோ எழுதிவைக்கப்பட்டது. அதனை உரிய நேரத்தில் எதிர்கொள்ளும் தைரியத்தை மட்டுமே, உயிர்களாகப் பிறந்த நாம், இறையிடம் வேண்ட முடியும். நம் இறை ருபினியிடம், நான் அனுதினமும் வேண்டுவதும் இதனைத்தான்.

உண்மைதான் ஆச்சாரியாரே... பேரருள் ருபினி தெய்வம் நம்மை ஒரு நாளும் கைவிடப்போவதில்லை. நம் இனத்தை, இருப்பிடத்தை, சொரூப அறிவியலை, ராஜவசிய நடைமுறைகளை மானிடர்கள் எட்டுவதென்பது கனவிலும் நடவாதது... சிறிதும் கலங்காதீர்கள்.

தேவி... என் கலக்கம் முழுதும் எதிர்கொண்ட துர் நிமித்தங்களால் மானிடர்களின் பிறையுலக பிரவேசம் நிகழ்த்துவிடுமோ என்பதைப் பற்றியதுதான்...

ஆச்சாரியாரே.. இப்பிறையுலகம் ருபினி இன மக்களின் தனியுலகம். நம்முடைய உலகத்தை அவர்கள் அம்புலியென்றும், நிலவென்றும், மதியென்றும், திங்களென்றும் பூமியில் இருந்தவாறே கூறலாமேயொழிய, இங்கு அவர்கள் நிலைகொள்வதென்பது எக்காலத்திலும் நடவாதது. வேண்டுமென்றால் நம் உலகை பற்றிச் சில கவிதைகளையும், பல கட்டுக்கதைகளையும் அவிழ்த்து விடலாமே தவிர, வேறொன்றும் நிகழ்ந்துவிடப் போவதில்லை. நம்புங்கள்...

ஏற்கனவே நம் உலகின் மறுபக்கத்திற்கு அவர்கள் ஒருமுறை வந்துச் சென்றுவிட்டார்கள் தேவி... அதையும் தாங்கள் கவனத்தில் கொள்ள வேண்டும்.

அது என் கவனத்தில் எப்போதுமுண்டு ஆச்சார்யரே... நவீன அறிவியல் துணை கொண்டு மானிடர்கள் பிறையுலகம் வந்தாலும், பூமியை நோக்கி இருக்கும் ஒளிர் முகத்தைத்தான் ஆராய முனைவார்களே தவிர, நாமிருக்கும் நிலவின் மறுபக்கத்தை ஆராய, அவர்களின் நடைமுறை அறிவியல் கொண்டு வாய்ப்பே இல்லை. பெருந்தெய்வம் ருபினி அதற்கு அனுமதிக்கப் போவதுமில்லை. ஒரு தீர்க்கமானப் பதில் தந்தாள் சில்வியா.

உண்மையே தேவி... ஆனாலும் இப்போதும் நம் குடிகளின் ஆன்மாக்களின் தோற்றம் பூமியே என்பதை மறவாதீர்கள். - லேசானக் கலக்கத்தோடு உருளியரும் பதிலுரைத்தார்.

மறக்கவில்லை ஆச்சார்யாரே... ஆனால் காமமில்லா உடம்போடு கலக்கும் 'வெற்று ஆன்மாக்கள்' நம் குலத்தை, நம் மரபை என்ன செய்து விட முடியும்?

அப்படியென்றால் காமம் என்பது உடல் சார்ந்ததேயன்றி, உயிரோடு தொடர்புடையதல்ல என்கிறீர்களா?

நிச்சயமாக? உடம்பின் மீது உடம்பின் இயைபே காமம். உடல் கடந்த உயிரென்பது பரிசுத்தத்தின் அடையாளம். பரந்து விரிந்து எழும்பி நிற்கும் இந்த ருபினி உலகே அதற்கு சாட்சி.

மெலிதானப் புன்னகையோடு சில்வியாவிற்கு பதிலீந்தார் ஆச்சார்யர்.

இல்லை தேவி... காமம் என்பது உயிரோடு சேர்ந்ததே... உடம்பு அதற்குரிய கருவி மட்டுமே... உயிரில்லாத உடம்பினால் கலவி கொள்ள இயலுமாவென்ன?

சில்வியாவின் சிந்தனையில் சில தடுமாற்ற ரேகைகள்.

அப்படியென்றால் பூமியின் ஆத்மாக்களைத் தாங்கி நிற்கும் நம் ரூபினி இன மக்களும் காமவயப்பட வாய்ப்புள்ளதா ஆச்சாரியாரே?

நிச்சயமாக... முழுமையானக் காமத்துடன் ஒரு மனித உடல் நம் மக்களோடு கலக்கையில், உடம்பின் மீது மற்றொரு உடம்பின் ஆதிக்கம் நிகழ்கையில், சப்த ஆகர்ஷன ராஜவசியம் தளர்ந்து, கட்டுப்பாடுகள் முறியும். கட்டுக்கடங்கா காமம் நம் குடிகளிடம் வந்திறங்கும். ஆணுடம்பின் மீது பெண்ணுடம்பும், பெண்ணுடம்பின் மீது ஆணுடம்பும் பேராதிக்கம் செய்யும் பேரிடர் நிகழும். ஆகச்சிறந்த நம் ருபினி இனத்தவரின் ஆயுளும் ஆற்றலும் குறையும். அறிவியல் சிந்தனைகள் மழுங்கும். ஒழுக்கமும், நேர்மையும் இவ்வுலகம் விட்டு அகலும்... - ஆச்சார்யர் விவரிக்க விவரிக்க ஒருவித மௌனத்தில் கரைந்தாள் சில்வியாதேவி.

இப்போது நம்மால் என்ன செய்ய இயலும் ஆச்சார்யரே... பரிகாரம் ஏதாவது...

பரிகாரம் செய்வதைவிட... நாம் பரிகாசமாய் உள்ளே அனுமதித்த ஐந்து விரல் குழந்தையின் நிலையினை முதலில் ஆராய வேண்டும்

தேவி. சமீப காலத்தில் நம் இயல்பிற்கு மாறாய் நிகழ்ந்த ஒரே விஷயம் அந்தக் குழந்தைதான். அதுவுமில்லாமல் அந்த ஐவிரல் குழந்தை நம்முள் கலந்த பின்னரே, எனக்கும் இப்படியொரு 'கனவு நிமித்தம்' வாய்க்கப்பெற்றது.

மெலிதானப் புன்னகையை உதடுக்குக் கொடுத்தாள் சில்வியா.

அதுகுறித்த கவலை வேண்டாம் ஆச்சாரியரே. அக்குழந்தையைத் தொடர்ந்து கண்காணித்து வருகிறேன். பனிரெண்டு நாழிகைக்கு ஒரு முறை அக்குழந்தையின் நடவடிக்கைகளை எனக்கு அனுப்ப ஆணையும் பிறப்பித்துள்ளேன். இதுவரை குழந்தை அதன் இயல்பிலேயே உள்ளது. சொல்லப்போனால் நம் வழக்கத்துக்கு மாறாக, குழந்தை பெரும்பாலும் உறக்கத்திலேயே உள்ளது.

சில்வியாவின் பதில் கேட்டு உன்னிப்பானார் உருளியர்.

வழக்கத்துக்கு மாறான உறக்கம் என்றால்? -நெற்றியில் சில குழப்ப அடையாள கோடுகள்.

முந்நூறு நாழிகை இடைவெளியில், வெறும் நாற்பது நாழிகை மட்டும் தூக்கம் கொள்வது நம் வழக்கம். இக்குழந்தையோ முப்பது நாழிகைக்கு ஒருமுறை சில நிமிடங்களாவது தூங்கி விடுகிறது.

என்ன கூறுகிறீர்கள் தேவி? - பதட்டப்பட்டார் உருளியர்.

ஆமாம் ஆச்சார்யரே... சரியான சோம்பேறிக் குழந்தை... திடீர் திடீரென தூங்கி விடுகிறது. - சற்று எள்ளலுடன் சில்வியா பதிலுரைக்க, குழப்பத்தில் அதிர்ச்சியில் பட்டென்று எழுந்தார் ஆச்சார்யர்.

பெரும் சாபத்தின் சுவடு இப்போது புரிகிறது தேவி... குழந்தையின் தூக்கநிலை நரவுலக மானிடரோடு ஒத்திருக்கிறது. உறுதியாகக் கூறுகிறேன். ராஜவசியத்தின் கட்டு உடைந்திருக்கிறது. இப்போதும் அக்குழந்தையின் ஆன்மா பூமியோடு தொடர்பிலிருக்கிறது.

ஆச்சார்யரின் பதில் கேட்டு அதிர்ச்சியில் உறைந்தாள் சில்வியா.

ஆத்ம ஓட்டம்

காயசித்தி யாலெனது கன்மவினை போக்கியபின்
மாயசித்தி மூலசுழி வாய்க்குமே - காயசித்தி
மூலப் புளியால் முதல்தீட்சை யாச்சுது இனிக்
காலமென்னி ரண்டாண்டில் காண்.

அழுகை முட்டி நிற்கும் விடலைப்பெண்ணின் சாயலிலிருந்தது வானம். வயிறு முட்டக் கடலில் தண்ணீர் குடித்த 'கரும்மேகங்கள்' எப்போது வேண்டுமானாலும் மழையை உமிழத் துடித்துக் கொண்டிருப்பதாய் தோன்றியது. அந்த மருத்துவமனை வளாகத் தாவரங்கள் அனைத்தும் நீர்க்குடிக்கும் ஆசையில் வானை நோக்கி வாய்திறந்து காத்துக் கொண்டிருப்பதாகவும் தோன்றியது. மழைவரும் குறிப்பை உணர்ந்ததாலோ என்னவோ, உடம்பு இளைத்த நாய்கள் இரண்டு வாதாங்கொட்டை மரத்தடியில் அந்தரங்கங்களை நக்கி, நட்போடு கொஞ்சிக் கொண்டிருந்தன.

'அம்புரோஸ் நியூரோ சென்டர்' என்ற நீலநிற நியான் விளக்குகள் பகலிலும் ஒளிர்ந்துக் கொண்டிருந்தது. நாகர்கோயிலின் அந்த தனியார் மருத்துவமனை சுவரெங்கும் நவீன ஓவியத்தைப் போல பச்சைப் பசேலென 'பாசி' படர்ந்திருந்தது. காவலுக்கு நின்றிருந்த காவலாளிகள் அங்குமிங்கும் அலைந்து கொண்டே மழை வரும் வானத்தை அடிக்கடி அண்ணாந்துப் பார்த்துக்கொண்டனர். வருகின்ற செல்கின்ற அனைவரின் முகத்திலும் ஏதோ ஒருசோகம். கூடவே ஒரு தளர்வும். ஆஸ்பத்திரிக்கு வருபவர்கள் சந்தோசமாக வந்து செல்ல முடியுமா என்ன? யாரையோ காண்பதற்கோ, யாரையோ பார்த்துவிட்டோ, ஏதோ ஒரு அலுவல் காரணமாகவோ அல்லது யாரையோ விடுவதற்கோ 'சோக மனிதர்கள்' வருவதும் போவதுமாக இருந்தனர்.

காற்றெங்கும் முனிசிபாலிட்டி குளோரினும், ஏனைய இன்ன பிற மருந்துகளும் கலந்த மணம். வெள்ளை உடையணிந்த மருத்துவமனைச் செவிலியர்கள் மட்டும் சிக்கனப் புன்னகையுடன் அங்குமிங்கும் நடமாடிக் கொண்டிருந்தனர். நடந்த விஷயங்களின் சஞ்சலம் ஆதியின் மண்டைக்குள் ஓடிக்கொண்டே இருந்தது. மனமெங்கும் பரிதவிப்புடன் மாணிக்கமும் உடனிருந்தான். வளர்த்த அப்பாவாக இருந்தாலும் கைலாசத்தின் மீது உண்மையான பாசத்தோடு மாணிக்கம் இருப்பதாகத் தோன்றியது. அவசரக்காலத்தில் உதவி செய்ததாலோ என்னவோ அவர்களுக்குள் ஒரு நட்பும் உருவாகியிருந்தது. இடையிடையே யாருக்கோ போன் செய்து கொண்டிருந்தான் மாணிக்கம். அவனுக்கும் சில அழைப்புகள் வந்த வண்ணம் இருந்தது. அவசரப்பிரிவில் சேர்க்கப் பட்டிருந்த கைலாசத்தின் உடல்நிலையில் எந்தவொரு மாற்றமும் இல்லை. கொண்டையில் காகிதத் தொப்பி வைத்த நர்ஸுகள் மட்டும் கைலாசத்தின் அறைக்குள் போவதும், வருவதுமாக இருந்தனர்.

அலைப் பேசியில் திலகா சொன்ன சிலைப் பற்றிய விஷயங்கள் ஆதியை ஆச்சர்யத்தின் உச்சத்திற்கே கொண்டுச் சென்றது. அதைக் கேட்ட நிமிடத்திலிருந்து, ஆதியின் மூளைக்குள் வலையில் படபடக்கும் மீன்களைப் போல் பற்பல கேள்விகள்.

பெருவிரல் இல்லாத பெண் சிலைக்கும், பெருவிரலைக் களைய முற்பட்ட கைலாசத்திற்கும் என்ன சம்பந்தம்?

நாம் தேடிக்கொண்டிருக்கும் ருபினி தெய்வம் இந்தச் சிலைதானா?

இதுவாகத்தான் இருக்க வேண்டும். ஓம் ருபினியே நம - என்ற மந்திர ஒலங்கள் ஒலிக்க ஒலிக்க கைலாசத்தின் முகம் மாறிய ‘உச்ச பரவசக் கணங்கள்’ ஆதியின் நினைவுக்கு வந்தது. புரிந்தது மாதிரியும், புரியாதது மாதிரியும் மனமெங்கும் ஏராளமான சலனங்கள்.

அந்தச்சிலையைக் காணும் ஆர்வம் மனமெங்கும் நிரம்பி வழிந்தது. போய் விடலாமா? கைலாசம் கண்விழித்தால் சில ரகசியங்களுக்கான

விடை கிடைக்குமென்றும் தோன்றியது. இங்கிருக்கவா? சிலையைக் காணச் செல்லவா? மனப்பிறழ்வுகள் அவனைத்துரத்திக் கொண்டே இருந்தது. ஆங்காங்கே இறுக்கமான உடையில் மார்புச் செழித்து செவிலியராய் நடமாடும் சில பெண்களின் பேரழகு மட்டும் அவனுக்கான சிறு ஆறுதலாயிருந்தது.

பாடாரென்று பெரும் சப்தத்தில் ஒரு இடியும், சில மின்னல்களையும் தொடர்ந்து, வானம் இரண்டாகக் கிழிந்து ஒழுகுவதைப் போல் மழை பெய்ய ஆரம்பித்தது. சட சடவென, பட படவென கல்லெறிந்ததுபோல் மழைத்துளிகள் மண்ணில் தெறித்து விழுந்தன. ஆஸ்பத்திரி பெஞ்சில் அமர்ந்திருந்த ஆதிக்கும், மாணிக்கத்திற்கும் மழையைப் பார்ப்பது கொஞ்சம் சுகமாயிருந்தது. ஏதோ பொங்கி வரும் மழைத்துளிகள் மனிதர்களின் சஞ்சலங்களை, துயரங்களை, குழப்பங்களை அடித்துச் சென்று விடும் என்பது போல.

மாணிக்கம்... அப்பாவுக்கு ஒண்ணும் ஆகாது... கவலை படாதீங்க... மழைச் சத்தத்திற்கு நடுவே மெதுவாகப் பேச்சு கொடுத்தான் ஆதி.

ஆதரவாய் சிரித்துக் கொண்டான் மாணிக்கம்.

சாரி... சார். நான் காலையில அப்படி கோபமா பேசுனதுக்கு...

இட்ஸ் ஒகே... உங்க இடத்துல நான் இருந்தாலும் அப்படித்தான் பண்ணியிருப்பேன்...

இல்ல சார்... அப்பாவுக்கு இப்படி வரும்னு நானெல்லாம் நினைச்சு பார்த்ததே இல்ல. உடம்பையும், மனசையும் அப்பா

ஒரு கோவில் மாதிரி வச்சிருப்பாங்க. இப்பவும் யோகப்பயிற்சி எல்லாம் செய்வாங்க... கோவில் விட்டா வீடு... வீடு விட்டா கோவில்... ஒவ்வொரு மாச பௌர்ணமிக்கும் வைத்தீஸ்வரன் கோவில் மட்டும் போவாங்க... அதத் தவிர வேற எந்த பயணமும் கிடையாது. சோகம் இழையோடப் பேசிக்கொண்டிருந்தார் மாணிக்கம்.

அப்பா... என்ன வேலை பார்த்தாங்க?

சானிட்டரி இன்ஸ்பெக்ட்ரா இருந்தாங்க... இருபது வருஷமா மயிலாடுதுறைல தான் இருந்தாங்க... பெரிய நண்பர்கள்னு அப்பாவுக்கு யாரும் கிடையாது. ரிட்டையர்டு ஆனதும் எங்க கூட வந்து செட்டில் ஆயிட்டாங்க... நாங்க இருக்குற வீடு கூட அவர் கட்டித் தந்ததுதான். மாணிக்கம் விசும்பினார்.

அவரு ஏன் கல்யாணம் பண்ணிக்கல... அதுக்கு ஏதாவது பிரத்தேக காரணம் இருக்கா? உண்மையான ஆர்வத்துடன் கேட்டான் ஆதி.

அப்படி எதுவும் இல்ல... நாங்க எவ்வளவோ வற்புறுத்தியும் கல்யாணமும் செய்துக்கல... குடும்ப வாழ்க்கையில ஆர்வமில்லாமலே இருந்துட்டார்... இப்பவும் தன்னோட வேலையெல்லாம் தானே செய்துக்குவாரு... எங்க குடும்பத்துக்காக எல்லாம் பார்த்து பார்த்து பண்ணினவர், கடைசி வரை தனக்காக ஒரு குடும்பத்தை நினைச்சுப் பார்க்கவே இல்ல.

விஷயங்களை உள்ளுக்குள் கிரகித்து, ஆச்சர்ய ஜாடைகளை முகத்தில் காட்டிக்கொண்டான் ஆதி.

எப்படி தீடீர்னு இந்த மாதிரி ஆச்சு...

ரெண்டு, மூணு மாசமாவே அப்பா ரெம்ப படபடப்பா இருந்தாங்க... அப்புறம் கொஞ்சம் கொஞ்சமா ஏதேதோ உளற ஆரம்பிச்சாங்க... என் உலகம் வேற... என் பேரு வேற... என் தெய்வம் வேறன்னு ஒரே கூச்சல். ராத்திரி முழுதும் வானத்தையே வெறிச்சுப் பார்த்திட்டு இருப்பாங்க... எங்க சைடுல இருந்து நாங்களும் நோய்க்கும், பேய்க்குமா... என்னென்னல்லாமோ செய்து பார்த்தோம். ஆனா எந்த பிரயோஜனமும் இல்ல...சொல்லும்போதே மாணிக்கத்தின் கண்களில் கண்ணீர் ஊற்றெடுக்கத் தொடங்கியது.

ஆதி அவனைச் சமாதானப்படுத்த முயன்ற அந்த வினாடி கைலாசத்திற்கு சிகிட்சை செய்யும் மருத்துவரிடமிருந்து அழைப்பு வந்தது.

பரஸ்பர அறிமுகத்திற்குப் பிறகு, மருத்துவர் பேசத்தொடங்கினார்.

பேஷண்ட் கொஞ்சம் சீரியஸ்ஸாதான் இருக்கார். டீப் கோமால இருக்கார். ஹார்ட் பீட் ஆல்சோ அப்நார்மல். நீங்க வேணும்னா திருவனந்தபுரம் மெடிக்கல் காலேஜ் ஹாஸ்பிடல்ல ட்ரை பண்ணலாம்...

அதிர்ச்சி வியப்பில் மாணிக்கம் ஏதும் பேசாமல் திக்கித்திருக்க, தன்னை கைலாசத்தின் உறவினர் என்று அறிமுகப்படுத்திக் கொண்டு ஆதி பேசத் தொடங்கினான்.

இல்ல டாக்டர்... இங்க வச்சு நாம எதுவும் பண்ண முடியாதா? ஆக்சுவலி வாட் ஹிஸ் பிராப்ளம்?

மிஸ்டர் ஆதி. திஸ் கேஸ் இஸ் ஹைலி காம்ப்லிகேட்டட். அல்சைமர் சிம்டம்ஸ்... அதாவது நினைவுகள் தப்புறது. அவரோட மூளைல ஏதோ ஒரு கதிர்வீச்சின் தாக்கம் தெரிகிறது. அதனால மூளையோட நினைவுகள்ல சில கொலிசன்ஸ் நடந்திருக்கு. உலகத்துல மிகப்பெரிய ஆச்சரியமான, சிக்கலான விஷயம் மனித மூளைதான். கோடிக்கணக்கில் நுட்பமான உயிரணுக்கள், பலகோடி நியூரான்கள், மற்றும் நரம்பு செல்கள் இணைந்த கொழ கொழப்பான ஜெல் போன்ற சிஸ்டம் அது. அதில் நடக்குற ஓய்வில்லாத மின் ரசாயன ஓட்டம்தான் நம் சிந்தனைகள். ஒரு மனிதன் உயிர் வாழும் வரை இந்த செல்களிடையே மின் துடிப்புகள் இருந்துகொண்டே இருக்கும். இந்த மின் துடிப்புகளோட ப்ரிகொன்சி கூடுறப்போ அல்லது குறையிறப்ப, நம்ம சிந்தனைகளின் ‘வீச்சமும்’ அதிகரிக்கவோ, குறையவோ செய்யும். இந்த பேஷண்டோட சிந்தனைகள் ஏதோ ஒரு வலிமை வாய்ந்த கதிர்களால் வலுக்கட்டாயமாக இன்டியூஸ் செய்யப்பட்டிருக்கு. அத தாங்க முடியாத மூளை வேற வழியில்லாம கோமால விழுந்திருக்கு...

ஈட்டிமரக்கலரில் இருந்த டாக்டர் அம்புரோஸ் ஏதேதோ கூற, இருவரும் வாயடைத்துக் கேட்டுக் கொண்டிருந்தனர். ஆதிக்கு மட்டும் தொடர்ந்து பல சந்தேகங்கள்.

இதுக்கு நாம எந்த சிகிட்சையும் பண்ண முடியாதா டாக்டர்?

எங்களால முடிஞ்ச எல்லா ப்ரீமெச்சூர் டிரீட்மென்டும் ஸ்டார்ட் பண்ணிட்டோம்... இப்ப, அவர தாக்குன கதிர்வீச்சை பத்தின கம்ப்ளீட் டிடைல்ஸ் வேணும்... பட்... நீங்க அவருக்கு என்ன ஆச்சுன்னே தெரியாதுன்னு சொல்றீங்க?

அது உண்மை டாக்டர்... இப்பவும் அவருக்கு என்ன நடந்ததுன்னு எங்களுக்கெதுவும் தெரியல... மாணிக்கம் இடை மறித்து கூறினான்.

இன்பாக்ட்... இந்த ரேடியேஷனுக்கு அப்புறமும், லோ பல்சோட இதயம் துடிக்கிறது, எங்களுக்கே ஆச்சர்யம்தான்... என்று டாக்டர் சொன்ன விநாடியில், பென்சில் சைசிலிருந்த நர்ஸ் ஒருத்தி படபடப்புடன் உள்ளே நுழைந்து, கைலாசம் கண்விழித்திருப்பதாகக் கூறினாள்.

எதிர்பாராத உற்சாகம் எல்லோருக்குள்ளும் நுழைய, மூவரும் பரபரப்பாக கைலாசத்தில் அறையை நோக்கி ஓடினர்.

ஆக்ரோஷம் மிகுந்த கண்களுடன் கைலாசம் எழும்பி உட்கார்ந்திருந்தார். ஏதேதோ பேசிக் கொண்டிருந்தார்.

ருபினியின் பெருங்கருணையால்.... என் உலகம் போய் விட்டேன்.

‘இனி என்னைக் கொன்றுவிடுங்கள்’. என்றார்.

பேசும் போதே கிளர்ச்சிப் பிரவாக நிலையில் கைலாசத்தின் உடம்பெங்கும் பதட்டம்.

‘இந்த உலகம் வேண்டாம். என் உடம்பும் வேண்டாம்.

என்னைக் கொன்று விடுங்கள்’. என்றார்.

மேலும் கீழும் மூச்செறிய கைலாசத்தினுள் வேகமான படபடப்பு.

‘திமிலனே வசிய தெய்வம். நீல நிலவு எனக்கானது.

என்னைக் கொன்று விடுங்கள்'. என்றார்.

ஆவேசம், உச்ச வெறி, கடுங்கோபம், பெருஞ்சினம் என ஏராளமான உணர்வுகளை உடம்பில் வெளிப்படுத்தினார் கைலாசம்.

'என்னைக் கொன்று விடுங்கள்'

'என்னைக் கொன்று விடுங்கள்'

'என்னைக் கொன்று விடுங்கள்'

மீண்டும் மீண்டும் இதே வாசகங்களை முனங்கிக் கொண்டிருந்தார். எல்லாம் சரியாக முப்பத்தி மூன்று விநாடிகள்தான். பின்பு சட்டென்று நினைவு மயங்கி, கோமா நிலையில் படுக்கையில் சரிந்தார். தொடர்ந்த நிமிடங்களில் எந்த ஆவியும், அனக்கமும் உடலில் இல்லை. காயம்பட்ட அவர் கால் பெருவிரல்களிலிருந்து மட்டும் அடர் சிவப்பில் இரத்தம் கசியத் தொடங்கியது.

சுற்றி நின்ற மருத்துவர் உட்பட யாருக்கும் எதுவும் புரியவில்லை.

உறக்க தியானம்

சாவல்நாலு குஞ்சதஞ்சு தாயதான வாறுபோல்
காயமான கூட்டிலே கலந்துசண்டை கொள்ளுதே
கூவமான கிழநாரிக் கூட்டிலே புகுந்தபின்
சாவல்நாலு குஞ்சதஞ்சும் தாம்இறந்து போனதே.

தன்னிலை மறந்த நித்திரையென்பது ஓய்வுக்கானதல்ல, அது உடலுக்கு இன்றியமையாத ஒரு உடல்நல பயிற்சியே என்பது ருபினியர்களின் புரிதல். எனவேதான் உறக்கமென்பதை அவர்கள் உடம்பில் உறையும் உயிருக்கானச் சேவையாகக் கருதினர். ஆழ்ந்த உறக்கத்தில் புறச்சூழல் மாற்றங்களை உணர்வதில் உள்ள திறமை, உடம்பினால் தற்காலிகமாக இழக்கப் படுகிறது. இந்த மறுசீரமைப்பு, மூளையின் செயல்பாடுகளில் பெரும் வியப்புக்குரிய மாற்றங்களை ஏற்படுத்துகிறது. அதனால்தான் முன்னூறு நாழிகை தொடர் உழைப்பிற்கு பின், நாற்பது நாழிகை தொடர்ந்த உறக்கமென்பது ஒவ்வொரு ருபினிகுல மாந்தர்களின் அத்யாவசியத் தேவையாக இருக்கிறது. புலஉணர்வுகளின் விழிப்புணர்ச்சியில் இருந்து மாறுபட்டு அமையும் இந்த 'மயக்க நிலை உறக்கமே' அவர்களுக்குள் விரிந்திருக்கும் அளப்பரிய ஆற்றல்களின் காரணக் கர்த்தாவாக இருக்கிறது.

ஆனால் இதிலிருந்தெல்லாம் மாறுபட்ட உறக்க மாறுதல்களை வெளிப்படுத்தும் அபூர்வக் குழந்தை, கஜினியின் மனதில் ஒரு நெருடலை உருவாக்கியது. 'வழக்கமான உறக்கம்' தொலைக்கும் எந்த உயிரும், ஏதோ ஒரு பாதிப்பில் இருப்பது உறுதி என்ற எண்ணம் வேறு கஜினியைத் துரத்திக் கொண்டேயிருந்தது. கிடைத்த குழந்தையின் மீது உள்ளுக்குள் பாசமிருந்தாலும், எழும்பிய துர் எண்ணங்கள், அவனை

ஆரத்தழுவி அன்பு பாராட்டிட விடாமல் தடுத்துக் கொண்டேயிருந்தன.

ஐந்து விரலுள்ள குழந்தை, காமம் மிகு கொடும் சாத்தானின் வடிவமென்ற ருபினியச் சிந்தனை வேறு அவன் நெஞ்சமெங்கும் நிறைந்திருந்தது. அதன்தொடர்ச்சியாய், இப்படிப்பட்டக் குழந்தையை மகாராணியே நேரடியாகத் நம்மிடம் தரக் காரணமென்ன? என்ற சந்தேகமும் அவனுக்குள் வலுக்க ஆரம்பித்தது. குழந்தை வந்த நாளிலிருந்து அரச பரிவாரத்தைச் சார்ந்த காவலர்கள் மறைமுகமாகத் தன் வீட்டைக் கண்காணிப்பதையும் ஒருவராக யூகித்திருந்தான் கஜினி. பூவுக்கு வெளியே ரீங்காரமிடும் வண்டைப்போல் ஏதேதோ குழப்பங்கள் அவனைச் சுற்றிக் பறந்துக் கொண்டிருந்தன. துக்கம் மிகும் பொழுதுகளில் அதையும் இதையும் போட்டுக் குழம்ப, இந்த பாழாய் போன மனதிற்கு சொல்லியாக் கொடுக்க வேண்டும். குப்பைத்தொட்டியில் கிடந்துருளும் அழுக்குப் பூனையைப் போல் கஜினியின் மனமெங்கும் பற்பல கேள்விகள் உருண்டெழும்பிய வண்ணமிருந்தன..

இதற்கெல்லாம் மாறாய் மகவு வந்த நாள்தொட்டு பச்சிளம் குழந்தையாகவே மாறியிருந்தாள் தில்தி. மகவைப் பராமரிப்பதிலும், குழந்தையோடு விளையாடுவதிலும் பேரானந்தம் கொண்டாள். நபிலவா... நபிலவா... என்று நெஞ்சுருகி எந்நேரமும் பிதற்றிக் கொண்டிருந்தாள். குழந்தையின் சிரிப்பில் தன்னிலை மறந்தாள். அம்மா அம்மாவென்று குழந்தை கூப்பிடும் போதெல்லாம் அளவிலா இன்பம் துய்த்தாள்.

குழந்தையின் குறும்புகளை, பிஞ்சு மொழியினைக் கஜினியிடம் கூறிச் சிலாகிப்பாள். சலனமேதுமின்றி அவள் முகச்சிரிப்பைப் பார்த்துக் கலங்கி நிற்பான் கஜினி. அவன் முகக்குறிப்பை உணர்ந்த அவள், உங்களுக்கு நம் குழந்தையைப் பிடிக்க வில்லையா என்று கலங்குவாள். பிடித்திருக்கிறது என்று விரக்தி சிரிப்பு சிரிப்பான் கஜினி.

இக்குழந்தை நம் பிறவிப்பயனல்லவா? எனக் கூறிக் அவனைத் தேற்றுவாள் தில்தி.

பின்பு சிறிதுநேரத்திற்கெல்லாம் மீண்டும் என் குழந்தை, என் குழந்தையென ஒற்றையாய் சொந்தம் கொண்டாடி, எல்லையில்லா ஆனந்தத்தில் மூழ்கிக் களிப்பாள்.

எந்தக் குலமாக இருந்தால் என்ன? எந்த உலகாக இருந்தால் என்ன? பெண் எங்கேயும் பெண் தான். கலவி கொள்ளாத, கருத்தரிக்காத, மார்பு சரியாத அவள் உடல் மற்றும் மனமெங்கும் 'தாய்மையின் பூக்கள்' மட்டும் சற்று அளவுக்கு அதிகமாகவே பூத்துக் குலுங்கின.

எல்லாம் சரியாய் நடப்பதுபோல் தோன்றினாலும், துரதிஷ்டவசமாக அமைந்தது குழந்தையின் 'உறக்கநிலை' மட்டும்தான். மகவுக்குள் உறைந்த 'கைலாசத்தின் ஆன்மா' குழந்தையின் தூக்க இடைவெளிகளில் பூமிக்கும் நிலவுக்குமாய் இரண்டு மூன்று முறைகள் இடம்பெயர்ந்துக் கொண்டிருந்தது.

ஆன்மாவின் 'அகப்பற்றுதல்' குழந்தையின் உடலிலேயே இருந்தாலும், ஏதோ ஒரு குழப்பத்தால் அடிக்கடி கைலாசத்தின் உடம்பிற்குள்ளும் பரிணமித்தது. பின்னர் வெகு சில நிமிடங்களில் குழந்தையின் உடலைநோக்கிப் பயணித்தது. விளக்க முடியாத காரணங்களோடு மீண்டும் மீண்டும் அதுவே நிகழ்ந்துக் கொண்டிருந்தது. கைலாசத்தின் உடம்பிற்குள் மீண்டும் உயிரைத் எப்படியாவது தக்க வைக்க முயன்ற பூலோகத்தின் நவீன மருத்துவமுறைகள் இதற்குக் காரணமாக இருக்கலாம். அல்லது வழக்கத்துக்கு மாறான ஆத்ம ஆகர்சனம் நடைபெற்ற அந்த அதிசயக்குழந்தையின் உடலமைப்பும் கூட காரணமாக இருக்கலாம். எது எப்படியென யாருக்கும் விளங்காத தர்ம சங்கட விளிம்பு நிலை.

தாய்மையில் முற்றிலுமாய் உறைந்துக் கிடந்த தில்திக்கு இது ஒன்றும் அத்தனைப் பெரிதாகத் தெரியவில்லை. சிலமணிநேர

இடைவெளிகளில் எதிர்பாரா உறக்கத்தில் விழும் குழந்தையை மாரோடு எடுத்து அணைத்துக் கொள்வாள். சோகப்பெருக்கில் கண்ணீரோ ருபினி தெய்வத்தை வேண்டிக் கொள்வாள். சிலநேரம் குழந்தையின் கன்னங்களில் தட்டி உறக்கத்திலிருந்து உய்விப்பாள். குழந்தை இயல்பு நிலைக்கு திரும்பியதும் தானும் கவலை மறந்து இயல்பாவாள்.

ஆச்சாரியாரின் சந்தேகத்திற்குப் பின், குழந்தையின் உறக்கநிலையை உன்னிப்பாகக் கண்காணித்து உறுதிப்படுத்தும்படி காவலர்களுக்கு உத்தரவிட்டிருந்தாள் மகாராணி சில்வியா. சிறு பிழையும் நிகழாத நிதர்சன உண்மைநிலை வேண்டுமென ஒற்றர்களுக்கும் அறிவுறுத்தியிருந்தாள். சிரித்து, களித்து, குதித்து, உறங்கி உறவாடும் சிறுகுழந்தையின் வாழ்வியல் நடைமுறைகளை, கழுகுக் கண்களோடு ராஜாங்க அடிமைகள் கண்காணித்துக் கொண்டிருந்தனர்.

ராஜவசியக்கட்டு உடைந்திருக்கக்கூடாது. குழந்தையின் உறக்கநிலை மானிடர்களை ஒத்திருக்கக் கூடாதென்ற எதிர்பார்ப்போடு, சில்வியாவும், ஆச்சாரியாரும், இறைவியிடம் இடைவிடாது வேண்டிக்கொண்டாலும், ஒற்றர்கள் கொணர்ந்த செய்தி என்னவோ, அவர்களின் எதிர்பார்ப்புக்கு எதிராகவே இருந்தது.

ஏதோ ஒரு காரணத்தால் 'ராஜவசியக்கட்டு' உடைந்திருந்தது. குழந்தையின் உறக்க நேரம் நரவுலக மனிதர்களையே ஒத்திருந்தது.

நீலமும் நிலவும்

> நாடிநாடி உம்முளே நயந்துகாண வல்லிரேல்
> ஓடியோடி மீளுவார் உம்முளே அடங்கிடும்
> தேடிவந்த காலனும் திகைத்திருந்து போய்விடும்
> கோடிகால மும்முகந்து இருந்தவாறு எங்ஙனே.

ஆதியின் கார் கும்பகோணம் சீர்காழிச் சாலையில் சீறிப்பாய்ந்து கொண்டிருந்தது. கார் கண்ணாடியின் இருமருங்கிலும் மூடு பருத்து முதிர்ந்த மரங்கள் வேகமாக நகர்ந்துக் கொண்டிருந்தன. காருக்குள் இருந்தே வலது புறத்தில் வழிந்தோடும் கொள்ளிடம் ஆற்று முகத்துவாரத்தைப் பார்க்க முடிந்தது. கடந்து செல்லும் ஊர்களிலெல்லாம் ஏதோ ஒரு கோவில் கோபுரம் தெரிந்தது. இடப்பக்கத்தில் இடைமெலிந்து காவேரி ஓடிக்கொண்டிருந்தது. பார்க்கும் இடங்களிலெல்லாம் பூத்திருந்த பச்சையரசனின் ஆதிக்கம், அந்த இடங்களில் விவசாயம் இன்னும் முழுமையாகச் சாகவில்லை என்பதை உறுதிப்படுத்தியது. திருமானூர், திருமழப்பாடி, திருக்காட்டுப்பள்ளி, திருப்பழனம், திருப்பூந்துருதி, திருவேதிக்குடி என எதிர்ப்பட்ட பல ஊர்களின் பெயர்கள் 'திரு' எனப்படும் அதிகப்படியான மரியாதையோடிருந்தது.

பின்சீட்டிலிருந்த ப்ரொபஸர் உமையொருபாகனும், திலகாவும் மெலிதானச் சிந்திப்பிலிருந்தனர். இருவரின் முகத்திலும் தொடர்ந்து கொண்டிருக்கும் பயணத்தின் களைப்பு. களைத்த பெண் முகத்தில் தோன்றும் 'மயக்க வனப்பு' திலகாவின் கன்னங்களில். நேற்றைய இரவில் நன்றாகத் தூங்கியதால் ஆதி மட்டும் உற்சாகமாய் வண்டி ஓட்டிக்கொண்டிருந்தான். இடையிடையே கார் பள்ளத்தில் விழுந்து குலுங்கும் போதெல்லாம், முன்பக்கக் கண்ணாடி வழி திலகாவின் உடலசைவைக் கவனித்துக் கொண்டிருந்தான்.

ருபினி குலத்தவர்களைப் பற்றி அவர்கள் செய்யும் ஆராய்ச்சிக்கான சான்றுகள் அங்கொன்றும் இங்கொன்றும் தட்டுப்படுவதை அவர்களால் உணர முடிகிறது. தெரிசனக்கோப்பில் நடந்த விஷயங்களின் 'அமானுஷ்யம்' மூவரின் மனதிற்குள்ளும் ஓடிக்கொண்டே இருந்தது. மருத்துவமனையில் அவ்வப்போது கண் விழித்து ஏதேதோ பேசும் கைலாசம். வாகனப்பிரையில் நிலை கொண்ட பெருவிரல் இல்லாத பெண் தெய்வச் சிலை. ருபினி என்ற பெயர் கேட்டு கைலாசம் அடையும் பரவச நிலையென ஏராளனமான குழப்பங்கள். கிடைத்த செய்திகளிளெல்லாம் புழுதியில் சிக்கிவிட்ட மீன் வலையைப்போல் ஏராளமான மர்ம முடிச்சுகள். இவை எல்லாவற்றிக்கும் ஏதோ ஒன்று தொடர்புடையதாய் இருக்கிறது. ஆனால் 'அந்த ஒன்று' எதுவென்று தெரியாத இடர்நிலை.

ஆதி...அந்த கைலாசம் கண்விழித்து பேசுற பேச்சுல உண்மை இருக்கும்னு நினைக்கிறாயா? - மௌனம் கலைத்துப் பேச்சைத் தொடங்கினார் உமையொருபாகன்.

கண்டிப்பா சார்... ஒவ்வொரு வார்த்தையும் ரெம்ப தெளிவா பேசுறாரு... ருபினியின் பெருங்கருணைன்னு சொல்றார்... நீல நிலவு அழைக்கிதுங்கிறார்... என் உலகம் போய்டேன்னு சொல்றாரு... புதிய உடம்பு கிடைத்து விட்டதுங்கிறார் ... திமிலனே வசிய தெய்வம் என்கிறார்... புதுபுதுசா என்னல்லாமோ சொல்றாரு...

திமிலனா? அது யாரு? - ஆர்வத்துடன் திலகா கேட்டாள்.

யாருக்கு தெரியும். ருனியத் தேடி அலைந்த மாதிரி, இனி திமிலனை தேடி அலைய வேண்டியதுதான். வசிய தெய்வம்னு சொன்னதுனால, நாம இப்ப போகப்போற வைத்தீஸ்வரன் கோவில் நாடி ஜோதிடர் மூலமா நமக்கு சில விஷயங்கள் கிடைக்கலாம். ஜோசியம்கிறது பொய்தான்னு நம்புற நானே, வேற வழியில்லாம இங்க வரவேண்டியதாயிற்று... - ஸ்டீரிங்கை வளைத்துக் கொண்டேசிரித்தான் ஆதி.

அவரைப் பாத்துக்குற டாக்டர்ஸ் என்ன சொல்றாங்க ஆதி... மீண்டும் ப்ரொபஸர் இடைமறித்தார்.

டாக்டர்ஸ் ரெம்ப குழம்பியிருக்காங்க சார்... ஆரம்பத்தில 'அல் சைமர்'-னு சொல்லுற மறதி நோயோட ஆரம்பம்னு சொன்னாங்க. அப்புறம் ஏதோ ஒரு விஷயத்தால கடுமையா மனநிலை பாதிக்கப் பட்டதா சொல்லுறாங்க... நினைவு தப்பி தப்பி வரதோட காரணத்தை கண்டுபிடிக்க முடியலைங்கிறாங்க... நினைவில்லாத சமயத்துல பல்ஸ் அல்மோஸ்ட் டவுன் ஆகுறதா சொல்றாங்க... பட் எப்படி தீடீர்னு பேசுறாருங்கிறதே, புரியலைன்னு சொல்றாங்க... இப்படியே போனா கொஞ்சநாளுல மூளையின் செல்கள் செயலிழந்து பேசும் ஆற்றலை இழந்துருவாங்களாம்... அதற்குப் பிறகு ஒரு ஜடப் பொருளைப் போல பெர்மனண்ட் கோமா ஸ்டேட்டுலதான் இருக்க முடியுங்கிறாங்க...

அது மட்டும் நடந்திட்டா, கைல இருக்குற ஒரு துருப்பு சீட்டும்...கிழிஞ்சிரும்... - என திலகா கவலை பட்டுக் கொண்டே ப்ரொபஸரிடம் கேட்டாள்.

சார்... இந்த நீல நிலவுன்னா என்ன?

அது ஒரு டிபிக்கல் கிறிஸ்டின்ஸோட ரீலிஜியஸ் பிலாசபி. ஒரே மாதத்தில் ரெண்டு பௌர்ணமி வந்தா, ரெண்டாவது வரும் முழுநிலவ ப்ளூ மூன் அதாவது நீலநிலவுன்னு சொல்றாங்க... இட் வில் ஹேப்பண் வெரி ரேர்லி... ஹிந்துஸ்ல ஒரே மாதத்தில் ரெண்டு அமாவாசை வந்தா அந்த மாசத்தை 'மலமாசம்னு' சொல்றாங்கள்ல... அது மாதிரி.பட் அதுக்கும்... ருபினிக்கும்... என்னசம்பந்தம்கிறது... புரியல...

கண்ணாடியைத் திறந்து விட்டதில் குளிர்காற்று எல்லோரையும் தாக்கியது. திருப்புன்கூர் ஊராட்சியை தாண்டி வண்டி வைத்தீஸ்வரன் கோவிலை நெருங்கியிருந்தது. கதிரவன் கண்விழித்த அதிகாலையிலேயே அங்குமிங்குமாக மக்கள் நடமாட்டமிருந்தது. குங்குமம் பரப்பிய நெற்றியுடன், மஞ்சள் நிற ஆடையணிந்த பல

மனிதர்களை ஆங்காங்கே காண முடிந்தது. இதுவென்று சொல்ல முடியாத ஏதோ ஒன்றின் மணம் காற்றெங்கும். வண்டியை இடைமறித்து சில பேர்கள் தாமாகவே பேசத் தொடங்கினர். நாடி ஜோதிடம் பார்க்க வேண்டுமாவென வேண்டினர். வேண்டாமென மறுத்து முன்னேறியபோது, நீங்கள் நினைப்பது நடக்கப்போவதில்லை என சிலர் ஆவேசமாக சாபமிட்டனர். நீங்கள் நினைப்பது நடந்தே தீருமென சிலபேர்கள் ஆசி கூறினர். எல்லோரையும் கடந்து வண்டியை விரட்டிக் கொண்டிருந்தான் ஆதி. ஏதோ ஒரு ஹோட்டலை கண்டறிந்து, உணவருந்தி, சிறிது நேரம் இளைப்பாறி பின்பு ஏதேனும் ஒரு நாடி ஜோதிடரை காணலாமென்பது திட்டம்.

தூரத்தில் வைத்தீஸ்வரன் கோவில் கோபுரக்கலசம் தெளிவாகத் தெரிந்தது. இக்கோவில் திருஞானசம்பந்தர், திருநாவுக்கரசர் ஆகியோரால் தேவாரம் பாடப் பெற்ற சிவத்தலமாகும் என சில குறிப்புகளைச் சுவரொட்டிகளில் காண முடிந்தது. கடந்த தெருக்கள் அனைத்திலும் நாலைந்து குறுமுனி அகஸ்திய நாடி ஜோதிட நிலையம் என்ற பெயர் பலகையை காண முடிந்தது. தென்பட்ட கடைகளிலெல்லாம் அருள்மிகு மூலவர் வைத்தீஸ்வரன், உடனுறை தையல் நாயகி, செல்வ முத்துக்குமரன் திருஉருவப்படங்கள் தொங்கிக்கொண்டிருந்தன. ஒருவாராக ஹோட்டலைக் கண்டுபிடித்து இறங்கும் போது, எதேச்சையாக எதிரே இருந்த ஒரு பழைய வீட்டில் இருந்த ஒரு பெயர் பலகை ப்ரொபஸர் உமையொருபாகனின் கண்களில் பட்டது. பெயரை வாசித்த அந்தக் கணத்தில் ப்ரொபஸரிடம் ஒரு பதட்டம் தொற்றிக் கொண்டது.

ஆதி... அந்த நேம் போர்டைப் பாரு..

திலாகவும் ஆதியும் எதிர்புறம் நோக்க, அதரப் பழையதாய் ஒரு தகர போர்டு தொங்கிக் கொண்டிருந்தது. அந்த போர்டில் 'ஸ்ரீ அகஸ்திய மஹாசிவ துல்லிய நாடி ஜோதிட நிலையம்' என்ற பெயர் பெயிண்ட் உரிந்த நிலையில் எழுதப்பட்டிருந்தது.

ஏதோ... ஒரு ஜோசியக்காரன்தான் சார்... நம்ம கொஞ்சம் நல்ல இடமா பாக்கலாம்னு நினைக்கேன்... போர்டு இருக்குற நிலைமையை பார்த்தா நாமதான் அவனுக்கு நாடி ஜோசியம் சொல்லணும் போல - காமெடி அடித்துச் சிரித்தான் ஆதி.

அய்யோ... அதுக்கு கீழ படி என்று ப்ரொபஸர் சப்தமிட, மீண்டும் போர்டை நோக்கினான் ஆதி.

கீழே கொட்டை எழுத்துக்களில் உரிமை: ஜோதிடர் திமிலேஸ்வரன் என்று சிவப்பு நிறத்தில் எழுதப்பட்டிருந்தது.

உடைந்த மௌனம்

எந்நா ளிருந்தென்ன முன்னாளனுப்படி யிந்தவுடல்
தன்னா லழிவதுந் தானறியாதெனத் தந்தைவிதி
உன்னலழிவ துடலுயிர் காயமொழிவ துங்கண்
டந்நா ளனுப்படி கண்டுபிருந் தறியாதவரே

அந்த அழகுரதம் காற்றைக் கிழித்து சில்வியாதேவியின் அரண்மனையை நோக்கி நகர்ந்துக் கொண்டிருந்தது. உள்ளுக்குளிருந்த திமிலன் பெருங்குழப்பதிலிருந்தான். 'ஐவிரல் குழந்தையின் வசியக் கட்டு உடைந்திருக்கிறது. விரைவாக அரண்மனைக்கு வரவும்' -என்ற சில்வியாவின் செய்தி, திமிலனைப் பெருந்துன்பத்தில் ஆழ்த்தியிருந்தது. பிறையுலகத்தை நிர்மாணித்த காலம் தொட்டு வழிவழியாக நடத்தி வந்த ராஜவசிய நடைமுறைகளில் பிழையேதும் நடந்ததில்லை. மனம் முழுதும் பற்பல 'பழைய நினைவுகள்'. பூமியை விடுத்து முதன்முதலாய் பிறையுலகம் புகுந்த 'நாட்களின் நினைவுகள்' நெஞ்சம் நிரம்பித் ததும்பியது. ஆரம்ப நாட்களின் கடுமையான தியானத்திற்கு பின் ஒரு பௌர்ணமி நாளில் 'காமம் கடந்து ரூபம் கொள் திமிலா' என்று ருபினி தெய்வம் பிறப்பித்த அசரீரி ஆணை, இப்போதும் அவன் காதுகளில் கேட்டுக் கொண்டிருக்கிறது.

பெருந்தவப்பயனால் காமம் அகன்ற அவன் உடம்பில், பூமியின் சக்தி உபாசகர் வசிய மாமேதை தினாதிபன் அவர்களின் 'திவ்ய ஆத்மா'-அவனுள் கலந்த போது அடைந்த பரவசப் பொழுதுகள், ராஜவசிய சூட்சமங்களை, மருத்துவ அத்து சித்துக்களைக் கற்றறிந்து நடைமுறைப் படுத்திய நாட்களெல்லாம் நினைவுக்கு வந்தன. ருபினி தெய்வத்தின் சாராம்சமாய் சின்னஞ்சிறு குழந்தையாய் சில்வியாதேவி

அவன் கைகளில் தவழ்ந்தது நினைவுக்கு வந்தது. சர்வ வல்லமை பொருந்திய ருபினி சக்திக் சக்கரங்கள் தன் மடியில் நிலைகொண்ட நாட்கள் நினைவுக்கு வந்தன. படிப்படியாய், வழிவழியாய் இந்த பிறையுலகம் ஓங்கி வளர்ந்ததெல்லாம் நினைவுக்கு வந்தது. ஒவ்வொரு படி நிலையாய் ருபினி குலம் மெல்ல மெல்லத் திளைத்து வளர்ந்ததெல்லாம் அவன் கண் முன்னே காட்சிகளாக விரிந்தது.

'பிறையுலகம் சார்ந்த உன் சிறு தவறும் பெரும் பிழையாகும்'- என்ற ருபினி தெய்வத்தின் அசரீரி நெஞ்சுக்குள் மீண்டும் மீண்டும் எதிரொலித்தது. தவறு நிகழும் போது மனது மறந்ததெல்லாம் நினைவுக்கு வருவது இயல்புதானே. திமிலனின் தவறும் அவனுக்குப் பல விஷயங்களை நினைவுபடுத்திக்கொண்டேயிருந்தது. நினைவின் முடிவில் விடை தெரியாத சில கேள்விகளும்.

ராஜவசிய சூட்சுமம் தவறுமா?

வசியக்கட்டு உடைந்தழியுமா?

ஆச்சாரியாரின் சந்தேகம் உண்மைதானா?

ஆன்மாவிற்கு பூலோக தொடர்பு இருக்குமா?

பெற்ற இப்பேராபத்திலிருந்து வெளிவருவது எப்படி?- என பலகுரல்கள் நெஞ்சகத்தில் கேட்டவண்ணமிருந்தது.

பிரச்சனை உறுதியான நிலையில் அதன் வழித்தோன்றல்களை விவாதிக்காமல், நேரடியாக அதற்குரிய தீர்வினைச் சொல்லிவிடுவது அரசியல் சாணக்யத்தனத்தில் சார்ந்தது. அத்தகைய ஆளுமைத்தனத்தில் சிறந்த திமிலன், தீவிர சிந்தனையின் வழி முன்னிருக்கும் பிரச்சனைக்குரிய தீர்வைக் கண்டறிந்திருந்தான். இது ஒன்றே பெருவழியென நிம்மதிப் பெருமூச்செறிந்தான். அரண்மையை அடைந்து சிறிதானத் தயக்கத்துடன் சில்வியாதேவி, ஆச்சார்யர் முன் பணிந்தான்.

காற்றில் ஏற்றி வைத்த தீபம் படபடக்கும் ஓசை தெளிவாகக் கேட்டுக்கொண்டிருந்தது. அவர்களுக்குள் சஞ்சாரமில்லாத நிசப்தம். தவறு தன்னிடமிருந்தே உருவாகியிருக்க வேண்டுமென்ற 'ஒரு மாயை' ஏற்பட்டிருந்ததால், எப்படி உரியவர்களை எதிர் கொள்ளப்போகிறோம் என்ற எண்ணம் திமிலனிடமிருந்தது. எதிர்கொண்ட சில மணித்துளிகளில் இப்போது அதுவும் அவனிடமிருந்து அகன்றிருந்தது.

திமிலனின் பணிவுக்கு ஆச்சார்யர் கையுயர்த்தினாலும் அவர் வாயிலிருந்து ஆசிகள் கிட்ட வில்லை. முகமெங்கும் குழப்ப ரேகைகளுடன் அமர்ந்திருந்த சில்வியாதேவியும் 'மௌனத்தால்' அதனை வழிமொழிவது போலிருந்தது.

'ஆசி வழங்கவோ, பெறவோ இயலாத நிலையில் நாம் தள்ளபட்டிருக்கிறோம் திமிலா' - என்று வெகுண்டு நடந்த நிகழ்வுகளை இரத்தினச் சுருக்கமாக திமிலனுக்கு விவரித்தார் ஆச்சார்யர்.

மதலை துயிலும் நேரம் மனிதர்களை ஒத்திருப்பதால் பூலோக தொடர்பிலிருப்பது சாத்தியமே. மானிடர்களின் வளர்ந்து வரும் மருத்துவ முறைகள், வசியம் விடுத்த ஆன்மாவை மீண்டும் உடலுக்குள் உள்ளிழுக்க வழி செய்திருக்கலாம் தேவி.- ஏதோ ஞாபகத்தில் பதிலுரைத்தான் திமிலன்.

ருபினி குல வசியமாமேதை, மருத்துவ வித்தகன் சாதாரண மானிடர்களின் மருத்துவமுறை கண்டு வியப்படைவதாகக் கொள்ளலாமா திமிலா? - சில்வியாவின் பேச்சில் லேசான ஏளனக்கோபம் தெரிந்தது.

இல்லை தேவி... இதில் வியப்பதற்கு ஒன்றுமில்லை. உடல்மேல் உயிர் வந்து ஒன்றுவது இயல்பல்லவா? எந்த உயிருக்குத் தான் ஏற்கனவே இருந்த உடலை பிரிய மனமிருக்கும்.

அப்படியென்றால் ருபினியின் மாந்த்ரீக முறையைவிட மானிடர்களின் மருத்துவமுறை சிறந்ததா திமிலா...

தேவி... பிரச்சனையின் ஊற்று ஆறு விரலுடன் பிறந்த இந்த குழந்தையின் தேகத்திலிருந்து தோன்றுவதாகத் தோன்றுகிறது. நம் மருத்துவ முறைகளுக்கு ஒவ்வாத ஒரு விஷயத்தை, வேறு மார்க்கமின்றி அன்று நாம் நடைமுறைப் படுத்தியது தங்களுக்கு நினைவிருக்குமென நம்புகிறேன்.

தன்னிலையை நியாப்படுத்திய திமிலனைக் கண்டு ஆச்சார்யருக்கும், சில்வியாவிற்கும் ஆச்சர்யமாக இருந்தது.

சரி திமிலா... நடந்ததை பேசிப் பலனில்லை. பூமியோடு தொடர்பிலிருக்கும் அம்மதலைக்கு இப்பிறையுலகத்தில் இடமில்லை. இப்பிரச்சனையின் தீர்வுதான் என்ன? - கேட்கும்போதே சில்வியாவின் முகத்தில் கலக்கத்தின் சுவடு நிரம்பியிருந்தது.

ஏற்கனவே மனதில் ஒரு தீர்வு இருந்ததால் திமிலனிடம் பெரிய கலக்கம் ஒன்றுமில்லை. நேரடியாகத் தீர்வைக் கூறினான்.

குழந்தையின் ஆன்மா பூமியோடு தொடர்புடையதாக இருக்கும் பட்சத்தில், நிகழ்ந்ததை சரிசெய்யும் யுக்தி ஒன்றே உள்ளது.

என்ன அது?

'பரகாயப் பிரவேசம்'.

பரகாயப் பிரவேசமா? மீண்டும் மீண்டும் எல்லை மீறுகிறோமே திமிலா- சட்டென்று உருளியரிடமிருந்து வந்தது பதில்..

வேறு வழி இல்லை ஆச்சாரியரே. பூலோக தொடர்பிலிருக்கும் அந்த ஆன்மாவை மதலையிடமிருந்து விடுவித்து விட்டு, என் ஆன்மாவை அந்த உடம்பிற்குள் செலுத்தி விட வேண்டியதுதான். அடுத்த அமாவாசை பூஜை நாளில் மீண்டும் நான் என் பூவுடல் திரும்பி, வேறொரு ஆத்மாவை குழந்தை உடலுக்குள் ஆகர்சனம் செய்து பொருத்தி விடுவேன். இதைவிடுத்த வேறுமார்க்கம் எனக்கெதுவும் தோன்றவில்லை.

திமிலனின் தீர்வு சில்வியாவிற்கு சரியாக விளங்கவில்லை. திமிலன் இல்லாத சூலக அரண்மனையின் நிகழ்வுகளை அவளால் நினைத்துப் பார்க்க முடியவில்லை.

மதலையின் ஆத்மாவை நீக்கி விட்டு, அதன் உடலை அமாவாசை வரை பாதுகாக்க முடியாதா திமிலா? - என்ற சந்தேகத்தை முன்வைத்தாள்.

அப்படியும் சிந்தித்தேன் தேவி... ஆனால் 'பரகாயப் பிரவேசம்' எனப்படும் கூடு விட்டு கூடு பாயும் முறையில் தேர்ந்த மனிதர்களால் மட்டுமே ஓருடல் விட்டு, வேருடல் தாவி, தன் பௌதீக உடலை அழியா வண்ணம் பேண முடியும். மதலைக்கு அவ்வலிமையேது? - திண்ணமாக பதிலுரைத்தான் திமிலன்.

உன் கவனிப்பு இல்லாமல் சூலக அரண்மனையின் நடைமுறையில் குழப்பங்கள் ஏதாவது?

சாத்தியம் இல்லை தேவி... என் சீடர்கள் என்னிலும் தேர்ந்தவர்களே. என் உயிரற்ற உடலை மட்டும் அவர்கள் காணாத வண்ணம் பாதுகாக்க வேண்டும். நான் அவர்களைக் கண்காணிக்கிறேன் என்ற எண்ணம் மட்டும் போதும். எவ்வித பிழையுமின்றி என்னால் இதனைச் செய்து முடிக்க முடியும். - உறுதி கூறினான் திமிலன்.

திமிலா, ஆன்மாவாக அலைக்கழியும் 'பித்ரு தோஷ அறிகுறிகளை' உன் ஜாதகத்தில் காணப்பெற்றேன். நீ விவரிக்கும் திட்டங்களும் அதற்கு ஒத்ததாகவே இருக்கிறது. உன்னுடைய உடலும், உயிரும் ஒத்திருக்கும் வரையில்தான், உன்னால் வசியத் தந்திரங்களைச் நெறிப்படுத்தி செயல்படுத்த முடியும். அவை பிரியும்போது மாந்திரீகங்களில் உன்னால் செயலாற்ற முடியாது. நீ செய்யும் ஒவ்வொரு விஷயங்களையும் மிகக் கவனமாகச் செய்ய வேண்டும்.- என்று ஆச்சார்யர் கூற, தலைச் சாய்த்து பதிலீந்தான் திமிலன்.

அறிவேன் ஆச்சாரியாரே... இதைத்தவிர வேறுமார்க்கம் நமக்கில்லை. ருபினி தெய்வ அருளும், உங்கள் இருவரின் வழிநடத்துதலும் நம் குலத்தை மென்மேலும் வலுப்படுத்தும். ஒரு அணுவும் பிசகாமல் நாம் தீர்மானித்த விஷயங்கள் ரகசியமாய் நடந்தேறும். கவலை வேண்டாம்

அவன் குரலில் கண்ட உறுதி இருவருக்கும் நம்பிக்கையைத் தந்தாலும் உருளியருக்கு சிறு தயக்கம் இருந்து கொண்டே இருந்தது. தீர்மானித்தவைகளை ஒருமுறைக்கு இருமுறை யோசித்துப் பார்த்தார்.

திமிலா... எல்லாம் சரி... மதலையோடு மீண்டும் இணையும் புதிய ஆத்மா, பூமியோடு தொடர்பிலிருக்காது என்பதற்கு என்ன உறுதி? - நியாமான சந்தேகத்தை எழுப்பினார்.

கவலை வேண்டாம் ஆச்சாரியாரே... நம்முலகம் வரவேண்டி அனுதினமும் பிராத்தித்த ஒரு மனிதனிடமிருந்து, அவன் உயிரோடு இருக்கும்போதே இந்த ஆத்மாவை ஆகர்ஷணம் செய்ததுதான் இத்தனைப் பிரச்சனைகளுக்கும் காரணம். வரும் அமாவாசையில் மதலையோடு இணையப்போகும் ஆத்மா முற்றிலுமாக தன் பூதஉடலிருந்து பிரியுமாறு பார்த்துக் கொள்கிறேன்.

திமிலன் விவரித்த விஷயங்களைக் கேட்க, கேட்க சில்வியாதேவிக்கும், உருளியருக்கும் கொஞ்சம் பிரமிப்பாக இருந்தது. திட்டமிட்டபடி எல்லாம் நடந்தேறுமா? - என்ற அங்கலாய்ப்பு அவர்களின் எண்ணங்களில் வழிந்தோடியது.

சில நிமிட யோசனைக்கு பின் உருளியர் தன் கடைசி சந்தேகத்தை கேட்டார்.

சரி, இப்போது குழந்தையின் உடம்பிலிருக்கும் ஆன்மாவை நாம் விடுவிக்கும் போது, அது மீண்டும் தன் உடலைத் தேடி பூலோகம் செல்லுமில்லையா?

கண்டிப்பாகச் செல்லும்... இவ்வுடல் மறுக்கப்படும்போது, தன் முன்னுடல் தேடி கண்டிப்பாக பூலோகம் விரையும்.

அவ்வாறு செல்கையில் இத்தனைக் காலமாய் கட்டிக்காத்த நம் பரம ரகசியங்கள் பூமியில் வெளிப்பட வாய்ப்புள்ளதே திமிலா. -ஆச்சர்யம் காட்டினார் ஆச்சாரியார்.

உடம்பெங்கும் ஆக்ரோஷம் வெளிப்பட மெலிதாகச் சிரித்தான் திமிலன்.

அதையும் யோசித்தேன் ஆச்சாரியாரே... உறுதியாகச் சொல்கிறேன்... இங்கிருந்து துரத்தப்படும் ஆன்மா, தன்னுடல் தேடி பூமியை அடைவதற்குள், சிகிட்சையிலிருக்கும் அந்த பூதவுடலை அழிக்கும் செயலை நான் பார்த்துக் கொள்கிறேன்.- என்பதைக் கூறும் போதே திமிலனின் கண்ணெங்கும் கொலைவெறிக்கான அடையாளங்கள்.

ஜோதிடத் தவிப்பு

சுழியறியார்க் கென்ன சுகமறியார்க் கென்ன
வழியறியார்க் கென்ன எய்துமாறு - சுழியறியா
மூலமறிந் தவ்வழியில் முத்தியடை யார்க்குநமன்
காலனவர்க் கேமரணங் காண்.

அவருக்கு காதுல விழுந்துராம... எல்லாரும் போயிருங்க... அவரு பெரிய கோபக்காரருங்க... இப்ப யாருக்கும் அவரு ஜோசியம் பாக்குறது இல்லைன்னு சொன்னா புரிஞ்சுக்கிடுங்க... - என்று சொன்னது திமிலேஸ்வரனின் மனைவியாக இருக்கவேண்டும். நாடி ஜோதிடம் பார்க்கும் ஆவலில் அந்த பழைவீட்டுக்குள் நுழைந்த ஆதிக்கும், திலகாவிற்கும், ப்ரோபஸர் உமையொருபாகனுக்கும் பெருத்த ஏமாற்றமாக இருந்தது.

இல்லைங்க... ஒரு முக்கியமான விஷயத்திற்காக வந்திருக்கோம்... ஒரு ஐந்து நிமிஷம் பேசிட்டிட்டு உடனே போய்டுறோம்... எவ்வளவு பணம் வேணும்னாலும் கொடுக்குறோம்... - கொஞ்சம் அதிகப் பிரசங்கிதனமாய் வேண்டினான் ஆதி.

உள் கதவைத் திறந்து கொண்டு, உன் பணம் மயிரெல்லாம் தூக்கிட்டு வெளிய போடா- என்று கோபக்குரலில் வெளியே வந்த திமிலேஸ்வரனுக்கு அறுபது, அறுபத்தைந்து வயதிருக்கலாம். அதிகப்படியான தசைகள் இல்லாத ஒல்லியான உடம்பு. கோபமிகுதியில் சிவப்பேறிய கண்கள். வயது ஏறிய வைரம் பாய்ந்த தேக்கு கட்டையின் நிறத்திலிருந்தார். பேசும்போது பர்கின்சன் நோயால் பாதிக்கப்பட்டிருந்த கழுத்து அனிச்சையாக அசைந்து கொண்டே இருந்தது.

இல்ல சார்... நாங்க ஒரு ஆராய்ச்சி பண்றோம்... - என்று உமையொருபாகன் ஆரம்பிக்க,

உன் ஆராய்ச்சியை அடுப்புல கொண்டு வை... இப்ப இடத்த காலி பண்ணு - ஒருமையில் கொக்கரித்தார் திமிலேஸ்வரன்.

ப்ரொபஸரை ஒருமையில் பேசியது கண்டு ஆதியும் கோபம்கொண்டு வார்த்தைகளை வீசினான்.

யோவ்... பெரிய மனிசன்னு பதமா பேசினா... ரெம்ப ஓவரா பேசுறே... ஜோசியம் பாக்குறது இல்லைன்னா... எதுக்கு வெளிய போர்டு போட்டிருக்கீரு...

ஆதியின் வார்த்தைகள் அவருக்கு மேலும் கோபத்தைக் கூட்டியிருக்க வேண்டும். பட்டென்று வெளியே சென்று இரண்டு கைகளால் போர்டை பிடுங்கி, நடுத்திண்ணையில் போட்டு உடைத்து மிதித்தார். பார்த்துக் கொண்டிருந்தவர்களுக்கு ஒருமாதிரி ஆகிவிட்டது. திமிலேஸ்வரனோ கோபமிகுதியில் மேல்மூச்சு, கீழ்மூச்சு வாங்கத் தடுமாறி, எதிர்பாராத ஒரு நேரத்தில் பக்கத்திலிருந்த ஈஸிசேரில் மயங்கிச் சரிந்தார்.

எத்தனை நேரம் கடந்ததென்று திமிலேஸ்வரனுக்கு தெரியவில்லை.

மயக்கம் தெளிந்து திமிலேஸ்வரன் கண்விழிக்கையில், ‘ரெம்ப தேங்க்ஸ் டாக்டர்... கூப்ட்ட உடனே வந்ததுக்கு‘- என்று கூறி டாக்டருக்கு பணம் கொடுத்துக் கொண்டிருந்தான் ஆதி. திமிலேஸ்வரனின் மனைவி பக்கத்திலிருந்து அவர் நெஞ்சை தடவி விட்டுக்கொண்டிருந்தார்.

திலகாவும், ப்ரொபஸரும் அருகில் உள்ள நாற்காலியில் அமர்ந்திருக்க, திமிலேஸ்வரன் நினைவு திரும்பிய சோர்வான முகத்தோடு அவர்களை உடனே வெளியேறச் சைகை செய்தார்.

இனி இவரிடமிருந்து எந்த தகவல்களும் கிடைக்கப் போவதில்லை என்பதை உணர்ந்து அவர்கள் வெளியேற எத்தனித்த போது, திமிலேஸ்வரனின் மனைவி அவர்களைத் தடுத்து சப்தமிட்டாள்.

ஒரு மனுஷனுக்கு இவ்வளவு கோபம் ஆகாதுங்க. நீங்க பண்ணுனதுக்கு வேற யாராவது இருந்தால், உங்கள அப்படியே விட்டுட்டு போயிருப்பாங்க... உங்க மூதாதையர் கோபம் தான் நம்ம குடும்பத்தை இப்ப இந்த நிலைக்கு கொண்டு வந்திருக்கு... நீங்களும் அதே கோபத்தை எல்லார்டையும் காட்டாதீங்க... தயவுசெய்து உங்களால முடிஞ்ச உதவியை அவங்களுக்கு பண்ணுங்க - என்று உணர்ச்சி பொங்க பேச, கோப உச்சிலிருந்த திமிலேஸ்வரன் மெதுவாகத் தாழ்நிலைக்கு வந்தார்.

சிறிது நேரத்திற்கு யாரும் எதுவும் பேசவில்லை. திமிலேஸ்வரன் பெரும் மௌனத்திலிருந்தார். உடல் மற்றும் மூளை செல்கள் ஊக்கம் பெறும் பிரிதிவி முத்திரைக்கு கை விரல்களை மாற்றியிருந்தார். அதாவது பெருவிரல் மற்றும் மோதிர விரலின் நுனிப்பாகம் தொட்டுக் கொண்டிருக்க வேண்டும். மற்ற விரல்கள் நேராக இருக்க வேண்டும். பெரும் மௌனம் சில மணித்துளிகளுக்கு.

திலகாவும், ப்ரொபசரும் சிரத்தையோடுக் காத்திருக்க, ஆதிக்கு லேசாகக் கொட்டாவி வர,ஏதோ ஒரு நம்பிக்கையில் வேண்டா வெறுப்பாய் காத்திருந்தான்.

ஒருமணிநேர ஓய்வுக்கு பின், ஏதோ ஒரு அனுமதி கிடைத்தது போல் பட்டென்று, உள் சென்று தூசு நிரம்பிய ஓலைச்சுவடிகள் கட்டை எடுத்து, மேஜையில் வைத்து நாடி ஜோதிடத்தின் மூலவர் அகஸ்திய மாமுனியை வணங்கினார். சங்கத் தமிழ் கடவுள் வாழ்த்தொன்றை பாடி, ஆதி கொடுத்த கைலாசத்தின் விரல் ரேகையை அதரப் பழையதாக இருந்த ஒரு குவிலென்ஸை வைத்து சில நிமிடங்கள் ஆராய்ந்தார். கைலாசம் பிறந்த ஊர், நாள், நேரம் எல்லாவற்றையும் விரல் கூட்டி ஆராய்ந்து சட்டென்று அந்தப் பதிலைத் தந்தார்.

'இந்த நபர் இறந்து பதினைந்து நிமிடங்கள் ஆகிறது'- என்று.

அதிர்ச்சியும் ஆச்சர்யமும் எல்லோரையும் தாக்கிய அந்தக் கணத்தில் ஆதியின் அலைபேசி அலறியது.

மருத்துவமனை மாடியிலிருந்த கைலாசம் நினைவு திரும்பி, அருகிலிருந்த டிரான்ஸ்பார்மரில் குதித்து உடல் கருகி இறந்து விட்டாரென - மருத்துவர்களும் அதே செய்தியை உறுதி செய்ய, ஜோதிட சாஸ்திரத்தில் நம்பிக்கையே இல்லாத ஆதி முதல்முறையாக ஒரு அதிர்வுக்கு உள்ளானான்.

எச்சில் இறக்க உணர்வில்லாமல் எல்லோரும் ஸ்தம்பித்திருக்க, திமிலேஸ்வரன் மந்தகாச புன்னகையிலிருந்தார். மெலிதான உடல் அதிர்வோடு பாட ஆரம்பித்தார்.

உயிரகத்தில் நின்றிடும் முடம்பெடுப்ப தற்குமுன்

உயிரகா ரமாயிடும் முடலுகாரம் மாயிடும்

உயிரை முடம்பையும் மொன்று விப்பத ச்சிவம்

என்று பாடி, உயிரினம் உருவாகும் முன் உயிர் அகாரம் என்ற உயிர் சக்தியாக இருந்தது; உடல் அகாரம் என்ற உயிரை ஏற்கும் சடமாகும். இரண்டையும் இணைப்பது இறைவனாகிய சிவமாகும். அதுவே ஆன்மா - என்று கூறி நிறுத்தினார்.

யாருக்கும் எதுவும் புரிந்த மாதிரி தெரியவில்லை. திமிலேஸ்வரன் சற்று விரிவாக பேச ஆரம்பித்தார்.

இந்தப் பிரபஞ்சத்தில் ஓர் ஒழுங்குமுறையும் நியதியும்,கட்டுக்கோப்பும் விளங்குகின்றன.இதையே 'Cosmic Order' என்று கூறுவார்கள். இதில் அடங்கும் அனைத்துப் பொருள்களும் அனைத்து நிகழ்ச்சிகளும் ஒரு நியதிக்குட்பட்டு, ஒன்றுடன் ஒன்று தொடர்பு கொண்டவையாக விளங்குகின்றன. இந்த நியதி கெட்டால்தான் 'மகாப்பிரளயம்' எனப்படும் 'இடச்ணிண்' ஏற்படும். காலதத்துவத்தின் அமைப்பே விசித்திரமானது. இதன் ரகசியங்கள் பலவற்றை நம்முடைய பழைய சாஸ்திரங்களில் நிறையவே காண முடிகிறது. இதையெல்லாம் ஏன் வெட்டித்தனமாகச் ஆராய்ச்சி செய்து கொண்டிருக்கவேண்டும் என்ற எண்ணமே நம்மவர்களிடம்

மேலோங்கி நிற்கிறதே தவிர, முழுமையாக ஆய்வு செய்பவர்கள் எவருமில்லை. ஜோதிடம் உண்மைதான். சுத்தமான அறிவியலும் கூட. ஆனால் ஊரெங்கும் விளம்பும் போலிகள் பலர். எனவேதான் ஆய்வு செய்கிறேன் என்று என்னிடம் வரும் எவரையும், அன்பாக என்னால் எதிர்கொள்ள முடியவில்லை. நாளுக்கு நாள் பொய்யர்களின் எண்ணிக்கையும் பெருத்து விட்டது. என் கோபத்திற்கான காரணம் அதுதான். என் முன்னோர்கள் வளர்த்த ‘உன்னதக் கலை’ என் கண் முன்னால் அழிவதை காண இயலவில்லை. எனவேதான் நானும் ஜோதிடம் சொல்வதை முழுதுமாக நிறுத்திவிட்டேன் - என்று வருத்தப்பட்டார் திமிலேஸ்வரன்.

எதிரில் செம்பிலிருந்த தண்ணியைத் தொண்டைக்குள் ஊற்றி, பெரிதாக ஒருமுறை மூச்செறிந்து மீண்டும் பேச்சைச் தொடங்கினார்.

காலதத்துவத்தின் ரகசியங்களையும் ‘Cosmic Order’ எனப்படும் பிரபஞ்ச நியதியையும் தன்னுள்ளடக்கிக் காட்டும் நூல்களில் நாடி சாஸ்திரமும் அடங்கும். நாடி ஜோதிடத்தில் கௌசிகம், அகத்தியம்,சப்தரிஷி என்றெல்லாம் பெயர்கள் கொண்ட பல பிரிவுகள் உள்ளன. தற்சயம் மிகவும் பிரபலமானவை காகபுசுண்டர் நாடியும் வைத்தீஸ்வ்ரன்கோயில், திருவானைக்கா ஆகிய இடங்களில் உள்ள கௌசிகநாடியும்தான். இவற்றுள் கௌசிகம், அகத்தியம் போன்றநாடி நூல்களுக்கு சம்பந்தப்பட்ட நபர்களின் கைரேகைகளை அடிப்படையாகக் கொள்கிறார்கள்.ஆனால் சப்தரிஷி நாடியிலோ குறிப்பிட்டநபரின் ஜனன ஜாதகத்தில் கண்டுள்ள ஜன்ம லக்கினத்தையும் மற்ற கிரகங்கள் நின்ற நிலைகளையுமே எடுத்துக் கொள்கிறார்கள்.

என் முன்னோர்கள் நாடி சாஸ்திர நூல்களுக்கெல்லாம் முதல்வரான பிருகு முனிவரின் வழித்தோன்றல்கள். எங்களின் கணிப்பு ஒருக்காலமும் தப்பியதில்லை. இப்போதும் கூறுகிறேன் நீங்கள் குறிப்பிட்ட நபரின் ஆன்மா விரும்பியே வேறுலகம் சென்றிருக்கிறது. மனித அறிவியல் அறிவுக்கு எட்டாத உலகத்தில் அது சஞ்சரித்துள்ளது.

இன்று ஏதோ ஒரு காரணத்துக்காக இவ்வுலகம் திரும்பி மடிந்துள்ளது. இப்படி சில பல அமானுஷ்யங்கள் நம்மை சுற்றி அனுதினமும், அங்குமிங்கும் நடந்த வண்ணமே உள்ளது.

கேட்க கேட்க எல்லோருக்கும் பிரம்மிப்பு அகலவில்லை.

வேறுலகம் என்று நீங்க சொல்ற இடம் எங்கிருக்கிறது? பூமியிலா? அல்லது வேற்று கிரகமா? - இடைமறித்துக் கேட்டார் உமையொருபாகன்.

மெலிதான புன்னகையுடன் பதில் சொல்ல மறுதலித்தார் திமிலேஸ்வரன். எல்லோரும் எதிர்பார்ப்புடன் அவர் பதிலுக்காக காத்திருந்தனர்.

பூமியை விடுத்து ஆன்மா அடையும் எந்த உலகமும் வேறுலகம்தான். அம்மாதிரியான உலகங்களை நாம் பூமியிலிருந்து கண்டு களிக்க மட்டும் இயலும். அஷ்டமாசித்திகளில், ராஜவசிய நடைமுறைகளில் சிறந்தவர்களால் மட்டும் உடல் துறக்கும் ஆன்மாக்களைக் கட்டுப்படுத்தி, அம்மாதிரியான உலகத்திற்கு தாவ முடியும். உங்களுக்கு ஒரு ரகசியம் கூறுகிறேன். என் குடும்ப முன்னோரில் ஒருவரான வசிய மேதையான தினாதிபன் இப்போதும் வேறுலகத்தில், வேறு உடலில் வாழ்ந்து கொண்டிருப்பதாக நம்புகிறோம். மேலும் பிரபஞ்சத்தில் அரிதாக நிலவும் ஒவ்வொரு நீல நிலவு பௌவுர்ணமி நாளிலும் அவர் பூமிக்கு எங்கள் வீட்டிற்கு வருகை தருவதை, வெளியில் சொல்ல முடியாத சில குறிப்புகளின் மூலம் நானே உணர்ந்திருக்கிறேன்.

நீலநிலவு என்ற வார்த்தையை கேட்ட மாத்திரத்தில் மூவரும் ஒருவரை ஒருவர் பார்த்துக் கொண்டனர்.

நீலநிலவு பௌர்ணமியிலா? அவர் பெயர் என்ன சொன்னீர்கள்? - ஏதோ பொறித் தட்ட திலகா ஆர்வமானாள்.

என்னிலிருந்து சரியாக பதினேழு தலைமுறை முன் பிறந்த வசிய மாமேதை தினாதிபன்.

அவர் போட்டோ ஏதாவது? - ஐ மீன் ஏதாவது ஸ்கெட்ச்.

திமிலேஸ்வரன் உள்சென்று ஒரு பழையப் புத்தகத்தோடு வந்தார். இதில் உள்ளவை எல்லாம் என் முன்னோரின் உருவப்படங்கள். நடைமுறைக்குத் தகுந்த படி, கல் ஓவியமாய், களிமண் ஓவியமாய், ஓலை ஓவியமாய், உலோகத் தகடு ஓவியமாய் மாறிய அனைத்துப் படங்களையும் இன்று என் காலத்தில் பேப்பர் ஓவியங்களாக மாற்றி வைத்துள்ளேன்- என்று கூறி பக்கங்களைப் புரட்டலானார்.

ஆர்வம் மேலிட எல்லோரும் கண் இமைக்காமல் பார்த்துக் கொண்டிருந்தனர்.

பதினேழாவது தலைமுறை ஓவியம் எனக் காட்டப்பட்ட இடத்தில், வசியமாமேதை 'தினாதிபனின் பிம்பம்', பிரதி எடுக்கப்பட்ட பேப்பர் கல் ஓவியமாய் சிரித்துக் கொண்டிருந்தது.

அந்நாளில் ருபினி உலக திமிலனுக்கு ஆன்மா ஈந்து உயிர் துறந்தவர் 'இவரே' - என்ற உண்மை அப்போதைக்கு அங்கு யாருக்கும் தெரியவில்லை.

பரகாயப் பிரவேசம்

வேத மறைஞான மெய்யுணர்வு தானாகில்
நாதனரு ளால்பதவி நாடுமே - வேதமறை
னாலு பொருளுள் நற்பொருளின் ஆற்றியப்
பாலுமது நெய்யெனவும் பார்.

சித்தர்கள் அல்லது சூஃபிகள் அல்லது ஜென்கள், மனித உடலைப் பிரதானமாக, ஸ்தூல உடல் (கண்ணுக்குப் புலனாகும் என்பு தோல் தசை போன்றன கொண்ட தேகம்), சூக்கும உடல் (கண்ணுக்குப் புலனாகா வடிவம்/ உணர்வு மயமானது) என இருவகையாகக் குறிப்பிடுகின்றனர். தனித்துவமான பயிற்சிகள் வாயிலாக இந்த இரு உடல்களையும் ஒன்றிலிருந்து ஒன்றைப் பிரித்து மீண்டும் இணைய வைக்க முடியுமென்கின்றனர்.

ஆய கலைகள் அறுபத்தி நான்கில் ஐம்பத்திரெண்டாவது கலையாகவும், சித்தர் பெருமக்களின் அட்டமா சித்துக்களில் ஆறாவது சித்தாகவும் கூறப் பட்டிருப்பது ‘பரகாயப் பிரவேசம்’ என்னும் கலை. இந்த பரகாயப் பிரவேசத்தின் பொருள், பர = பிற, காயம் = உடல், பிரவேசம் = நுழைதல் (பர + காயம் + பிரவேசம் = பிற உடலினுள் நுழைதல்) எனலாம்.

அதாவது உடலை விட்டு ஆன்மா வெளியேறி மீண்டும் அதே உடல் அல்லது வேறு உடலோடு இணையும் நிலை. இக்கலையானது, ‘‘கூடு விடா நிலை’’, ‘‘கூடு விட்டு கூடு பாய்தல்’’ என இரண்டு படி நிலைகளைக் கொண்டது. கூடு விடா நிலையில் உடலின் இயக்கம் யாவும் மட்டுப் பட்டு மிகமெலிதானச் சுவாசம் மட்டுமே இருக்கும். பின்னர் உரிய காலம் வந்ததும் உடல் பழைய நிலைக்குத்

திரும்பி காற்றை நுகர்ந்து, உணவு புசித்து வாழத் தொடங்கும். இந்த முதல் நிலையில் தேறியவர்களுக்கு மட்டுமே இரண்டாவது நிலை சாத்தியமாகும். ஏனெனில் உயிர் உடலை விட்டு வெளியேறி மீண்டும் இணையும் வரை, அந்த உடலானது அழியாமல் இருப்பது அவசியமாகிறது. இத்தகைய நிலைக்கு உடலைப் பக்குவப் படுத்திட மிகக் கடுமையானப் பயிற்சிகள் அவசியமாகிறது. இரண்டாவது நிலை ''கூடு விட்டு கூடு பாய்தல்''. யோகத்தில் சுவாதிஷ்டானம் மற்றும் மணிப் பூரகத்தில் மனதை வைத்து கடுந்தவம் செய்யும்போது கூடுவிட்டு கூடு பாய்வது நிகழும்.

இந்த சூட்சமக் கலைகளில் எல்லாம் கைதேர்ந்தவனான திமிலன், சில்வியாதேவி மற்றும் உருளியரின் ஆணைக்கேற்ப பிரம்ம முகூர்த்த பொழுதொன்றில், பரகாயப் பிரவேசத்திற்கு தயாரானான். ரகசிய நிகழ்வு என்பதால் சீடர்கள் யாருக்கும் யாகசாலையில் அனுமதியில்லை. சில்வியாவும், அந்தக் குழந்தையும், உருளியரும், திமிலனும் மட்டுமே யாகக் களத்தில் இருந்தனர். குழந்தைக்கான திஷ்டி கழிக்கும் சடங்கென பெற்றோர்கள் தில்தியிடமும், கஜினியிடமும் கூறியாயிற்று. சில்வியாவும், உருளியரும் லேசானப் பதட்டத்தோடு இருக்க, குழந்தை ஏதுமறியாது சிரித்துக்கொண்டிருந்தது. திடகாத்திர மனதோடு திமிலனும் வசிய மந்திரங்களைப் பகரலானான். காற்றெங்கும் நல்லெண்ணையும், குந்திரிக்க புகையும் கலந்த மணம்.

மடியிலிருந்த சக்திச் சக்கரத் தகடுகளை வெளியில் வைத்து பட்டுத் துணியால் மூடினான். குழந்தையைச் சக்தி சக்கரத்தில் படுக்க வைக்க திமிலன் கண்ணசைத்து சைகை செய்தான். ஐந்தாள் உயர ரூபினிச் சிலை மந்தகாசப் புன்னகையோடு அருள்பாலித்துக் கொண்டிருந்தது. குழந்தையைத் தாங்கிப் பிடித்திருந்த சில்வியாவிற்கு கடைசிவரை ஒரு தயக்கம் இருந்துகொண்டே இருந்தது. ருபினி தெய்வத்தை மனதில் ஜெபித்துக் குழந்தையை படுக்க வைத்தாள். ஆறேழு நிமிடங்களில் வசியம் குழந்தைக்கு வசப்பட ஆரம்பித்தது. எதற்கோ கட்டுப்பட்டது போல், குழந்தை முழு மயக்கத்திற்குப் போனது. வசியத்தின் எட்டாம்

அங்கமான மாரணத்தைப் பயன்படுத்தி குழந்தையின் உடம்பிலிருக்கும் கைலாசத்தின் ஆன்மாவை பூமிக்குத் துரத்தினான் திமிலன். உயிரற்ற குழந்தையின் உடம்பு ‘அம்மம்மாவென’ ஆகாயம் நோக்கிப் படுத்திருந்தது. வசிய விதிகளின் படி அரை நாழிகை வரை குழந்தையின் உடல் உயிரில்லாமல் தாக்குப் பிடிக்கும். குளிரும், இருளும் அகலப்போகும் பின் ஜமாப் பொழுது. இன்னும் சிறிது நேரத்தில் கதிரவன் தன் ஒளிக்கரங்களை விரிக்க ஆரம்பித்துவிடுவான். கூடுவிடா நிலையை அடையும் ஆயத்தத்தில் இருந்தான் திமிலன். ஸ்தூல உடலின் ஐம்புலன்களையும் அடங்கி, உயிர் பீடமான குண்டலினியை எழுப்பி, மெலிதான மூச்சோடு மந்திரங்களை இசைத்துக் கொண்டிருந்தான் திமிலன். நாபிக் கமலத்திலிருந்து புறப்பட்ட மந்திர ஒலிகள் காற்றில் கரைய ஆரம்பித்தது.

ஓம் ஓங்கராய நமசிவாய

ஓம் நகாராய நமசிவாய

ஓம் மகாராய நமசிவாய

ஓம் சிகாராய நமசிவாய

ஓம் வகாராய நமசிவாய

ஓம் யகாராய நமசிவாய

ஓம் நம ஸ்ரீ குரு தேவாய பரமபுருசாய சர்வதேவதா வசீகனாய சர்வாரிஷ்ட விநாசாய சர்வ துர் மந்திர சேதனாய திரிலோக்ய வசமானய சுவாஹா!

சிறிது நேரத்திற்கெல்லாம் வசியத்துவச் சித்துக் கைகொடுக்க, ரகசிய அறையில் தன்னுடல் விடுத்து, ஐந்து விரலோடு இருந்த அந்தக் குழந்தையின் உடல் புகுந்தது திமிலனின் ஆத்மா. கர்பப்பபை விடுத்து புறஉலகம் கண்ட குழந்தையைப்போல், மதலை பதறி, குலுங்கி அழ ஆரம்பித்தது. திமிலனின் உடம்பில் சிறு அசைவு கூட இல்லை. நித்திய

உறக்கத்தில் சுத்தமாய் பணிந்திருந்தான். நினைத்த படி எல்லாம் முடிந்திருந்தது. புத்துயிர் குழந்தையைத் தூக்கி கொண்டு, ரகசிய அறைவிடுத்து, அரண்மனையை வந்தடைந்தாள் சில்வியா தேவி. திமிலனின் சக்தி பொருந்திய சக்திச் சக்கரங்களை முதன்மை சீடன் அதிரனிடம் ஒப்படைத்திருந்தாள்.

சிறிது நேரத்திற்கெல்லாம் யாருக்கும் சந்தேகம் வராதபடி குழந்தை பெற்றோரின் கைகளில் ஒப்படைக்கப்பட்டது. திமிலனின் ஆன்மாவை பெற்ற குழந்தை, ருபினி இனத்திற்குரிய அனைத்து குணாதியங்களை அந்நாளே வெளிக்காட்ட ஆரம்பித்தது. ருபினி இன நடைமுறைகளின் படி குழந்தையின் பழக்க வழக்கங்கள், தூக்கம் உட்பட அனைத்தும் மாறியதை நினைத்து தில்தியும், கஜினியும் பேரானந்தம் கொண்டனர். தன் குடும்பத்திற்கு வாரிசு கிடைத்த மகிழ்ச்சியில் குழந்தையாய் இருந்த திமிலனை கொஞ்சி, களித்து மகிழ்ந்தனர் தம்பதியர் இருவரும்.

திமிலனுக்கோ சிறிய உடலில், பெரிய மனதோடு இருப்பது 'ஒரு இறுக்கத்தை' தந்தது. தொடர்ந்து சூலக அரண்மனை நிகழ்வுகள் பற்றிய யோசனையிலேயே இருந்தான். ஆளுமையாய் அஷ்டசித்திகளில் ஆட்சி செய்து கொண்டிருந்தவனுக்கு, பால் சோறு உண்டு, மர பொம்மைகளோடு விளையாடிப் பொழுதை போக்குவதற்கு சிரமமாக இருந்தது. இந்நிலை எப்போது மாறுமென்ற பரிதவிப்பிலிருந்தான் குழந்தையாய் இருந்த திமிலன்.

அமாவாசை வரை ஆழ்நிலை தியானத்தில் இருக்கப் போவதாகவும், சூலக அரண்மனை விஷயங்களை கவனித்துக் கொள்ளுமாறும் சீடர்களுக்கு ஆணைப் பிறப்பித்திருந்தான் திமிலன். அவன் கீழ் பணியும் பதினோரு சீடர்களும் ஏன் எதற்கென்ற கேள்விகள் இல்லாமல், அவரவருக்கு விதித்தப் பணிகளை கவனிக்கத் தொடங்க, முதன்மை சீடன் அதிரன் மட்டும் ஏதேதோ சிந்தித்துக் கொண்டிருந்தான்.

அடிமையாய் சேவகம் செய்பவர்கள் சிந்திக்கக்கூடாதா என்ன... திமிலனிடமிருந்து வசிய சடங்கு நெறிமுறைகளை, மருத்துவ முறைகளைக் கற்றுத் தேர்ந்த அதிரனுக்கு, திமிலனுக்கு பின், பிறையுலகத்தின் பிதாமகனாக மாறவேண்டுமென்பது சமீபத்திய பேராவல். அதன் பொருட்டு ராஜாங்க ரகசியங்களை, அரசாங்க சம்பாஷணைகளை யாருக்கும் தெரியாமல் ஒட்டுக் கேட்பதைத் தவறாமல் செய்து வந்தான். சில ரகசியங்கள் தெரிந்தாலும் அதிகாரம் இல்லாத அடிமையாகையால், செயலாற்ற ஏதுமின்றி மனதிற்குள்ளேயே பொருமி வந்தான்.

திமிலன் கையாண்ட சக்திச்சக்கரத் தகடுகளை அவன் கையாள்வது, அவனுக்குப் பேரின்பத்தை கொடுத்தது. இதற்கும் மேலாய் கடந்த சில நாட்களாக சில்வியாதேவியும், ஆச்சரியாரும் முதன்மை சீடன் என்ற முறையில் அதிரனிடமே சூலக அரண்மனை நடைமுறைகளை கேட்டறிவது அவனுக்குப் பேரானந்தமாய் இருந்தது. இந்நிலையே எப்போதும் தொடர வேண்டுமென்பது அவன் உள்மனதின் தேவையாயிருந்தது. திமிலன் எங்குதான் போயிருப்பார்? எதற்காக இந்த வழக்கமில்லாத நடைமுறைகள்? ஏதோ ஒன்று நடக்கிறது, ஆனால் அது எதுவென்று அதிரனுக்கு புலப்படவில்லை.

திமிலனின் உடல் இருக்கும் ரகசிய தியான அறையை யாருக்கும் தெரியாமல் கண்காணிக்கத் தொடங்கினான். அதிரனும் சித்து வேலைகளில் சிறந்தவனாகையால், சில மணித்துளிகளிலேயே திமிலன் ‘ஆழ்நிலை தியானம்’ என்ற பெயரில், கூடு விடா நிலையில் வெற்றுடம்போடு படுத்திருப்பதை யூகித்திருந்தான். ஆனால் அவன் கூடு விட்டு தாவிய உடலை அதிரனால் அனுமானிக்க முடியவில்லை. நீலநிலவு நாட்களில் ஓரிரு மணித்தியாலங்களுக்கு திமிலனின் ஆன்மா பூமிக்குள் சஞ்சரிப்பதும் அவன் அறிந்ததே. ஆனால் இப்படி தொடந்து திமிலனின் ஆன்மா எந்த உடலில் பயணிக்கிறது என்ற குழப்பம் அதிரனுக்குள் நிரம்ப இருந்தது.

அமாவாசைக்கான நாள் நெருங்கிக் கொண்டிருந்தது. அமாவாசை நாளில் நான் திரும்பி வந்துவிடுவேன் என்று திமிலன் கூறியது அதிரனின் காதுகளில் எதிரொலித்தது. ஏதோ ஒரு அதிகாரமையம் அவனை விட்டு அகலப் போவதாக ஒரு தோணல். ஏதாவது செய்து இதைத் தடுக்க வேண்டும். அனுபவித்துக் கொண்டிருக்கும் அதிகாரச் செருக்கு தன் கை விடுத்துப் போய் விடக்கூடாதென அதிரன் முடிவு செய்தான். உடல் விட்டு போன உயிர், மீண்டும் திமிலனின் உடல் வந்தால்தானே திமிலன் வருவான். ஆன்மாக்கள் அழிவில்லாதது. அதனை ஒன்றும் செய்ய இயலாது. ஆனால் பஞ்சபூதங்களால் ஆன உடலை, நாம் விரும்பியபடி 'பதம்' பார்க்கலாமே. அதிரனின் மனத்திரையில் சிறிதும் பெரிதுமாய் பல துர்எண்ணங்கள் அதிர்ந்துக் கொண்டே இருந்தது.

முடிவில் என்ன செய்து திமிலனின் உயிரற்ற உடம்பை சிதைக்கலாம்? - என்ற யோசனையில் ஆழ்ந்தான் அதிரன்.

மநீச சூழ்ச்சி

என்றும்இந் துப்பாகும் எண்சாணு டலிருக்கக்
கண்டுமறி யாததென்ன காரணமோ - என்றுமதி
வாரி யமுரியதை வன்னிவிட்டுக் காய்ச்சியபின்
வீரியமா யானுணரு மெய்.

அயர்ந்துத் தூங்கி, குளித்து முடித்து, பின் லேசான சிருங்காரத்துடன் வரும் பெண்களிடம், எப்படி தான் இத்தனை அழகு தேஜஸ் கொட்டுகிறதோ? - என்று திலகாவைப் பார்த்தமாத்திரத்திலேயே, ஆதிக்குக் கேள்வி கேட்கத் தோன்றியது.

விரித்து ஒதுக்கிய தலையோடு, டீசர்ட், ஜீன்ஸ் சகிதம் உலாவரும் திலகாவைப் பார்த்து 'சப்பு' கொட்டாத ஆண்களே அந்த உணவகத்தில் இல்லை. கண்களுக்கு மையிட்டு கூர்மை செய்து, பளபளப்பான நிறமில்லாத கண்ணாடி மாதிரியான சாயத்தை உதட்டுக்கு ஈந்திருந்தாள் திலகா. காதுமடலை அடுத்து, கன்னப்பரப்பில் வழிந்தோடிய தங்கநிற பூனைமுடிகள் வழக்கத்திற்கு மாறான பளபளப்போடிருந்தது. இப்போதுதான் குளித்திருப்பாள் போலும். மெலிதான ஈரம் சொட்டும் அவள் தலைமுடி நுனிகளைப் பார்க்க வேண்டாமென்று ஆதி எவ்வளவோ முயன்றும் முடியவில்லை. அப்படி ஒரு நனைந்த ஆப்பிளாய் வந்தமர்ந்தாள் திலகா. கூடவே அவள் மகரந்த மணமும் அவ்விடம் பரந்து விரிந்தது. எதனாலென்றே தெரியவில்லை. தீடிரென இதழ், கனி, சுவை என்ற காமம் ததும்பும் வார்த்தைகள் ஆதியின் மனத்திரையில் தோன்றி மறைந்தன.

அய்யா... இவ்விட நேரமே வந்திட்டேங்க போல... - என்று கூறி ஸ்நேகச் சிரிப்பு சிரித்தாள் திலகா.

வெண்மையாய் சிரிக்கும் பற்களுக்கு மத்தியில் ஸ்ட்ராபெர்ரி பழ நிறத்தில் நாவுகள் மின்னின. ஆதியோ அவள் அணிந்திருந்த வெண்ணிற டீசர்ட்டில் எழுதியிருந்த வாசகத்தின் அர்த்தத்தை ஆராய்ந்து கொண்டிருந்தான். 'ஆப்ஜெக்ட்ஸ் இன் மிரர் ஆர் குளோசெர் தேன் தே அப்பியர்' -என்று கார் பக்கக் கண்ணாடிகளில் எழுதப்படும் வாசகம், ஏதோ ஒரு குறியீடோடு அவள் நெஞ்சத்தின் மஞ்சத்தில் எழுதப்பட்டிருந்தது. அதாவது உங்கள் கண்களுக்குத் தெரியும் அந்தப்பொருள்(?) நீங்கள் நினைத்ததைவிட மிக அருகிலேயே உள்ளது என்ற தமிழ் அர்த்தத்தில். அந்த உணவகத்தில் சாப்பிட்டுக் கொண்டிருந்த பலபேர்கள் திலகாவின் டீஷர்ட் வாசகத்தின் அர்த்தத்தைப் பற்றிய சிந்திப்பில் இருப்பதாக ஆதிக்குத் தோன்றியது.

ஆர்டர் பண்ணிட்டேளா ஆதி... - சற்று குரல் உயர்த்தி திலகா கூப்பிடும் போதுதான் சுயநினைவிற்கு வந்தான் ஆதி.

இல்ல... சார் வந்திடட்டும்... சேர்ந்து ஆர்டர் பண்ணலாம். நீ நல்ல தூங்கினியாப்பா?

நல்ல உறக்கம்... நாலைஞ்சு நாளைக்கு அப்புறம்... அடிச்சு போட்ட மாதிரி... - லேசாக உடல் நெளிந்தாள் திலகா.

பார்த்தாலே தெரியுதே... முகம் பம்ளிமாஸ் மாதிரி இருக்கே...

திலகா உதட்டசைத்து சிரித்துப் பேச்சை மாற்றினாள். இல்லையென்றால் இதே பம்ளிமாஸ் உவமையை ஆதி வேறு சில உடல் அவயங்களுக்கும் பயன்படுத்தக்கூடும் என்பது அவள் அறிந்ததே.

சரி... இப்ப அடுத்த பிளான் என்ன? ஏற்கனவே ரெண்டு நாள் போயாச்சு இங்க? அடுத்து என்ன செய்ய வேணும்?

சார் தான்... சொல்லணும்... - செல்போனைப் பார்த்துக்கொண்டே பதில் கூறினான் ஆதி.

திலகாவும் தன் செல்போனின் மேல்திரையை தடவ ஆரம்பித்தாள். நாலைந்து தடவலில் செல்போனில் சிறைபிடித்த வசிய மேதை

தினாதிபனின் உருவம் வந்தது. சில நிமிடங்கள் அந்த பிம்பத்தையே பார்த்துக்கொண்டிருந்தாள் திலகா. மனம் வேறெங்கோ பயணித்தது.

ஒரே துருப்பு சீட்டாய் நம்பிக்கை தந்த கைலாசமும் இப்போது இல்லை. யூகிக்கும் பொருட்டு கையிலிருக்கும் செய்திகளில், நவீன அறிவியலின் சாராம்சத்திற்கு ஒத்துவராத 'ஆன்மீக சான்றுகளே' அதிகம் உள்ளன. இதெல்லாம் உண்மையா? இல்லை தற்செயலாய் பொருந்திப்போகும் அஞ்ஞான கட்டுக்கதைகளா? - பல குழப்ப கேள்விகள் திலகாவின் பின் மண்டைக்குள் ஓடிக் கொண்டிருந்தது.

பக்கத்து டேபிளில் யாரோ ஒருவர் தயிர் வடை சாப்பிடுவதைப் பார்த்த ஆதி, திலகா... தயிர் வடை சாப்பிடுவோமா? - என்று நாக்கில் எச்சி ஊறக் கேட்டான்.

அவன் எச்சில் விழுங்கிச் சொல்லுவதை பார்த்து, புரிந்து கொண்ட திலகா, லேசாகச் சிரித்துக் கொண்டே,

சீக்கிரம் சொல்லு ஆதி... பாவம் அவருக்கு வயிறு வலிக்கப் போகுது-என்று மெல்லியதாய் கிசுகிசுத்தாள்.

தயிர்வடையை ஆர்டர் செய்து திரும்பியவனிடம், இன்னைக்கு என்னதான் பிளான்? - லேசானச் சலிப்போடு கேட்டாள் திலகா.

திமிலேஸ்வரன் அன்னைக்கு ரெம்ப டிஷ்டப்பா இருந்ததால, சில விஷயங்கள் கேக்கலைனு ப்ரொபசர் சொன்னார். சோ இன்னைக்கு போய் சில டீடெயில்ஸ் கேக்கணும்... அப்புறம் இந்த வைத்தீஸ்வரன் கோவில், சித்தாமிர்த குளம் வரை ஒரு பார்மல் விசிட் அவ்வளவுதான்...

அய்யய்யோ... அப்ப இன்னைக்கும் அந்த கோபக்கார ஆள பார்க்க போவேணுமா? - என்று திலகா ஆச்சர்யப்பட்ட நேரத்தில், குளித்து முடித்து, நெற்றியில் விபூதி தரித்து, பக்திப் பழமாய் உமையொருபாகன் வந்து கொண்டிருந்தார்.

மூவரும் நாற்காலிகளை நகர்த்தி உணவு மேசையை பகிர, சில நிமிடங்களில் இட்லியும், பூரியும், பொங்கலும் அவ்விடங்களை

ருபினி 116

ஆக்ரமித்தன. சாப்பிட்டுக் கொண்டே அடுத்தக் கட்ட விஷயங்களைப் பேசலானார் உமையொருபாகன்.

ஆதி, கைலாசம் எதற்காக சூசைட் பண்ணினாருன்னு தெரியல... பட் அவரோட ஆன்மாவிற்கு வேறு உலகத்தோடு தொடர்பு இருக்குன்னு திமிலேஸ்வரன் உறுதியாகச் சொல்றாரு. அந்த வேற்றுலகம் நாம தேடிட்டு இருக்குற ருபினி உலகமா இருக்கவும் வாய்ப்பிருக்கு. இப்ப இருக்க ஒரே நம்பிக்கை திமிலேஸ்வரன் மட்டும் தான். கைலாசத்தோட ஆன்மா சஞ்சரித்த உலகம் எது? அந்த உலகத்துக்கு வேற ஒரு ஆன்மா அதே மாதிரி போக வாய்ப்பிருக்கா? - இத ரெண்டு கேள்விக்கு மட்டும் திமிலேஸ்வரன் பதில் சொல்லிட்டார்னா , வி கேன் ப்ரொஸீட் பர்தெர்... எனி வியூஸ் பிரம் யுவர் சைடு திலகா?

சார்... முக்கியமா அந்த நீல நிலவு பத்தியும் அவரிடத்து கேட்கணும்... அவரோட மூதாதையர் அந்த நாளுல பூமிக்கு வருவதை எப்படி உணருகிறார் என்பதையும் கேட்க வேணும்...- திலகா ஆவலாய் சொல்ல, எதுவும் பேசாமல், ஏதோ சிந்தனையோடு சாப்பிட்டுக் கொண்டிருந்தான் ஆதி.

ஆதி அமைதியாய் இருப்பதைப் பார்த்து ப்ரோபசருக்கு கொஞ்சம் குழப்பமாக இருந்தது.

என்னாச்சு ஆதி... ஆர் யூ ஓகே? வாட்ஸ் யுவர் வீயூ... இன் திஸ்?

சார்... கிடைச்ச தகவல்கள் எல்லாம் ஆன்மீகம் சார்ந்த தகவல்கள். அறிவியல் ரீதியா எந்த ஆதாரமும் இல்லாத விஷயங்கள். கைலாசம் இறந்ததை திமிலேஸ்வரன் ரெம்ப தெளிவாகக் கணிச்ச விஷயம் மட்டும்தான், என்னைத் தொடர்ந்து இந்த நாடிஜோதிடத்தை நம்ப வைக்குதே தவிர, மத்தபடி இவங்க சொல்றத எப்படி நம்புறதுன்னு தெரியல? - மனதில் தோன்றியக் கேள்வியை தயங்காமல் போட்டு உடைத்தான் ஆதி.

உமையொருபாகன் சிரித்தார்.

லவ் யுவர் ஆட்டிட்டியூட் ஆதி. பட் யூ ஷுட் அண்டர்ஸ்டாண்ட் ஒன் திங்... மனிதர்களாகிய நாம், பூமியைத் தாண்டி வேற எந்த கிரகம் பற்றியும், பெரிதான அறிவில்லாதவர்கள்தான். பூமியிலேயே மனிதன் அறிந்திடாத, அறிந்திடமுடியாத 'ஆயிரம் மர்மங்கள்' இன்னும் இருக்கு. இன்று அறிவியலாக இருப்பது நாளை அறிவியலாக இருப்பதில்லை. அதேபோல் ஆன்மீகமும் பல இடங்களில் ஆன்மீகமாக இருப்பதில்லை. உண்மையில் ஆன்மீகமும், அறிவியலும் எப்போதும் ஒரு தேடலாகவே அமைகிறது.

ஒருவாய் சூடான காப்பியை ஸ்ஸ்ப்ப்... - என்று உறிஞ்சிக் கொண்டார்.

நல்ல தீவிரமான சிந்தனையோட இதை அணுகுறது ரெம்ப முக்கியம். நம்மோட அறிவியல் ஒரு நிகழ்வு எப்படி(How) நடக்கிறது? என்பதை விளக்க முடியுமே தவிர, அது ஏன்(why) நடக்குதுன்னு கேட்டா... அறிவியல்ல அதுக்குப் பதில் கிடைக்காது. எடுத்துக்காட்டா பூமி எப்படி சூரியனைச் சுற்றி வருகிறதுன்னு கேட்டா... அறிவியல் விளக்கிடும். ஆனால் பூமி ஏன் சூரியனை சுற்றுகிறதுன்னு கேட்டா... பதில் இருக்காது. அண்ட சராசரத்திலுள்ள அத்தனைக் கேள்விகளுக்கும் ஆன்மீகத்தில் புதிரான ஆனால் சரியான பதில் உண்டு. சரியான கேள்வியை, சரியான ஆளிடம் கேட்கும் போது மட்டும், அதற்குரிய விடை கிடைக்கும். அந்த தேடலில்தான் நாம இப்ப இருக்கிறோம்ன்னு புரிஞ்சுக்கோ? - தத்துவமாய் பேசி முடித்தார் உமையொருபாகன்.

எல்லாவற்றையும் முடித்துவிட்டு அப்ப நம்ம 'முன்னோர்கள் ஒன்றும் முட்டாள்கள் இல்லை'-ன்னு சொல்ல வாரீங்களா சார்? - என்று கிண்டல் தொனியுடன், நமட்டு சிரிப்பு மிளிர ஆதி கேள்வி கேட்க,

இல்லை... ஆதி. அறிவியல்ல வளர்ந்திட்டதா சொல்ற நாம், அந்த அளவிற்கு 'அறிவாளிகள்' இல்லைன்னு சொல்ல வாரேன்.- என்று பட்டென்று புன்னகையுடன் பதில் உரைத்தார் உமையொருபாகன்.

ஆதிக்கோ அந்த ‘தர்க்கப்பதில்’ போதுமானதாக இல்லை.

அனைவரும் சாப்பிட்டு முடித்து காருக்குள் ஏறி திமிலேஸ்வரனின் வீடு நோக்கிப் பயணப்பட ஆரம்பிக்க, ஆதி உரையாடலைத் தொடரலானான்.

சார்... நாம அறிவாளி இல்லைங்கிறத ஒத்துகிறேன்... ஆனால் இந்த மாதிரி ஜோதிடம், முன்னோர்கள், ஆன்மான்னு சொல்ற திமிலேஸ்வரன் மாதிரி ஆட்கள எப்படி நம்புறது... அவரே சொல்றாரு... இந்த விசயங்களில் ஏகப்பட்ட ஏமாற்றுபேர்வழிகள் இருக்காங்கன்னு... சோ... இவர் சொல்றத மட்டும் எப்படி நம்புறது? என்னோட குழப்பம் அதுதான்... - தெளிவானச் சிந்தனையோடு பேசினான் ஆதி.

இப்ப என்ன பண்ணலாம் ஆதி... நீயே சொல்லு - உமையொருபாகன் ஒருவாறாக அடிபணிந்தார்.

மூவரும் ஏதோ ஒரு திட்டத்தோடு திமிலேஸ்வரனின் வீட்டுக்கு வந்து சேர்ந்தனர். பழக்கப்பட்ட மனிதர்களைப் பார்த்தது போல் திமிலேஸ்வரனின் முகத்திலும் லேசான சிரிப்பலைகள். பெர்கின்ஸன் நோய்க்கு ஆட்பட்ட கழுத்து மட்டும் நிற்காமல் எப்போதும், அசைந்த வண்ணமிருந்தது. அன்றைய நாளில் அவர் ஆதியைப் பார்க்கும் விதமே வேறு மாதிரியிருந்தது. வைத்த கண் வாங்காமல் ஆதியின் கண்களையே உற்று நோக்கிக் கொண்டிருந்தார் திமிலேஸ்வரன். பார்க்கப் பார்க்க அவர் கண்களில் ஒரு பரிதவிப்பு. கூடவே சிறு ஆவேச அங்கலாய்ப்பும்.

லேசான தொண்டைச் செருமலோடு உமையொருபாகன் ஆரம்பித்தார்.

மிஸ்டர் திமிலேஸ்வரன்... உங்கள ரெம்ப டிஸ்டர்ப் பண்ண விரும்பல... ரெண்டே கேள்விதான்... நீங்க அன்னைக்கு நாடி ஜோதிடம் பார்த்த கைலாசம் மயக்கம் தெளிஞ்சப்பல்லாம் சொன்ன வார்த்தைகள் இரண்டு. ஒன்று திமிலன், மற்றொன்று நீலநிலவு. அந்த ரெண்டு

வார்த்தைகளுமே உங்களோடு தொடர்புடையதாய் எங்களுக்குத் தோணுது...

திமிலேஸ்வரன் ஒரு அசாதாரண புன்னகையை பகர, உமையொருபாகன் தொடர்ந்தார்.

உங்க பேருல... திமிலன் -ங்குற வார்த்தை இருக்கு. நீலநிலவு ஒளிரும் சமயத்துல உங்க மூதாதையர் இங்க வரதாவும் சொல்றீங்க... இதுக்கெல்லாம் உள்ள தொடர்பு என்ன? கைலாசமோ அல்லது உங்க மூதாதையர் தினாதிபனோ சஞ்சரித்த உலகம் எங்கே இருக்கிறது? நாங்க யாராவது அங்க போக முடியுமா?

இரண்டுன்னு சொல்லிட்டு மூன்று கேள்விகள் கேட்டிருக்கீங்க உமையொருபாகன்?- ஏளனம் தெறிக்கப் பேசினார் திமிலேஸ்வரன்.

ஓ... மூணு கேள்வி ஆயிடுச்சோ... பரவாயில்ல... அப்ப மூன்று கேள்விக்கும் பதில் சொல்லிருங்க...- பட்டென்று காமெடி அடித்தான் ஆதி.

ஆதியை நோக்கி பார்வையை வீசிய திமிலேஸ்வரனின் முகத்தில் 'தெய்வீக தேஜஸ்' ஒளிர்ந்துக் கொண்டிருந்தது. பிருதிவி முத்திரைக்கு கை விரல்கள் அனிச்சையாய் மாற, லேசான நடுக்கம் உடம்பெங்கும்.

சத்தியே பராபரமே ஒன்றே தெய்வம்
சகலவுயிர் சீவனுக்கு மதுதா னாச்சு;
புத்தியினா லறிந்தவர்கள் புண்ணி யோர்கள்
பூதலத்தில் கோடியிலே யொருவ ருண்டு;
பத்தியினால் மனமடங்கி நிலையில் நிற்பார்
பாழிலே மனத்தை விடார் பரம ஞானி;
சுத்தியே யலைவதில்லைச் சூட்சஞ் சூட்சம்
சுழியிலே நிலையறிந்தால் மோட்சந் தானே.

திமிலேஸ்வரனின் தொண்டை வழி கிளம்பிய அகஸ்திய சித்தரின் ஞானப் பாடல் அறையெங்கும் எதிரொலித்தது. தொடர்ந்து ஆதியை நோக்கி பேச ஆரம்பித்தார் திமிலேஸ்வரன்.

பிரபஞ்ச சூத்திரத்தை அறிய விளையலாமா?

அறிந்த சூத்திரத்தை எடுத்து விளம்பலாமா?

அண்டத்தில் உள்ளது தானே, உன் பிண்டத்திலும் உள்ளது.

அனைத்து கேள்விக்கான விடையும், உன் நெஞ்சத்திலே உள்ளது - என்று யாரும் எதிர்பார்க்காத ஒரு பொழுதில், ஆதியின் கை பிடித்து மஞ்சள் குங்குமத்தை தந்தார் திமிலேஸ்வரன்.

எதையோ சொல்லத் தொடங்கும் ஒரு தவிப்பு அவர் வார்த்தைகளிலிருந்தது.

எல்லோர் முகத்திலும் குழப்பத்தின் ரேகைகள்.

எதையாவது விவகாரமாய் கேட்டு, நாடி ஜோதிடம் பொய்யென நிரூபிக்க கங்கணம் கட்டிக் காத்திருந்தான் ஆதி. ஆனால் இன்று திமிலேஸ்வரன் அவனை ஒரு 'திவ்ய புருஷனாய்' பார்ப்பது மாதிரியிருந்தது. எதற்காக தன் கையில் மஞ்சளும் குங்குமமும் தந்தார் என்பதும் புரியவில்லை.

இரண்டு நாட்களுக்கு முன்பு வந்த மனிதன் அல்ல நீ... மாறிய கிரக விதி, உனக்கு விதித்திருக்கும் கொடுப்பினை வேறு... இந்த நிமிடத்திலிருந்து உன் வாழ்வு மாறப்போகிறது ஆதி... நேரம் மிகக் குறைவாய் இருக்கிறது ஆதி... வம்சா வளியாய் நான் கற்றுத் தேர்ந்த முகவசியம் கொண்டு கூறுகிறேன். மனிதனாகப் பிறந்த யாருக்குமே கிடைக்காத 'பெரும் பேறு' உனக்கு கிடைக்கப் போகிறது. நிலைமை உன் கை மீறுவதற்குள் திங்களூர் சென்று சந்திரனை வழிபடு...- ஆணித்தரமாய் ஆதியிடம் பேசினார் திமிலேஸ்வரன்.

உள்ளமெங்கும் கிலியும், அடி வயிற்றில் பயமும் எல்லோரிடமும்

நிலை கொண்டது. குழப்பமென்னும் முட்புதர்கள், கேட்பவர் மனமெங்கும் குத்திக் கிழித்தன. லேசான வியர்வை ஆதியின் உடல்முழுவதையும் நனைத்திருந்தது.

நீங்க என்ன சொல்றீங்கன்னு புரியலை - அவ்வளவு பயத்திலும் பதிலுரைத்தான் ஆதி.

எந்த உலகத்திற்கு என் முன்னோர்கள் சென்றனரோ...

எந்த உலகத்தை பற்றி நீங்கள் அறிய நினைக்கீறீர்களோ...

அங்கு நீ பயணிக்க போகிறாய் ஆதி... உயிர் துறக்க தயாராகு... -என்று திமிலேஸ்வரன் பகிரங்கமாய் பதில்கூற, அதிர்ச்சியாய் கேட்டுக்கொண்டிருந்த, எவர் முகத்திலும் ஈயாடவில்லை.

அதிரனின் அதிரல்

எண்சாணாந் தேக மெடுத்தாலென் னாண்டையே
பெண்சாரல் நீக்கியே பேரின்பம் - கண்காணத்
தேக மொழியாமல் சித்தி பெறுஞானம்
யோகசித்தி போசைவிதி யுன்

ஏதோ ஒரு குறிக்கோளோடு பயணப்படும் மனம், தீராத அடிமனதின் ஆசைகளை எப்போதும் தன்னுள்ளேயே அடக்கி வைத்திருக்கிறது. ஏதோ ஒரு காலத்தில் ஆசைகளை எட்டிப்பிடிக்கும் வாய்ப்பு வருகையில் முழுமூச்சாகச் செயல்பட்டு நினைத்தவைகளை அடைய நினைக்கிறது மனம். அப்படிப்பட்ட ஆழ்மனதின் ஆசைப் பிரயத்தனங்களை எப்படியாவது நிகழ்த்தி விடும் முடிவில் இருந்தான் சூலக அரண்மனை தலைமைச் சீடன் அதிரன்.

கூடுவிடா நிலையில் நீண்டு படுத்திருக்கும் திமிலனின் உடலை எரித்து விடலாமா?

யாருக்கும் தெரியாமல் புதைத்து விடலாமா?

சிறுதுண்டுகளாக நறுக்கி சிதைத்து விடலாமா? - என பல சிந்தனைகள் அவன் நெஞ்சுக்குள் வருவதும் போவதுமாக இருந்தது.

இதற்கெல்லாம் மாற்றாக எதிர் திசையிலும் மனது பயணித்தது. இப்பெரும் 'பரகாயப்பிரவேசம்' மகாராணிக்கும், ஆச்சாரியாருக்கும் தெரியாமல் நடந்திருக்க வாய்ப்பில்லை. அவர்களுக்கு கண்டிப்பாக இதன் காரியசித்தம், உள்ளர்த்தம் தெரிந்திருக்கும். ஒருவேளை அவர்கள் ஆணையின் பேரில், அவர்களின் மேற்பார்வையில்தான் இந்த 'வசியச்சித்து' நிகழ்ந்திருக்கவும் வேண்டும். அவ்வாறிருந்தால் திமிலன் உடல் சிதைக்கப்பட்ட அடுத்தக்கணம், அதிகார வர்க்கத்தின்

'கொடும் சீற்றம்' தலைமைசீடன் என்ற முறையில் தன் மீதும் பாயக்கூடும் என்பதை அறிந்திருந்தான் அதிரன். நுரை ததும்பி ஆர்ப்பரிக்கும் கடலலை போல் மீண்டும் மீண்டும் பல குழப்பங்கள் நெஞ்சத்தில்.

இந்த திமிலனின் ஆத்மா எங்கு சென்றிருக்கிறது?

எந்த உடலுக்குள் சென்றிருக்கிறது?

ஏதோ ஒன்று நடந்திருக்கிறது...

ஏதோ ஒன்று நடந்து கொண்டிருக்கிறது...

ஏதோ ஒன்று நடக்கவும் போகிறது....

அது என்னவாக இருக்கும்?.

ஆனால் ஒன்று மட்டும் உறுதி. திமிலன் மீண்டும் உயிர்பெற்று எழுந்தால், மீண்டும் 'அடிமைசீடன்' என்ற அந்தஸ்திற்கு தள்ளப்படுவோம். திமிலன் இருக்கும்வரை நம் பாதங்கள் அரியணை ஏறவியலாது. ஆயுள் முழுதும் அடிமையாகவே காலம் கழிக்க வேண்டும். அது நடக்க கூடாது. ஆளும் அதிகாரவர்க்கத்தில் நாமும் இருந்து பார்க்க வேண்டாமா? திமிலனின் உடம்பைச் சிதைக்கவோ, மறைக்கவோ செய்வதும் நல்லதல்ல. அது நிகழ்ந்தால் கண்டிப்பாக அதிகாரத்திலுள்ளவர்களின் கோபத்திற்கு ஆளாவோம். ஏராளமான குழப்ப ரேகைகள் அதிரனிடம் நிரம்பியிருந்தது.

தொடர்ந்த மனச்சஞ்சலங்கள் ஒரு தீர்வை நோக்கி நகருமல்லவா? இறுதியில் உறுதியாய் ஒரு தீர்வு அதிரனின் நெஞ்சுக்குள் தோன்றியது. கூடு விட்ட நிலையைலிருக்கும் 'திமிலனின் ஆத்மா' மீண்டும் தன் ஜீவ பூத உடலை அடையும் வரை திமிலனுக்கு 'அபார வசிய சக்திகள்' எதுவும் வாய்க்காது. திமிலன் நடப்பவைகளைக் கண்டு கிரகிக்கலாமே தவிர, வேறெதுவும் செய்யவியலாது. தலையைப் பிழிந்து நன்றாக யோசித்ததில் கிட்டியது ஒரே வழிதான். ஆத்மாவை விடுத்த திமிலனின் உடலுக்குள் மற்றொரு ஆத்மாவை இணைப்பது மட்டுமே ஆகச்சிறந்ததாகப் படுகிறது.

வேறொரு ஆத்மா, திமிலனின் உடம்போடு இப்பிறையுலகத்தில் சஞ்சரித்தால், நினைத்துப் பார்க்கும் போதே அதிரனின் பிரமிப்பு அகலவில்லை. அமாவாசை வரை காலம் கடத்தாது, யாருக்கும் தெரியாமல் அன்றிரவே நரவுலக ஆத்மாக்களைப் பிறையுலகத்திற்கு அழைக்கும் சப்த ஆகர்சன பூஜைக்கான வழிமுறைகளைத் தொடரலானான் அதிரன்.

பிரபஞ்சத்தில் உள்ள அனைத்தும் ஒன்றிற்குள் ஒன்று அடங்கும், அல்லது விலகும் அல்லது கவரும் ஆற்றல் கொண்டவை. தாமிரத்தால் ஆன கூர்முனை தத்துவம் அதிக வலிமை வாய்ந்த இடிதாங்கியாய் செயல்பட்டு அதீத மின்சக்தியைக் கவர்ந்து, அதன் ஆற்றலை இழக்கச் செய்து சாந்தப்படுத்துகிறதல்லவா?. அம்மாதிரியே வசிய முறைகளில் கதிர்வீச்சுகளைக் கவரும் உலோக எந்திரங்களுக்கு நிறைவானப் பங்குண்டு. எந்திரங்களில் வசிய எந்திரங்கள், காப்பு எந்திரங்கள், தம்பன எந்திரங்கள், மாரண எந்திரங்கள் என பலவகை உண்டு. இதில் வசிய எந்திரங்கள் கிரக, இராஜ வசியங்களுக்கு மிக மிக முக்கியமானது.

இந்த எந்திரங்கள் தங்கம் (உச்சபலம்), வெள்ளி (உச்சபலம்), தாமிரம் (சம பலம்), காரீயம் (உயரிய பலம்) போன்ற தகடுகளில் கோணங்கள், சக்கரங்கள் பிசகாமல் கீறி வரைந்து, அஷ்டகந்தம் பூசி ஏழுமண்டலங்கள் வரை உப்பும் குங்குமமும் கலந்த நீரில் வைத்து பாதுகாக்கப்படும். பின் சக்கரத்திற்கு வலுவூட்ட மந்திர அதிர்வுகள் உரூவேற்றபடும்.

ஓம் பிராணயாபிராண ரூபாய பிராணலிங்காய பிரதிஷ்ட்டாய ஸ்வாகா,

ஓம் ஜீவாயா ஜீவா ரூபாய ஜீவ லிங்காய ஜீவ பிரதிஷ்ட்டாய ஸ்வாகா

ஓம் மந்திராயா மந்திர ரூபாய மந்திர லிங்காயம்,மந்திர பிரதிஷ்ட்டாய ஸ்வாகா ,

ஓம் தந்திராயா தந்திர ரூபாய தந்திர லிங்கயா தந்திர பிரதிஷ்ட்டாய ஸ்வாகா,

ஓம் பிரம்மாயா பிரம்ம ரூபாய பிரம்மா லிங்காய பிரம்மா பிரதிஷ்ட்டாய ஸ்வாகா ,

மந்திரங்கள் என்பது மனதை ஒருமுகப்படுத்தும் ஒரு சாதனமாகும். மந்திரங்கள் நம் எண்ணங்களை வலுப்படுத்தி, ஆற்றலை வளர்த்து, மனச் சஞ்சலத்தைக் குறைத்து, மனதை அமைதிப் படுத்தி நம்மிடத்து நல்ல எண்ணங்களை வளர்க்கும் ஆற்றல்பெற்றவை.

இந்த மந்திரங்களை எத்தனை உரூ ஜெபிக்கின்றோமோ, அதனைப் பொறுத்து அந்த யந்திரத்தின் ஆற்றல் இருக்கும். கூட்டுத்தொகை ஒன்பது வருகிற எண்ணிக்கையில் 108 முதல் 1000000000008 வரை எண்ணிலடங்கா நிலையில் வசிய மந்திரங்களைச் சொல்லி எந்திரச் சக்கரங்களை உரூவேற்றலாம். உரூவேற்றுதலில்தான் ஒரு யந்திரத்தின் முழு சக்தியும் அடங்கியிருக்கிறது. மந்திர சக்தி ஏற்பட்ட அந்த தகடுகளில் ஐங்காயம் பூசி, அதற்கு உரிய சஞ்சிவி மூலிகைகள்கொண்டு சாரணைக் கொடுத்து பயன்படுத்துவதால், பலம் பெற்ற எந்திரங்கள் ராஜவசிய நன்மைகளை அள்ளித்தரும்.

ருபினி தெய்வ ஆகர்சன மந்திரங்களால் உருவேற்றப்பட்ட எந்திரச் சக்கரங்கள் மிகவும் ரகசியமானவை. ருபினியை வழிபடும் பக்தர்களுக்கு மட்டும் தெரிந்த 'சக்தி சொரூப சின்னங்கள்'. பிரபஞ்சம் முழுதும் ருபினியைப் பின்பற்றும் ஆசீர்வதிக்கப்பட்ட ஆத்மாக்களின் கைகளுக்கு 'சக்தி சக்கரங்கள்' அவர்களுக்கே தெரியாமல் எதிர்பாராத ஒரு நாளில் வந்தடையும். ருபினி உலக ஆகமங்களை, வசிய மந்திரங்களை, அதன் செயல்பாடுகளை, அனைத்துலக பக்தர்களை ஒருங்கிணைத்துப் பிணைக்கும் 'மையச் சரடு' இந்த சக்திச் சக்கரங்கள் மட்டுமே.

ஆண்டாண்டுகளாய் மந்திர உரூவேற்றப்பட்ட 'மையமூலச் சக்தி எந்திரங்கள்' ஆதார ஸ்ருதியாய் திமிலனின் மடியிலேயே இருக்கும். திமிலன் பரகாயப் பிரவேசத்தின் போது அது அதிரனின் கைக்கு வந்தது. அதிரன் அச்சக்கரங்களை பக்தியோடு சூலக அரண்மனையின் ருபினி

தெய்வத்தின் காலடியில் சிகப்புச் சந்தனம் நிரப்பிப் பாதுகாத்து வந்தான். நரவுலகில் சுற்றித் திரியும் ருபினி தெய்வ ஆராதகர்களைக் கண்டறியும், ராஜ வசிய சக்திப் பீடங்களே இந்தச் சக்கரங்கள். ஆற்றல் மிகுந்த இச்சக்கரங்களின் முன் நின்று வசிய மந்திரங்களைப் பகரும் போது, பூமியில் இச்சக்கர மாதிரிகளை வைத்திருக்கும் ருபினி தெய்வ ஆராதகர்களின் 'ஆழ்மனங்களை' மாந்த்ரீக, தாந்த்ரீக வைத்தியத்தில் கவர்ந்திழுத்து ஆகர்சனம் செய்யும். இந்த மாந்த்ரீக கதிரியக்கத்தால் புத்தி பேதலித்த ஆத்மாக்கள் சில நாட்களுக்கு நரவுலகில் சுற்றித் திரியும். பின் புறவுடல் விடுத்து, ஆவேசமாய் பிறையுலகம் பயணப்பட எத்தனிக்கும். தெரிசனங்கோப்பில் பெரியவர் கைலாசத்திற்கு நடந்தது இதுதான்.

மந்திரங்களுக்கு கட்டுப்பட்டு ஆவேசம் மிகுந்து, ஆர்பரிப்போடு புத்துடல் தேடி வரும் ஆத்மாக்கள், இயல்பாக வந்து இளைப்பாறும் இடங்களே திமிலனின் வசிய உலோக எந்திரங்கள். இளைப்பாறி சாந்தமாகிய ஆத்மாக்கள் விரல் நீக்கிய மதலையோடு இணைந்து, ருபினி குல மாந்தர்களாக வளர்ந்துச் சிறக்கும்.

இவை அனைத்தும் குறித்த காலத்தில், குறித்த நியதிகளோடு, வகுத்த விதிகளுக்கு உட்பட்டு நடக்க வேண்டும். அமாவாசை நாளில் திமிலனால் செய்யப்பட்ட ஆத்ம ஆகர்சனங்கள் இந்நாள் வரை தப்பியதோ தவறியதோ இல்லை. திறனில்லாமல் செய்யும் சிறுபிழையும், ருபினி உலகத்திற்கு பெரும் கர்மப்பலன்களை ஏற்படுத்திவிட வாய்ப்புண்டு.

இத்தனை விஷயங்களையும் செயல்படுத்தி நெறிப்படுத்திட நம்மால் முடியுமா என்ற குழப்பமும், அதனால் ஏற்பட்ட தயக்கமும் அதிரனிடமிருந்தது. வேறு மார்க்கமில்லை. துணிவே துணை என்ற ரீதியில் காரியங்களில் இறக்கலானான் அதிரன்.

அமாவாசை கழிந்த எட்டாம் நாள் அஷ்டமி. யாருக்கும் அனுமதியில்லாத சூலக அரண்மனையின் ஆகம பூஜையறையில்

நித்யசொரூப நிலையில், ஒளிவெள்ளத்தில் எழுந்தருளியிருந்தாள் ருபினி. ஆகர்சன பூஜைக்கான அத்தனைப் பணிகளையும் செவ்வனே முடித்திருந்தான் அதிரன். கொடும் மௌனம். ஆரம்ப யாகக் கோட்பாடுகள் கழிந்து, பத்மாசனத்தில் அமர்ந்து, சிரத்தையோடு நாவோ, உதடோ அசையாமல், மந்திரங்களை மனதால் உச்சரிக்க ஆரம்பித்தான் அதிரன்.மந்திர சொற்பிரயோகங்கள் நரவுலக ருபினி உபாசக சக்தி பீட சக்கரங்கள் நோக்கி நகர ஆரம்பித்தது.

ஐம் - க்லௌம் - ட : ட : ட : ட

ஹூம் அஸ்த்ராய பட்

ஓம் அஸ்யஸ்ரீ வாராஹி

மஹா மந்த்ரஸ்ய பகவான்

பைரவ ரிஷித் ருஷ்டிப் ஸந்தவராகி

மஹா சக்தி தேவதா

க்லைம் பீஜம்

க்லாம் சக்தி

க்லூம் கீலகம்

மம ஸ்ரீ வாராஹி

மஹா சக்தி பிரசன்ன

ஸித்தியர்த்தே ஜெபோ விநியோக ஹா!

அதிரனிடமிருந்து கதிர்வீச்சாய் மந்திரங்கள் காற்றில் கலந்த வண்ணமிருந்தது.

ஆனால் நரவுலகமோ, பிறையுலகமோ, எந்த உலகாக இருந்தாலும், ‘கர்மவிதி’ தன் போக்கில் அங்கோர் விளையாட்டை விளையாடப்போவது அதிரனுக்குத் அப்போது தெரியவில்லை.

அம்புலி தரிசனம்

அஞ்சுபஞ்ச பூதம் அறிந்தால் அனித்தியம்போல்
அஞ்சு வசப்படுவ தாண்டதனில் - அஞ்சினையும்
கண்டறி வோர்ஞானக் கார்சி யதினினைவு
விண்டறிய லாமே விதி.

காரில் பயணித்துக் கொண்டிருந்த எல்லோருக்குள்ளும் ஒரு படபடப்பு இருந்தது. வெகு நேரமாய் ஒருவருக்கொருவர் பேசிக்கொள்ளவில்லை. அமானுஷ்யம் மிகுந்த திமிலேஸ்வரனின் குரல் அனைவரின் காதுகளிலும் எதிரொலிப்பது போலிருந்தது.

'எந்த உலகத்திற்கு என் முன்னோர்கள் சென்றனரோ...

எந்த உலகத்தை பற்றி நீங்கள் அறிய நினைக்கீறீர்களோ...

அங்கு நீ பயணிக்க போகிறாய் ஆதி... உயிர் துறக்க தயாராகு...'

ஜோசியமாய் இருந்தாலும், முகம் நோக்கி நேருக்கு நேராய் விழுந்த 'திமிலேஸ்வரனின் வார்த்தைகள்' எல்லோர் மனதிலும் பெரும் கலக்கத்தை உண்டாக்கியிருந்தது.

கார் மெதுவாக திங்களூர் கைலாசநாதர் கோவிலை நோக்கி நகர்ந்து கொண்டிருந்தது. சிலுசிலுவென எதிர்காற்று முகத்தில் அறைய, 'மனக்கலக்க மௌனம்' வாகனம் முழுதும்.

ஏதோ ஒரு பொழுதில், எல்லோரையும் பார்த்து 'சிரித்து', இயல்பாக முயற்சித்தான் ஆதி.

'சார்... ப்ளீஸ்... இப்படி அமைதியாக இருந்து என்னைய பயம்புறுத்தாதீங்க... இதுக்கு அந்த திமிலேஸ்வரனே தேவலை போல...'

திலகா தலையைக் குனிந்து கொள்ள, ப்ரொபசரும் எதுவும்

பேசவில்லை. திரண்ட சோகம் அவர்களது நெஞ்சுக்குள் நிரம்பியிருந்தது.

'சார்... இந்த மாடர்ன் வேல்டுல... இதெல்லாம் நடக்க சான்ஸே இல்ல... .நீங்க ரெம்ப வற்புறுத்தியதால் தான் இந்த சந்திரன் கோவிலுக்கே நான் வரேன்... அதுக்கப்புறமும் ஏன் இப்படி... ப்ளீஸ்.. நீங்களும் பயந்து, என்னையும் பயம்புறுத்தாதீங்க...'

திலகா லேசாகச் சிரித்தாள்.

அப்படியே நான் வேற உலகம் போனாலும் உங்களை பார்க்க அடிக்கடி திரும்ப வந்துருவேன்... சோ... கவலைப்படாதீங்க - என்று ஆதி கூற ப்ரோபசர் கொஞ்சம் சத்தமாகச் சிரித்தார்.

ப்ரொஃபஸரும், திலகாவும் ஒருவாறாக இயல்பு நிலைக்குத் திரும்பினர். இக்கட்டான சூழ்நிலையையும் இயல்பாய் கையாளும் ஆதியின் உறுதி அவர்களுக்கு ஆச்சர்யத்தை தந்தது. இருந்தாலும் இருதயத்துள் தைத்து விட்ட நெருஞ்சி முள்ளாய் 'ஒரு கலக்கம்' இருந்துகொண்டே இருக்க, கட்டவிழ்த்த மனச் சஞ்சலங்களோடு அந்த உலோகஊர்தி நகர்ந்து கொண்டேயிருந்தது.

எவ்வளவோ கோவிலிருக்க, திமிலேஸ்வரன் எதுக்கு இந்த திங்களூர் சந்திரனை வழிபடச் சொல்லி இருக்கார்னு எனக்கு இன்னும் விளங்கவே இல்ல- என்று ஏதோ சிந்தனையோடு கேள்வி எழுப்பினாள் திலகா.

என்கிட்ட ஜோசியம் பாக்கிறவங்கள, உன் கோயிலுக்கு அனுப்புவேன்னு, ஜோஸ்யக்காரனுக்கு ஏதாவது வேண்டுதலா இருக்கும் - என்று சிரித்துக் கொண்டே ஏளனத் தொனியில் பதிலுரைத்தான் ஆதி.

அதில்லை ஆதி... நம்மளோட ருபினி ஆராய்ச்சியில் இந்த 'சந்திரன்' அடிக்கடி வருதேன்னு பார்த்தேன்... வேற ஒண்ணுமில்ல...

ஜோசியம் சொல்றவங்க இப்படி பலதும் சொல்வாங்க... குரு

உச்சத்துல பாக்குறான்பாங்க... சந்திரன் வீட்டுக்கு போகணும்பாங்க... எல்லாம் ஏமாத்து வேலை... - ஆதி சலித்துக் கொண்டான்.

கார் சராசரியான வேகத்தில் திங்களூரை நெருங்கிக் கொண்டிருந்தது. அடிவயிறு முட்டியதால், ரோட்டோரத்தில் தென்பட்ட பெட்ரோல் நிலையத்தைப் பார்த்ததும், காரை நிறுத்தச் சொல்லி ப்ரொபசர் சென்றுவிட காருக்குள் திலகாவும், ஆதியும் கூடவே 'பலத்த மௌனமும்'.

திலகா வெளிப்படையாகவே கேட்டு விட்டாள்.

ஆதி உண்மையிலேயே உனக்கு பயமாக இல்லையா?

ஆதி சிரித்தான்.

பயமா? எனக்கா? இல்லாம இருக்குமா? உன் உயிர் போகப் போகுதுன்னு யாராவது சொன்னா, உனக்கு பயமாக இருக்காதா திலகா? - என்று விரக்தி சிரிப்புச் சிரித்தான் ஆதி.

ஆதியின் வெள்ளந்தி பதிலால், திலகா லேசாக கண் கலங்குவது போலிருந்தது. குவிந்த மார்பு காற்றுக்குத் தவிக்க, லேசான சோகப் பெருமூச்சை உள்ளுக்குள் இழுத்தாள்.

அதை கவனித்த ஆதி, அடேய்... அப்ப நான் போயிருவேன்னு டிக்லேரே பண்ணிட்டயா...கள்ளி. - என்றான்.

திலகா கண் துடைத்தாள்.

சீ... திலகா... அப்படியே எனக்கு ஏதாவது ஆனாலும் நான் வேறு உலகத்துக்கு தானே போகப் போறேன்... யாருக்குமே கிடைக்காத பெரும் பேறு எனக்கு கிடைக்க போறதா... அந்த ஊத்த வாயி ஜோஸ்யக்காரன் சொன்னான்ல... சோ பி ஹேப்பி... ஐ அம் அல்சோ வெரி ஹாப்பி... - ஒருவாறாக சமாளித்தான் ஆதி.

அழுது கொண்டே சிரிக்க முயலும் பெண்கள், அவர்கள் உட்கிரக்கும் வெட்கம் என பல ரசனை உணர்வுகளை வெளிப்படுத்தினாள் திலகா.

எனக்கும் இந்த ஊரும் உலகமும் போர் அடிச்சிருச்சு... வேறு உலகம் போய்தான் பார்ப்போமே... - என்று அவளைச் சிரிக்க வைக்க, போலியான மகிழ்ச்சியுடன் பேசினான் ஆதி.

அதுவுமில்லாம நான் போகப் போறது காமம் இல்லாத உலகம்... அந்த உலகத்துல முழு காமத்தோடு நான் போகப்போறத நினைச்சு பார்க்கும் போதே எனக்கு ஜிவ்வுன்னு இருக்கு திலகா - என்று கூறி, எழுத்தில் எழுத முடியாத ஒரு சைகை (?) செய்து, கண்ணடித்துச் சிரித்தான் ஆதி.

என்ன நினைத்தாளோ என்னவோ, எதிர்பார்க்காத ஒரு நொடியில் ஆதியின் கைப் பிணைத்து, இவள் கண்ணீரின் ஈரம் அவன் கன்னத்தில் ஒட்ட, அழுத்தமாய் முத்தமிட்டாள் திலகா.

உயிரைச்சுடும் முத்தமென்பார்களே, அப்படியொரு முத்தம்.

எதிர்பாராமல் கிட்டிய திலகாவின் அந்தரங்க மணத்தால் , ஆதி உணர்ச்சி வசப்பட்டிருந்தான். பின்பு சகஜ நிலைக்கு திரும்பியவனாய்,

ஏய்... என்னாச்சு... - என்றான்.

அவள் அப்படியே குனிந்திருந்தாள்.

முத்தம் வரைக்கும் வந்திட்ட... அப்படியே எல்லாத்துக்கும் ஒரு முடிவு சொன்னா... சந்தோசமா சாவேன்... - என்று கெஞ்சியபடி கன்னம் துடைத்துச் சிரித்தான் ஆதி.

சோகம் மறந்து திலகாவும் சிரிக்கத் தொடங்கினாள்.

நீயெல்லாம் எங்க போனாலும் உருப்பட மாட்ட...- என்று திலகா கூறி சிரித்துக் கொண்ட விநாடி, காருக்குத் திரும்பிய ப்ரொபசர் வந்ததும் வராததுமாக வேறு ஒரு விஷயத்தை பேசத் தொடங்கினார். லேசாக உறுமிய கார் மெதுவாக நகரத் தொடங்கியது.

வானம் கழுவித் துடைத்ததுபோல் வெளுத்திருக்க,

நவக்கிரக தலங்களில் சந்திரனின் திருத்தலம்

திங்களூர்

உங்களை அன்புடன் வரவேற்கிறது

- என்ற மஞ்சள் நிற போர்டு வெகு வேகமாய் அவர்களை கடந்துச் சென்றது.

இந்த திமிலேஸ்வரன் சொன்னது நடக்கப் போறதா... இல்லையாங்கிறது...நம்ம யாருக்கும் தெரியாது. ஆனால் எது நடந்தாலும் நாம இத எதிர்கொள்ள தயாரா இருக்கணும் ஆதி. தெரிந்தோ தெரியாமலோ இப்ப மொத்த கவனமும் உன் பக்கம் திரும்பியிருக்கு... உன்ன பத்திரமாக பாதுகாக்க வேண்டிய பொறுப்பும் எங்களுக்கு இருக்கு... என்ன நடந்தாலும் தைரியமா இரு... - என்றார் ப்ரொபஸர்.

ஐயோ சார்... அப்ப நான் கண்டிப்பா வேற உலகம் போறேன்கிறதா கன்பாமே பண்ணிட்டேங்களா...- சிரித்துக்கொண்டே கேட்டான் ஆதி

இல்ல ஆதி... ஒருவேளை நீ போனாலும் கைலாசத்தோட ஆத்மா பூமிக்கு திரும்பி வந்தது மாதிரி, உன்னோட ஆத்மாவும் கண்டிப்பா இங்க திரும்பி வர முடியும். இந்த ஒரு விஷயத்தை பயன்படுத்தி கண்டிப்பா நான் உன்ன காப்பாத்திவிடுவேன் - மிகத் தெளிவாகப் பேசினார் ப்ரொஃபஸர்.

சார்... மொதல்ல நான் அங்க போவேன்னு அந்த ஜோஸ்யக்காரன் சொன்னதே... உண்மையா? பொய்யான்னு தெரியல... இதுக்கிடையில நீங்க திரும்பி வரத பத்தியெல்லாம் பேசுறீங்களே? - ஆதி சலித்துக் கொண்டான்.

ஆதி... எது நடந்தாலும் அதை எதிர்கொள்ளத் தயாராக இருக்கணும் அவ்வளவுதான்... ஆனால் எனக்கு விளங்காத விஷயம் உலகத்துல எவ்வளவோ பேரு இருக்குறப்ப, அந்த வேற்றுலகவாசிகள் ஏன் உன் ஆத்மாவ தேர்ந்தெடுக்கணும்... கைலாசம் ருபினியோட தீவிர பக்தர்... சோ... அவர தேர்ந்தெடுத்ததுல ஒரு அர்த்தம் இருக்கு... பட்.... வொய்

யூ? தட்ஸ் மை கன்பியூசன்... - என்று ப்ரொஃபஸர் கூறும்போதே கார் திங்களூர் கைலாசநாதர் கோவில் சந்திரன் சந்நிதியை நெருங்கியிருந்தது.

ப்ரொபஸரின் கேள்வியிலிருந்த 'நியாமானக் குழப்பம்' இப்போது திலகாவையும், ஆதியையும் தாக்கியிருந்தது.

ஆதி... சம்திங் ஈஸ் தேயர்... உனக்கும், அந்த கைலாசத்திற்கும் ஏதோ ஒரு ஒற்றுமை இருக்கு... ப்ளீஸ்... திங்க் அபோட் தட்... - என்று திலகா சொல்ல, ஆதி கிண்டலுடன் சிந்திப்பது போல் சைகை செய்தான்.

எனக்கும் அவருக்கும் இருக்குற பெரிய ஒற்றுமை நாங்க ரெண்டுபேருமே ஆம்பிளைக்கிறது மட்டும்தான்... வேற எதுவும் இல்லை - என்று சொல்லி காரை ஒரு மர நிழலில் நிறுத்தினான்.

ஏழாம் நூற்றாண்டில் ராஜசிம்ம பல்லவனால் கட்டப்பட்ட திங்களூர் கைலாசநாதர் கோவில் அரைகுறை பராமரிப்புடன் நிமிர்ந்து நின்று கொண்டிருந்தது. திராவிடக் கட்டிடக் கலையைப் பின்பற்றி வடிக்கப்பட்ட இக்கோயிலின் இறைவனான சிவபெருமான் 'கைலாசநாதர்' என்கிற பெயரிலும், அம்பாள் 'பெரியநாயகி' என்கிற பெயரிலும் அழைக்கப்படுகிறார்கள். கோயிலின் தல விருட்சமாக வில்வமரம் விஸ்வரூபமாக விண்முட்டியிருந்தது. கோவில் குள தீர்த்தம் 'சந்திர புஷ்கரணி' என்ற பெயரில் பாசி படர்ந்து பச்சையாயிருந்தது.

'புரட்டாசி மற்றும் பங்குனி மாதங்களில் நிலா வெளிச்சம் இங்குள்ள சிவலிங்கம் மேல் பாலாய் பொழியும் அதிசயம் நிகழும்' .

'நவக்கிரகங்களில் சந்திர பகவானுக்குரிய பரிகாரத் தலமாக இக்கோயில் போற்றப்படுகிறது'- என்பது போன்ற பக்தி ரசங்கள் ஆங்காங்கே எழுதப்பட்டிருந்தது.

ப்ரொஃபஸர் காரைவிட்டு வெளியேறி கோவிலை நோக்கி நடக்க, ஆதியும், திலகாவும் அவரைப் பின்தொடர்ந்தனர்.

கோவில் பிரகாரத்தை நெருங்க, நெருங்க முதன் முதலாய் ஆதிக்குள் ஏதோ ஒரு அதிர்வலையை உணர முடிந்தது. சொல்ல முடியாத ஒரு உணர்ச்சி பிரவாகம் நெஞ்சுக்குள் ஊற்றெடுக்க, முதன் முறையாக நெஞ்சம் துடிக்கும் பயத்தை உணரத் தொடங்கினான் ஆதி. கோவிலை நோக்கி

நடக்க,

நடக்க,

நடக்க

- ஏதோவொன்று நிகழப்போவதைப் போல்.

ஆதி... கைலாசத்தை ஹாஸ்பிடல் கூட்டிட்டு போகும் போது... அவர் உன்ட ஏதாவது பேசினாரா? என்ற திலகாவின் கேள்வி, ஆதியின் காதுகளுக்கு கேட்டது. இருந்தும் அவன் பதில் கூறவில்லை. கூட்ட நெரிசலில் ஒருமாதிரியான அசாதாரண மன நிலையில் கோவிலை நோக்கி நடந்து கொண்டிருந்தான் ஆதி. மழைச்சாரலில் நனைந்தது போல் உடலெங்கும் மெலிதான வியர்வையின் சாயல்கள்.

அவர் உன்ட ஏதும் தந்தாரா? - என்று நடந்து கொண்டே கேள்விகேட்டுக்கொண்டிருந்தாள் திலகா.

அவன் பதிலேதும் கூறவில்லை. அல்லது அவனால் கூற முடியவில்லை. ஒருமாதிரியான இரண்டும் கெட்டான் மனநிலை. ஆனால் உள்மனம் அக்கேள்வியைக் கிரகித்து சிந்திக்கத் தொடங்கியது.

எனக்குள் என்ன நடக்கிறது?

எனக்கும் கைலாசத்திற்கும் என்ன தொடர்பு?

எனக்குள் என்ன நடக்கிறது?

திமிலேஸ்வரன் சொன்ன மாதிரி இறந்து விடுவேனா?

எனக்குள் என்ன நடக்கிறது?

வேறுலகமென்று இவர்கள் பிதற்றுவது உண்மையா?

தன்னைத்தானே கேட்டுக்கொண்டு, சரிந்துக் கிறங்கும் மனதோடு நடந்து கொண்டிருந்தான் ஆதி. தொடரும் அட்டைப்பூச்சியாய் அவனைப் பின் தொடர்ந்து கொண்டிருந்தாள் திலகா.

சிலநிமிடநடைக்குப்பிறகுமீண்டும்அவள்அதேகேள்வியைகேட்டாள்.

ஆதி... கைலாசத்துக் கூட இருந்த போது... அவர் உன்ட ஏதாவது பேசினாரா?

இம்முறை ஆதி அரைகுறையாய் பதில் சொன்னான்.

அவர் என்ட எதுவும் பேசலை திலகா... அவர் சம்பந்தப்பட்ட எதுவும் என்னிடம் இல்லைன்னு சொன்ன அந்த நிமிடம் 'மற்றுமொரு நினைவு' அவன் நெஞ்சத்தில் தோன்றியது.

ஏதோ ஞாபகம் வந்தவனாய்...

திலகா... கைலாசத்தை ஐசியூ ல அட்மிட் பண்ணிட்டு திரும்பும்போது, அவர் பாக்கெட்ல இருந்திச்சுன்னு ஒரு வெள்ளை பேப்பர் பொட்டலத்தை நர்ஸ் கொடுத்தாங்க... அத நான் திறந்து பார்த்தப்ப சக்திக் சக்கரங்கள் வரையப்பட்ட ஒரு செப்புத் தகடு இருந்திச்சு... இப்பவும் அத ஏன் பர்ஸுலதான் வச்சிருக்கேன்னு - சொல்லி கூட்டத்திலிருந்து ஒதுங்கி, பர்ஸை திறந்து அதை எடுத்து திலகாவிடம் காண்பித்தான்.

மொத்த ருபினி உலகத்தையும் இணைக்கும், நரவுலக ஆத்மாவை கவர்ந்திழுக்கும், செங்காந்தள் நிற செப்புத்தகட்டில் வரையப்பட்ட,

மந்திர உரூவேற்றப்பட்ட 'சக்தி சொரூப ருபினி எந்திர சக்கரங்கள்',

திங்களூர் சந்திரன் சந்நிதியை அடைந்த மகிழ்ச்சியில், தகதகவென மின்னியது.

யாரும் எதிர்பார்க்காத அடுத்தக்கணத்தில் ஏதோ ஒரு அமானுஷ்யத்திற்கு கட்டுப்பட்டு, குண்டடிபட்டப் புறாக் குஞ்சாய் இடப்பக்கம் மயங்கிச்சரிந்தான் ஆதி.

சூழ்ச்சிக்குள் சூழ்ச்சி

அக்கிடீர் அனைத்துயிர்க்கும் ஆதியாகி நிற்பது
முக்கிடீர் உமைப்பிடித்து முத்தரித்து விட்டது
மைக்கிடில் பிறந்திறந்து மாண்டுமாண்டு போவது
மொக்கிடீர் உமக்குநான் உணர்த்துவித்தது உண்மையே.

சூலகஅரண்மனையின் அப்போதைய விடியல்கள் அனைத்திலும் அமானுஷ்யத்தின் சாயல் இருந்தது. கூடுவிட்டு கூடுபாயும் பரகாயப்பிரவேசத்தில் ஒருவேளை அதிரன் திறமை பெற்றிருந்தால், திமிலனின் உடம்பிற்குள் தன் ஆத்மாவையே இணைத்து பிறையுலக பிதாமகனாகியிருப்பான். அது இல்லாததால் ஆத்மாக்களை இடம் மாற்றும் 'சப்த ஆகர்ஷன வசியம்' மூலம் சக்தி சங்கரங்கள் வழி ஆதியின் ஆத்மாவை திமிலனின் உடம்புக்குள் செலுத்தி, தன் விருப்பங்கள் நிறைவேற பிரயத்தனம் செய்தான்.

ஆதியின் ஆத்மா புகுந்த திமிலனின் உடல், மொத்த பிறை உலகத்தையும் வித்தியாசமாகப் பார்த்தது. சிறு எலிக்குப் 'பெரும் புதையல்' கிட்டியது போல், உள்ளுக்குள் மகிழ்ச்சியில் திளைத்தாலும், ஒவ்வொரு நிமிடமும் ஒரு திகைப்பும் தயக்கமும் இருந்த வண்ணம் இருந்தது. இப்படி எல்லாம் நடக்குமா என்ற அதிர்ச்சி அலைகள் திமிலனாகிய ஆதிக்குள் அடித்த வண்ணமிருந்தது. இம்மாதிரியான புதுஉலகை, புது உடம்போடு பரிணமிக்கும் பாக்கியம் யாருக்கு கிட்டும். ஒருமாதிரியான ஆச்சர்யமும், அச்சமும் கலந்த மனநிலையிலிருந்தான் ஆதி.

தனக்கு ஒரு புதுமுகம் கிடைத்திருக்கிறது,சக்திவாய்ந்த ஒரு புத்துடல் கிடைத்திருக்கிறது, பூமியல்லாத ஒரு உலகில் சுயநினைவோடு இருப்பதையெல்லாம் ஆதியால் முழுமையாக உணர முடிந்தது. புதிய

உலகிற்கு இயைந்த படியான தரமான பேச்சு மொழியை அவனால் சரளமாக பேசவும் முடிந்தது. ஆனால் இந்த புதிய உலகத்தின் கோட்பாடுகளை, நியதிகளை, கட்டுப்பாடுகளை, வரைமுறைகளை அவனால் புரிந்துகொள்ள முடியவில்லை. தன் கண் முன்னால் தோன்றி, இப்புத்துலக நியதிகளை விவரிக்கும் அதிரனையே மிக ஆச்சர்யமாகப் பார்த்தான் ஆதி. இரண்டு கால்களிலும் பெருவிரலற்ற நீண்ட நெடிய உருவத்தோடு, வனப்பான கண்களோடு, உடம்பெங்கும் நறுமணங்கள் மற்றும் தங்க நகைகள் நிரம்ப, முழு நிர்வாணமாகக் காட்சி தரும் முதன்மை சீடன் அதிரன், ஆதியின் மனக்கண்களுக்கு மிகவும் வித்தியாசமாகத் தோன்றினான். தான் இருக்கும் உடம்பும் அம்மாதிரியான வனப்போடு இருப்பதை நினைத்து பேரானந்தம் கொண்டான். கண்திறந்த நிமிடத்திலிருந்து வெகுசிரத்தையாக அதிரன் சொல்வதையே கேட்டுக்கொண்டிருந்தான்.

பூலோகத்தில் இருந்து ஆதியை இந்த உலகிற்கு அழைத்த வசிய மாமேதை தானென்றும், சில நாட்கள் கழித்து வரும் அமாவாசை வரை தன் பேச்சுக்கு செவி சாய்த்தால், இப்பிரபஞ்சத்திலேயே எதிர்பார்க்காத 'ஒரு பெருவாழ்வை' ஆதிக்கு பரிசு அளிக்கப் போவதாகவும் கூறிக் கொண்டிருந்தான் அதிரன்.

ஆதிக்கு ஒன்றும் விளங்க வில்லை. நடப்பவைகளை நம்பலாமா? வேண்டாமா? என்ற மனக் குழப்பத்தில் உழன்று கொண்டிருந்தான். ஏதாவது ஒரு கணத்தில் கைலாசத்துக்கு கிட்டியது போல தனக்கும் ஒரு சில மணித்துளிகள் பூலோகத்தில் உள்ள தன் உடம்பிற்குச் செல்ல வாய்ப்பு கிடைக்கும் என்பதை மட்டும் முழுமூச்சாக நம்பியிருந்தான் ஆதி. ஆனால் அது எப்போது எப்படி நிகழும் என்பதைப் பற்றிய எந்த அறிவும் அவனுக்கில்லை. வேறு வழியில்லாது இவ்வுலகில் அவன் கண்விழித்தபோது முன்னிருந்த அதிரனின் பேச்சை மட்டும் முழுமூச்சாய் கேட்டுக்கொண்டிருந்தான் ஆதி. நாழிகைகள் நகர்ந்து, காலம் கடந்து கொண்டிருந்தது.

அதிரூப சக்தி சக்கரங்கள் வழி, காமம் மீது முற்றிலும் விருப்பம் இல்லாத, ருபினி தெய்வத்தை உளமாற ஆராதிக்கும் ‘ஒரு திவ்ய ஆத்மாவை’ திமிலனின் உடம்பிற்குள் முழுமையாக இணைத்து விட்டதாக நம்பிக் கொண்டிருந்தான் அதிரன். இணைத்த ஆத்மாவோடு திமிலனின் உடம்பும், சூலக அரண்மனையும், அது சார்ந்த வசிய நடைமுறைகளும் தன் கட்டுப்பாட்டுக்குள் வசப்பட்டு விட்டதாக மனதிற்குள் உறுதியும் செய்து கொண்டான்.

இனி எந்த மாதிரியான நிகழ்வுகள் நிகழக்கூடுமென்பதை மனக்கண்களில் ஓட விட்டான். கூடுவிட்டுக் கூடு பாய்ந்த ‘திமிலனின் ஆத்மா’ எந்நேரமும் தனது உடலைத் தேடி, சூலக அரண்மனை வர சாத்தியம் உள்ளதை உணர்ந்திருந்தான் அதிரன். அப்படியே வந்தாலும் ஏற்கனவே ஓர் உயிரிருக்கும், இந்த உடம்புக்குள் அந்த ஆத்மா இணைய முடியாது என்பது அதிரனின் ஆகப்பெரும் மனநிம்மதியாக இருந்தது. இருந்தாலும் தன் உடலைத் தேடி வரும் திமிலனின் ஆத்மாவை முழுமையாக எப்படி எதிர்கொண்டு அழிப்பது என்ற குழப்பம் அவனுக்குள் இருந்து கொண்டே இருந்தது. முடிவில் கோப ஆத்மாக்களைச் சாந்தப் படுத்தும் ‘திலா ஹோமத்தின்’ வழி, திமிலனின் ஆத்மாவை சாந்தப்படுத்தி ஒடுக்கிவிட முடிவு செய்திருந்தான் அதிரன்.

தேன் கூட்டைச் சுற்றிவரும் ஈக்களெனப் பற்பல குழப்பங்கள் அவன் நெஞ்சக்குள் ரீங்காரமிட்டு அலைந்துக் கொண்டிருந்தன. குழம்பி, குழம்பி, குழம்பித் தவித்தாலும், வரும் ‘அமாவாசை’, எல்லாக் குழப்பங்களுக்கும் ஒரு முடிவைப் பெற்றுத் தருமென்று மனதைத் தேற்றிக் கொண்டான் அதிரன்.

சில நாழிகைகள் கழிந்த நிலையில், விசித்திர ரூபினி உலகைப் பற்றிய சில விஷயங்களை, அவ்வுலக விதிமுறைகளை, சூலக அரண்மனையின் கட்டுப்பாடுகளை அதிரன் மூலம் அறிந்திருந்தான் ஆதி. அதிரனின் சம்பாஷணைகள் புரியாதநிலையில், அவன் மனதிற்குள் கேட்பதற்கு ஆயிரம் கேள்விகள் இருந்தது.

எதற்காக இன்னும் சிலநாட்கள், இந்த அறையிலேயே இருக்க வேண்டும்?

யாராவது உள்ளே வந்தால் எதற்காக அசைவில்லாமல் தூங்குவதுபோல் நடிக்க வேண்டும்?

அமாவாசைக்குப் பிறகு என்ன நடக்க போகிறது?

இதையெல்லாம் விவரிக்கும் இந்த அதிரனுக்கு, இதனால் என்ன இலாபம்?

சுயசிந்தனை மேலோங்கிய ஆதிக்கு, மண்ணைக் கீறி முளைக்கும் நாற்றுக்களைப் போல எண்ணப் பரப்பில் ஏராளமான கேள்விகள் முளைத்த வண்ணமிருந்தது. சிறிது நேரத்திற்கெல்லாம் அவ்வுலக சூழ்நிலைக்கு, புது உடம்பின் இயங்கங்களுக்கு பழக்கப்பட்ட மனது, 'என்னதான் நடக்க போகிறது' என்பதைப் பார்த்து விடவும் துடித்தது.

எதிர்பாரா ஒருநாளில் ஆதிக்கு உரிய ஆலோசனைகள் வழங்கி வெளியே வந்த அதிரனுக்கு 'பெரும் அதிர்ச்சி' காத்திருந்தது. ஏதோ ஒரு அவசரத்தோடு சில்வியா தேவியும், உருளியரும் திமிலனின் அறையை நோக்கி வந்துக் கொண்டிருந்தனர்.

ஒரு கணநேர தாமதத்தில் அவர்கள் பார்வையிலிருந்து தப்பி, சிறுத்தைக்கு பயந்த புள்ளிமானென ஓரிடத்தில் பதுங்கி மறைந்தான் அதிரன். மனமெங்கும் எதற்காக இவர்கள் இந்நேரத்தில் இங்கு வருகிறார்கள் என்ற குழப்பம் வேறு.

விறுவிறுவென்று நடந்து, அறைக்குள் நுழைந்த உருளியரும், சில்வியாவும் திமிலனின் 'அசைவற்ற உடம்பை' வைத்த கண் வாங்காமல் பார்த்துக் கொண்டிருந்தனர். அதிரனின் அறிவுரைப்படி சலனமின்றி மெதுவாக மூச்சிழுத்துப் படுத்துக் கிடந்தான் திமிலனாகிய ஆதி. சில்வியாவோடு பயணிக்கும் அத்தர் மணம் அறையெங்கும் பரவி, ஆதிக்குள்ளும் நிரம்பியது. யாரோ வந்திருக்கிறார்கள் என்பதை மட்டும் ஆதியால் உணரமுடிந்தது. வந்தவர்கள் அவனைச் சுற்றி

நடப்பது தெரிந்தது. மூன்று நான்கு நிமிடங்கள் சப்தமில்லா பெரும் மௌனத்தில் கரைந்தது.

ஏதேனும் மாறுதல்களை உணர்ந்தீர்களா ஆச்சாரியாரே? - அறைக்குள் தேன்குரலாய் ஒலித்தது சில்வியாவின் சப்தம். வந்தது இருவர். அதில் ஒருவர் பெண் என்பதை புரிந்து கொண்டிருந்தான் ஆதி. புதுஉலகின் முதல் மங்கையை கண்விழித்து பார்த்துவிடலாமா? என்ற பரிதவிப்போடு அசைவற்றுக் கிடந்தான்.

தேவி... கழிந்த சில ஜாமத்தில் சப்த ஆகர்சன மந்திரங்களின் அதிர்வுகளை உணரப்பெற்றேன்... விபரீதம் ஏதும் நடவாமலிருக்கவே உங்களிடம் என் சந்தேகத்தை எழுப்பினேன்? - திமிலனின் உடம்பை அங்குமிங்கும் பார்த்தவண்ணம் பேசினார் ஆச்சாரியார். ஆதி எந்தச் சலனத்தையும் உடம்பில் காட்டாது சவமெனக் கிடந்தான்.

அது உங்களின் குழப்பத்தோன்றல்களாக இருக்கலாம் ஆச்சரியாரே...- தெற்றிப்பல் தெரியுமளவிற்கு சிக்கனமாகச் சிரித்து சில்வியா பதில் கூற,

இல்லை தேவி... உணர்ந்தது உண்மை நிகழ்வை ஒத்திருந்தது... எனவேதான்... - என்று ஆச்சாரியார் இழுத்தார்.

ஆச்சாரியாரே... சற்று முன் திமிலனின் ஆத்மா குடிகொண்டிருக்கும் குழந்தையையும் போய் பார்த்தாயிற்று... இப்போது கூடுவிடா நிலையிலிருக்கும் திமிலனின் உடலையும் பார்த்தாயிற்று... இன்னும் உங்களுக்கென்ன சந்தேகம்... எதுவும் நடந்திராது. நினைத்த படி இன்னும் இரண்டு நாளில் திமிலன் இவ்வுடல் திரும்புவான்... அமாவாசை நாளில் அந்த ஐவிரல் குழந்தைக்குள் வேறொரு ஆத்மாவை செலுத்திடுவான்... நாம் எதிர்கொண்ட பிரச்சனைகள் அனைத்தும் நம்மிடமிருந்து அகலும்... குழப்பம் வேண்டாம்... ருபினி 'தெய்வஅருள்' நம்மோடு உண்டு. இப்பிறையுலகம் மென்மேலும் மானிடர்களை விட சிறந்தோங்கும். கலங்காதீர்கள்...- பேச்சில் ஆறுதலளித்தாள் சில்வியா.

அப்படியே ஆகட்டும் தேவி... உங்கள் வாக்கு சிறக்கட்டும்... என்று ஆச்சார்யர் பணிய, அத்தனையும் கேட்டுக்கொண்டிருந்த ஆதிக்கு ஏதோ விளங்குவது போலிருந்தது. தான் இருக்கும் உடம்பிற்கு சொந்தக்காரன் ஏதோ ஒரு காரணத்துக்காக வேறொரு குழந்தையின் உடலில் இருப்பதை யூகித்துக் கொண்டான். இத்தனைக் காலமாக ஆராய்ச்சி மேற்கொண்ட ருபினி உலகத்தில் இருப்பது ஆதிக்குத் தெளிவாகப் புரிந்தது. அதிகாரத் தொனியில் பேசிய அந்தப் பெண் கண்டிப்பாக இவ்வுலக ஆட்சிபீடத்தில் இருக்கவேண்டுமென்பதை ஒருவாறாக உறுதி செய்தான். ஆர்வம் மேலிட மெலிதாகக் கண் திறந்து முதன் முறையாகச் சில்வியாவைக் கண்டான்.

ஆச்சார்யாரிடம் திரும்பி நின்று பேசிக்கொண்டிருந்த சில்வியாவின் செழித்து கொழுத்த இரண்டு மடிப்புடன் கூடிய 'இடுப்பு' முதல் பார்வைக்குக் கிட்டியது. சுருள் இல்லாமல் நீண்டு வளர்ந்திருந்த கருத்த கூந்தல் உருண்ட பிட்டத்தை அரைகுறையாய் மறைத்திருந்தது. மெலிதாக சிவந்த சந்தன காதுகளும், திரண்ட தோளும், அதைச் சார்ந்த அபாய வளைவுகளும், அவற்றை கட்டிவைத்தாற்போல் ஒட்டி ஊஞ்சலாடும் வைரமணி பதித்த, மெல்லிய தங்க அரைஞாண் கயிறும், உப்பித் தெறிக்கும் வட்டப் பின்புறங்களும், பழுதில்லா வாழைமரத் தொடைகளும், ஒவ்வொன்றாய் ஆதியின் பார்வைக்குக் கிட்டியது. ஏதோ ஒரு எச்சரிக்கை உணர்வில் பட்டென்று கண்களைத் தாழ்த்தினான் ஆதி. அவன் பார்த்த 'சில்வியாவின் அழகுகள்' கண்களுக்குள் மிச்சமிருந்தது. காட்சிகள் மூளைக்குள் நுழைந்து, தொடர்ச்சியாய் 'கண்களை திற' என்றது. மெதுவாக மீண்டும் கண் மலர்ந்தான் ஆதி.

சில்வியா செருக்கோடு அசைந்து அசைந்துப் பேசிக்கொண்டிருந்தாள். நெடுநெடுவென நீண்டிருக்கும் இவள் முன்புற தரிசனம் எப்படி இருக்குமென்ற கற்பனை அவனுக்குள் ஓடியது. அவள் கணுக்காலின் அழுத்தமில்லா கருப்பும், தாமிரத் தண்டையணிந்த உரித்த வாழைப்பூ நிற குதிகாலும் அவனை

இயல்பாகப் பாதிக்கத் தொடங்கியது. பெண்களின் நிர்வாணம் ஒன்றும் ஆதிக்கு புதிதல்ல... இருந்தாலும் நிர்வாணமாக இருக்கிறோம் என்ற சங்கோஜமில்லாமல், அழகுகளை அப்பட்டமாக வெளிக்காட்டிச் சகஜமாக உலாவரும் வேற்றுலக 'பேரழகு ஆளுமை பெண்கள்' ஆதியின் கண்களுக்கு மிகவும் புதிது. 'காதல்' நிரம்பிய அழகுக் காட்சிகளை, கண்கள் 'காமமாக' உடம்புக்குள் கடத்த ஆரம்பித்தது. அதன் அறிகுறியாய் திமிலனின் முதுகுப் பரப்பு மயிர்க்கால்களில் சில புல்லரிப்பு கூச்சங்கள் *சிறு சிறுப் புள்ளியாய்*.

காமம் நிகழ்த்துவது உடம்பாக இருந்தாலும், அதன் உறைவிடம் உயிரைச் சார்ந்ததென்பதால், அதுவரை காமத்திற்கு பழகாத திமிலன் உடம்பு, முதன் முறையாக ஆதியின் ஆத்மாவழி மெதுவாகக் காமத்திற்கு இசைந்து நெகிழ்ந்தது. அதுவரை அந்த உடம்பின் சிறுநீரை வெளியேற்றுவதற்கு மட்டும் உபயோகப்பட்டிருந்த லிங்க உறுப்புக்குள், முதன் முதலாய் 'காமத்தின் இரத்தம்' பாயத்தொடங்கியது.

இதற்கெல்லாம் முத்தாய்ப்பாய், மோக அடையாளச் சின்னமாய், சிறிதாய், மெலிதாய், சின்னஞ்சிறு குருத்தாய் அவன் கால் பெருவிரல்கள் உயிர்ப்போடுத் தளிர்க்க ஆரம்பித்தது.

அறிவியலின் அறிவு

உவமையில்லாப் பேரொளிக்குள் உருவமானது எவ் விடம்
உவமையாகி அண்டத்துள் உருவிநின்றது எவ் விடம்
தவமதான பரமனார் தரித்துநின்றது எவ்விடம்
தற்பரத்தில் ஜலம்பிறந்து தாங்கிநின்றது எவ்விடம்.

அந்த மருத்துவமனை ஒரு காலைநேர பள்ளிக்கூடத்திற்குரிய பரபரப்புடன் பம்பரமாய் இயங்கிக் கொண்டிருந்தது. டாக்டர்கள் அனைவரும் சினிமாவில் வரும் டாக்டர்கள்போல் சிவப்பாயிருந்தனர். பலபேருக்கு மண்டையில் முடி இல்லை. ப்ரொபசர் உமையொருபாகனின் பல கேள்விகளுக்கு அவர்களிடம் பதில் இல்லை. ஆதியின் உடல்நிலைக்கு வாயில் நுழைய முடியாத ஒரு நோய் காரணம் என்றனர். அவன் மூளை ஏதேனும் ஒரு கதிர்வீச்சுக்கு உட்பட்டு இருக்க வேண்டும் என்பதை ஒத்துக் கொண்டனர். ஆனால் அது சக்திச் சக்கரங்கள் வழி நிகழ்ந்திருக்கக் கூடும் என்ற ப்ரபோஸரின் அஞ்ஞான வாதத்தை அவர்கள் ஏற்க மறுத்தனர். அதேவேளையில் ஏதோ ஒரு பயத்தின் காரணமாக அந்த சக்திச் சக்கரங்களைத் தொட்டு பேசவும் தயங்கினர். வார்த்தைகள் இரு புறத்திலிருந்தும் மாறி மாறி வீசப்பட, முற்றிய வாக்குவாதம் தர்க்கச் சப்தங்களுடன் பெரிதாகியது.

‘சார்... நீங்க நம்பினாலும் நம்பாவிட்டாலும் நடந்தது இதுதான்....’ -ஆணித்தரமாக அடித்துப் பேசிக்கொண்டிருந்தார் ப்ரொபசர் உமையொருபாகன்.

சார்... நீங்க படிச்சவங்க... மருத்துவத்தையும் மாந்திரீகத்தையும் தயவுசெய்து கனெக்ட் பண்ணிப் பேசாதீங்க... ஒருவேளை நீங்க சொன்னது உண்மையா இருந்தாலும், அதுக்கு நாங்க என்ன பண்ணமுடியும். இன்ன அறிகுறிக்கு... இன்ன நோய்க்கு... இன்ன

மருத்துன்னா... ஒகே. வீ கேன் சப்போர்ட். பட் நீங்க சொல்ற அமானுஷ்ய விஷயங்களுக்கு நாங்க எந்த சிகிச்சையும் பண்ண முடியாது.

இல்ல டாக்டர்... இந்த மாதிரி அமானுஷ்ய விஷயங்களை...- என்று ப்ரொபஸர் பேச முயல, முற்றிப் பழுத்த டாக்டர் ஒருவர் அவர் பேச்சை முற்றிலும் புறக்கணித்தார்.

மிஸ்டர் உமையொருபாகன், நீங்க கொண்டு வந்த பேஷண்ட் ஆபத்தான நிலையில் அவசர சிகிச்சைப் பிரிவில் இருக்காரு... அவரோட மூளைய வலிமை வாய்ந்த ஏதோ ஒரு கதிர்வீச்சு பாதிச்சிருக்கு... எல்லா டெஸ்டும் எடுத்துட்டு இருக்கோம்... எங்களால முடிஞ்ச வரை அவரை காப்பாற்ற ட்ரை பண்றோம்... தட்ஸ் ஆல்... ஐ கேன் சே நவ்...

இல்ல சார்... நான் என்ன சொல்ல வரேன்னா... இந்த சக்திச் சக்கரங்கள்...

சார்... ப்ளீஸ்... இந்த மாதிரியான விஷயங்களை, இங்க கொண்டு வராதீங்க... இட்ஸ் அவர் ரிக்வேஸ்ட்... உங்களுக்கு எங்க டிரீட்மெண்ட் மேல நம்பிக்கை இல்லைனா... வி வில் டிஸ்சார்ஜ் தி பேஷண்ட்... யு கேன் ட்ரை இன் சம் அதர் ஹாஸ்பிடல். தயவுசெய்து இந்த தகட்டையும் எடுத்திட்டு போயிருங்க... சொல்லும்போதே மருத்துவரின் வார்த்தைகளில் பயம் கலந்த எரிச்சல் தெரிந்தது. இனி இவர்களிடம் விவாதிப்பது சரியாக இருக்காது என்று நினைத்தாரோ என்னவோ சட்டென்று எழும்பினார் ப்ரொபஸர்.

வெளியே வந்து செப்புத் தகட்டை ஒரு வெள்ளை துணியில் சுற்றி அரசாங்கக் காரியாலயத்தில் பத்திரப் படுத்துவதற்கானப் பணிகளை செய்து முடித்து, ஆதி அனுமதிக்கப்பட்டிருக்கும் அறையை நோக்கி நடக்கத் தொடங்கினார். மனமெங்கும் கத்தைக் கத்தையாய் கேள்விக்குறிகள்.

அவசரச் சிகிச்சை பிரிவில் அனுமதிக்கப்பட்டிருந்த ஆதி மெலிதான மூச்சோடுப் படுத்துக்கிடந்தான். அவனைச்சுற்றியிருந்த மருத்துவ மின்னணு கருவிகளில் பல வண்ண விளக்குகள் மின்னிக்கொண்டிருந்தன. அறையின் வெளியே கலைந்த தலையோடு திலகாவும் வேறு சில நண்பர்களும் உட்கார்ந்திருந்தனர். விஷயம் தெரிந்து கலங்கிய அமுதாவிற்கு செல்போனில் திலகா ஆறுதல் சொல்லியிருந்தாள். நாங்கள் பார்த்துக்கொள்கிறோம், நீ இங்கு வரவேண்டாமென்று தைரியமூட்டியிருந்தாள் திலகா. சில பெயர் கூறாத பெண்களின் அழைப்புகள் உட்பட பல அழைப்புகள் ஆதியின் செல்போனுக்கு அடிக்கடி வந்த வண்ணமிருந்தது. சிறிதுநேரத்திற்கு பின் தொடர் அழைப்புகளால் சக்தியிழந்து, சலனமற்ற சடலமென அதுவும் அணைந்து போனது.

தொடர்ந்த மனக்கலக்கத்தின் களைப்பில் லேசாக வதங்கியிருந்தாள் திலகா. புயல்காற்றில் படபடக்கும் தேசியக்கொடியென நெஞ்சுக்கூட்டில் சில சலன சஞ்சாரங்கள். மீண்டும் மீண்டும் திலகாவுக்குள் அந்த குழப்பங்கள்தோன்றிக் கொண்டேயிருந்தன.

ஆதிக்குள் என்ன நடந்திருக்கிறது?

இருபத்தொன்றாம் நூற்றாண்டில் இப்படியெல்லாம் நடப்பதற்குச் சாத்தியமா?

விஞ்ஞானத்தை மீறிய ‘அஞ்ஞான சக்திகள்’ இவ்வுலகில் இருக்கிறதா?

உறுதியளித்தபடி ஆதி மீண்டு வருவானா?

கைலாசத்துக்கு நடந்த அதே நிலைதான் ஆதிக்கும் ஏற்படுமா? - என பற்பல எண்ணங்கள் மாறி மாறி வந்தன

தொங்கிய முகத்தோடு வந்தமர்ந்த ப்ரொபஸர் ஆதி இருந்த அறையின் வட்ட வடிவக் கண்ணாடி இடைவெளி வழி, ஆதியின் முகத்தை ஒருமுறைப் பார்த்துக் கொண்டார்.

டாக்டர் என்ன சார் சொல்றாங்க? - உண்மையான கவலையோடு திலகா கேட்டாள்.

வேஸ்ட் ஃபெல்லோஸ்... அவங்க எதையுமே நம்ப மாட்டேங்கிறாங்க... ஏதேதோ நோய் பேரச் சொல்றாங்க... நமக்கு வேற வழியில்லை... ப்ரோபஸரின் பேச்சில் பெரும் கவலையின் சாயல் தெரிந்தது.

அவங்க சொல்றதும் கரெக்ட் தானே சார்... வெள்ளைக்காரன் ஆதாரத்தோட எழுதின புத்தகத்தை படிச்சு வளர்ந்தவங்க அவியள்... அவியள்ட்ட போய்... அமானுஷ்யம் மாந்திரீகம்னு சொன்னா கோமாளியை பாக்குற மாதிரித்தான் பார்ப்பவினம்...

எல்லாத்தையும் கண் முன்னே நேரடியா பார்த்ததிலிருந்தான் நானே இதெல்லாம் நம்புறேன்... ஆதியை காப்பாத்துறது மட்டும்தான் இப்ப ரெம்ப முக்கியம்... அவன் எப்ப வேணும்னாலும் கண் விழிக்கலாம் திலகா...

இருவரும் மீண்டும் ஒருமுறை ஆதியின் அறையை பார்த்துக் கொண்டார்கள். நல்ல களைப்பில் படுத்துறங்குவது போல் சலனமின்றி ஆதி தூங்கிக் கொண்டிருந்தான்.

சார்... அந்த திமிலேஸ்வரனை திரும்பி போய் பார்த்தா என்ன... இப்ப நடப்பவைகளை ஏற்கனவே கரெக்டா கணிச்சு சொன்னவர் அவர்தான். அவருக்கு இன்னும் நெறைய விஷயங்கள் தெரிஞ்சிருக்க வாய்ப்பிருக்கு சார்...

நானும் அப்பவே யோசிச்சேன் திலகா... ஆதி ஒருமுறை கண் விழிக்கட்டும்... அப்புறம் அதை பற்றித் தீர்மானிக்கலாம்.

விபரீதங்கள் நடக்கும் போது, இந்த மனித சமூகம், இதற்கு முன் நடந்த அதீத சம்பவ தரவுகளுடன் அதை ஒப்பிட்டு பார்த்து இது, இதனால், இப்படி நடந்திருக்கலாம் என வரையறுத்து விடுகிறது. 'ஆதாரங்கள்' என ஒரு நிகழ்வை நியாயப்படுத்த அறிவியல் கூறும்

அனைத்து விஷயங்களும், உலகின் ஏதோ ஒரு மூலையில், ஏதோ ஒரு மனிதனுக்கு ஏற்பட்ட 'முதல் அசாதாரண அனுபவங்களே'. அந்த அனுபவத்தரவுகளை மீண்டும் மீண்டும் ஆராய்ந்து, எல்லோரும் ஒத்துக் கொள்ளக்கூடிய அல்லது எல்லோரையும் திருப்தி படுத்தும் உகந்த சில காரணங்களை விவரித்து விட்டால் அந்த அசாதாரண நிகழ்வு எல்லோராலும் ஏற்றுக்கொள்ளப்படும் அறிவியலாகிவிடுகிறது. விளக்க முடியாத காரணங்களோடு நடக்கும் 'ஆச்சர்ய நிகழ்வுகள்' எந்நாளும் அமானுஷ்யமாகவே பார்க்கப்படுகிறது.

ஆதியின் வாழ்வில் நடந்த விபரீதங்களுக்கு உகந்த காரணங்களை ஆதாரத்துடன் விளக்க முடியாததால், அது அமானுஷ்யமாகவே பார்க்கப்பட்டது. உங்கள் அறிவியலில் இது இல்லாததால், இப்படி ஒன்று நடக்கவே வாய்ப்பில்லை என்று நீங்கள் கூறுவது தவறு - என்ற ப்ரோபசரின் வாதம் டாக்டர்கள் முன்பு சிறிதளவும் எடுபடவில்லை. குழப்பமென்னும் பெரும் அரக்கன் இப்பிரச்சினைகளை எதிர்கொண்ட அனைவரின் வாழ்விலும் குட்டிக்கர்ணம் அடித்துக் கொண்டிருந்தான்.

சில நிமிட இடைவெளிகளில் இருவரும் எதிர்பார்க்காத ஒரு கணத்தில் ஆதியின் உடம்போடு இணைக்கப்பட்டிருந்த மருத்துவ கருவிகளிடமிருந்து ஒரு சில சமிக்கை ஒலிகள் வர ஆரம்பித்தது. அவன் உடம்பில் ஒரு துடிப்பும் கூடவே மெல்லிய அதிர்வும். இருவரும் யாரையும் எதிர்பார்க்காமல், எதற்கும் தயங்காமல் அறைக்குள் நுழைந்தனர். ஓடிக்கொண்டிருந்த மின்னணு எந்திரங்கள் மேலும் கீழுமாய் படபடவென பல கோடுகளைக் காட்டி மறைந்தது. கருவிகளில் தோன்றிய எண்கள் அனைத்தும் சிறிதும் பெரிதுமாய் அதிர்ந்தன. ஆதியின் புருவங்கள் நெகிழ்ந்து, கண் மலர்கள் லேசாகப் படபடத்தது.

ஆதி... ஆதி... ஆதி... என்ற அவர்களின் அழைப்பிற்கு அவன் செவி சாய்ப்பது போலிருந்தது. உடம்பெங்கும் ஒரு நடுக்கம்.

லேசாகக் கண் விழித்திருந்தான்.

உனக்கு ஒன்னும் ஆகாது ஆதி... எப்படியும் நாங்க உன்னைய காப்பாற்றுவோம்... உறுதியாய் பதில் கூறினார் ப்ரோபஸர்.

அரைகுறையான மயக்கத்தோடு ஓரிரு வார்த்தைகளைப் பேசத் தொடங்கினான் ஆதி

ருபினி உலகத்துலதான்.... இருக்கே... நான் அங்க தூங்கும்போது, இங்க என்னால உங்க கூட பேச முடியுது... அடுத்து நான் எப்ப

வருவேன்னு எனக்கே தெரியல... - என்று எச்சில் விழுங்கி, மூச்சு வாங்கி சிறிதும் பெரிதுமான ஓசையில் பேசத் தொடங்கினான். பேச்செங்கும், மூச்செங்கும் பயத்தின் சுவடுகள்.

ஆதி... பயப்படாதே... யு வில் பி ஆல்ரைட்.... ஆதியின் கரம் பிடித்து கண்ணீர் மல்க ஆறுதல் கூறினாள் திலகா.

ட்டில்கா... நவ்...வேறுவே... அமுத... பிட்ஷல் ஹபிளஷ்ல்... தீக்கடப்ஹ்ல்... நிலவிட அமருபக்கஹபில்க்ஹ்....

ஏதேதோ கூற முயன்றான் ஆதி. அவனால் முடியவில்லை. நாக்கு குழறியது. பெரிதாக மூச்சிழுத்துக்கொண்டான். கண்களின் கருவிழிகள் மெதுவாக மேலேறி நெற்றிக்குள் மறைய, மீண்டும் பெரு மயக்கத்தில் சரிந்தான் ஆதி.

ஆதி கண்விழித்ததை அறிந்த மருத்துவர்கள் அவசர அவசரமாக அறைக்குள் நுழைய, வலுக்கட்டாயமாக ப்ரோபஸரும், திலகாவும் குப்பைத் தொட்டிக் காகிதங்களாக அந்த அறையைவிட்டு வெளியேற்றப் பட்டனர்.

ஆத்மபல வீழ்ச்சி

சுக்கிலத் திசையுளே சுரோணிதத்தின் வாசலுள்
முச்சதுரம் எட்டுளே மூலாதார அறையிலே
அச்சமற்ற சவ்வுளே அரியரன் அயனுமாய்
உச்சரிக்கு மந்திரம் உண்மையே சிவாயமே.

அசாதாரண மனிதர்களின் வாழ்வில் பிரச்சனைகள் விஸ்வரூபம் எடுக்கும்போது, அதிலிருந்து தப்பிப்பதற்கான வழிமுறைகளை அவர்களின் மனது எளிதாகத் தீர்மானித்து விடுகிறது. ஆனால் தீர்க்கமான முடிவில்லாமல் எதிர்கொள்ளப்படும் ‘பிரச்சனைகள்’ விபரீதங்களுக்கு தீர்வாக அமையாமல், ஒன்றிலிருந்து மற்றொரு பிரச்சனைகளையே மீண்டும் மீண்டும் உருவாக்குகிறது. திமிலன் இல்லாத சூலக அரண்மனையில் மீண்டும் மீண்டும் அதுவே நிகழ்ந்து கொண்டிருந்தது.

ருபினியுலக தோற்ற மரபுகளை, நம்பிக்கைகளை சுருக்கமாக ஆதிக்கு விளக்கியிருந்தான் அதிரன். திகைப்பும், ஆச்சர்யமுமாய் விஷயங்களை கேட்டறிந்த ஆதி, சில்வியாவின் வாய்மொழி வழி, அறிந்த விஷயங்களை அதிரனிடம் பகன்றிருந்தான். நிகழ்வுகளின் காரண காரியங்கள் இப்போது இருவருக்கும் சரியாகப் புரிந்தது. இருவரும் சேர்ந்து செயலாற்றிட உறுதி பூண்டனர்.

அந்த ஐவிரல் குழந்தையின் உடலில் தான் திமிலன் ஆத்மா இருக்கிறது என்று ஆதி வழி கிடைத்த செய்தி, அதிரனுக்கு அத்தனை பெரிய அதிர்ச்சியைத் தரவில்லை. ஏதோ ஒரு உடலில்தான் திமிலனின் ஆத்மா இணைத்திருக்கிறது என்பதை அதிரன் முன்னரே கணித்தது தானே. அதைக் கருத்தில் கொண்டுதான், அமாவாசையன்று திரும்பி வரும் திமிலனின் ஆத்மா, வேறொரு ஆத்மா இருக்கும் தன்

ஜீவிதஉடல் மீது ஒன்ற இயலாது குழம்பும் போது, 'திலா ஹோமத்தினை' பிரயோகிக்க முடிவு செய்திருந்தான் அதிரன். புறவெளியில் திக்கற்று சுற்றித்திரியும் ஆத்மாக்களைச் சாந்தி செய்து ஒடுக்குவதற்கான சரியான வழி திலா ஹோமமே என்பதை அதிரனுக்கு பயிற்றுவித்தவனே திமிலன்தான். தீட்டிய மரத்திலேயே கத்தியை வெட்டி, கூர்மையைப் பரிசோதிப்பது போல், திமிலன் பகன்ற யோக சித்துக்களைத் திமிலனின் ஆத்மாவிடமே பிரயோகிக்க முடிவு செய்திருந்தான் அதிரன்.

ஆனால் இன்று திமிலனின் ஆத்மாவின் உறைவிடம் தெரிந்து விட்டது. அவன் சஞ்சரிக்கும் உடலின் இருப்பிடம் தெரிந்து விட்டது. எதற்காக நாளை மறுநாள் வரை காத்திருக்க வேண்டும். பரகாயப்பிரவேச பயிற்சியை திமிலன் பயன்படுத்தும் முன், அக்குழந்தைக்கு துர்மரணத்தைத் தருவித்து விட்டால், திமிலனின் ஆத்மா பரகாயப் பிரவேசத்திற்கு தகுதியில்லாமல் நிற்கதியாகிவிடுமே. திறனற்ற ஆத்மா திக்குக்கொன்றாய் அலைவதைப் போல், திமிலனின் ஆத்மாவும் அலைந்து அழியட்டுமே. இது மட்டும் நிகழ்ந்து விட்டால் வசியமாமேதை திமிலனின் உயிர் மீண்டும் இப்பிறைவுலகுக்குள் வரா நிலையில் முடங்கும். பின்பு திமிலனின் உடம்பிலிருக்கும் இந்த ஆதியென்ற நர ஆத்மாவால் மொத்த ருபினி உலகத்தையும் நம் கட்டுக்குள் கொண்டு வந்து விடலாம். எண்ணங்கள் திட்டங்களாக அதிரனுக்குள் விரிந்த வண்ணமிருந்தது. இது மிகச்சிறந்த யுக்தி. பிழையேதும் இதில் ஏற்பட வாய்ப்பில்லை என்று உறுதி செய்து, ஆதியிடம் தன் திட்டத்தை விவரித்தான்.

மானிடா... நாளைய அமாவாசை வரை நீ இப்படியே இந்த உடலில் இரு. ஆச்சாரியரோ... மஹாராணியோ... வந்தால் அசையாமல் படுத்துக் கிட... இந்த இரண்டு நாளை மட்டும் வெற்றிகரமாக கடந்து விட்டால் இந்த ருபினி உலகம் நம் இருவருக்கானது.

கண்டிப்பாக அதிரா... ஆனால் எனக்கு இந்த வசிய மந்திர தந்திரங்கள் எதுவும் தெரியாதே...

அதையெல்லாம் நான் பார்த்துக் கொள்கிறேன். உன்னை முன்னிறுத்தி சூலக அரண்மனையின் அனைத்து விஷயங்களையும் நானே செய்து முடிப்பேன். எனக்கு வேண்டியதெல்லாம் உன் அச்சமில்லாத ஒத்துழைப்பே. எக்காரணம் கொண்டும் பயமோ, குழப்பமோ உன் முகத்தில் தெரியாத வண்ணம் பார்த்துக் கொள். ஏனையவற்றை நான் பார்த்துக் கொள்கிறேன். - தெளிவான திட்டவரைவோடு திடம் பேசினான் அதிரன்.

அதிரனின் பேச்சுக்கு ஆதி அரைகுறையாய் தலையாட்டினான்.

எல்லாம் முடிவான நிலையில், திட்டங்களைச் செயல்படுத்த தொடங்கினான் அதிரன். முதல் வேலையாய் குழந்தையின் உடம்பிலிருக்கும் திமிலனின் ஆத்மாவை பிரிக்க 'அகோனைட்' எனப்படும் கொடும் விஷம் கொட்டும் ஊதாநிற மலர்களோடு, தில்தி மற்றும் கஜினியின் இருப்பிடம் நோக்கி விரைந்தான் அதிரன்.

திமிலனின் உடம்போடு படுக்கையறையில் அங்குமிங்கும் அலைந்து கொண்டிருந்த ஆதிக்கு விஷயங்கள் ஒருவாறுப் புலப்பட ஆரம்பித்தது. அதிரன் செய்த ஏதோ ஒரு தவறால் தான் இவ்வுலகத்திற்கு இழுக்கப்பட்டிருக்கிறோம் என்பதும் புரிந்தது. இப்போது வரை இரண்டு மூன்று முறை மருத்துவமனையிலிருக்கும் தன் உடலுக்குச் சென்று திரும்பியிருந்தான். ஒவ்வொருமுறை சென்ற போதும் ஐந்தாறு நிமிடங்களுக்கு மேல், அவனால் அந்த உடலில் நிலைகொள்ள முடியவில்லை. திலகாவிடமும் ப்ரொபசரிடமும் அவனால் சரிவர பேசவும் முடியவில்லை. பூலோக மருத்துவ முறைகள் அவனுடலை வெகுவாகத் தளரச் செய்திருந்தது. இருந்தும் தான் அறிந்த விஷயங்களை அவர்களுக்கு சுருக்கமாக சைகையின் வழி, எழுத்துக்களின் வழி கடத்தியிருந்தான். இனி இம்மாதிரி பூலோகம் சென்று வரமுடியுமா என்ற சந்தேகம் அவனுக்குள் ஏற்பட்டது.

பூலோகத்திலிருக்கும் தன்னுடலுக்கு இயக்கம் தீரும் நிலையில், ருபினி உலகே தன் உலகாகும் என்ற எண்ணம் மேம்பட்டது. தீடிரென்று அமுதாவின் உருவம் நெஞ்சுக்குள் தோன்றியது. எண்ணங்கள் எங்கெல்லாமோ அலைபாய, இன்னும் ஐந்து நாழிகைக்குள் வரப்போகும் அமாவாசைக்குள் என்னவெல்லாம் நடக்கப் போகிறதோ என்ற 'பெரும் கலக்கம்' ஆதியின் எண்ணத்தில் சூழ் கொண்டது.

இரவோடு இரவாக யாருக்கும் தெரியாமல் தில்தியின் வீட்டுக்குள் நுழைந்திருந்தான் அதிரன். ருபினிகளின் சொரூப நித்திரைக்கான சமயம். கொடும் விஷத்தைக் குழந்தைக்கு அளித்து, திமிலனின் ஆத்மாவை குழந்தையின் உடம்பிலிருந்து வலுக்கட்டாயமாக வெளியேற்றுவது அதிரன் திட்டமாக இருந்தது. தில்தியும் கஜினியும் ஆழ்ந்த உறக்கத்திலிருக்க, மிகக் கவனமாகக் குழந்தை படுத்திருந்த தங்கத் தொட்டிலுக்கு முன்னேறினான். பாலாடையில் செய்த பதுமையென குழந்தை ஒருக்களித்துப் படுத்திருந்தது. அங்குமிங்கும் ஒருமுறை பார்த்துக்கொண்டான். மாரண வசியச் சித்துக்கான மந்திரங்களை மனதிற்குள் தியானித்தான். அடுத்தவினாடியில், அயர்ந்த உறக்கத்திலிருந்த குழந்தைக்கு 'அகோனைட்' விஷ மலர்களின் மகரந்தங்களைச் சுவாசிக்கக் கொடுத்தான்.

சரியாக ஆறு வினாடிகள். குழந்தையின் உடலெங்கும் மெல்லிய ஊதாநிறம் பரவத்தொடங்கியது. லேசாக நெளிந்த குழந்தை சிறு முனகல்களோடு மூர்ச்சையுற்றது. இன்னும் சரியாக இருபதுநிமிடங்களில் குழந்தை மரணிப்பது உறுதி. எதிர்பாராத் தாக்குதலால், தடுமாறி புறவெளியில் வெளியேற்றப்படும் திமிலனின் ஆத்மா, அலைவுற்று தன்னுடல் தேடி சூலக அரண்மனை விரையும் என்பதைச் சரியாகக் கணித்திருந்தான் அதிரன். காலம் கடத்தாது, விரைந்து அரண்மனையை அடைந்து ஆத்மாக்களைச் சாந்தப்படுத்தும் வசிய சித்துக்களில் ஒன்றான பரிசுத்த திலா ஹோமத்திற்கான ஆயத்தப் பணிகளைச் செய்யத் தொடங்கினான் அதிரன்.

சூழ்ச்சிகளின் கைங்கர்யத்தால் உயிரிழந்த ஐவிரல் குழந்தையின் நிலைகண்டு ருபினித் தம்பதிகள் தில்தியும், கஜினியும் பெருந்துயரம் கொண்டனர். உயிரற்ற குழந்தையின் உடலைத் தூக்கி தில்தி கதறியது கண்டு முற்றிலுமாய் உடைந்தான் கஜினி. மகாராணி சில்வியாவுக்கு குழந்தை இறந்த விஷயம் தெரிவிக்கப்பட்டது. ஏற்கனவே உறுதி செய்த படி அமாவாசையின் பணிகளைத் தொடர, திமிலன் குழந்தையின் உடலிருந்து வெளியேறியதாக நினைத்துக் கொண்டாள் சில்வியா. சில மணிநேரத்தில் குழந்தை உயிர் பிழைக்குமென துயருற்ற பெற்றோர்களுக்கு உறுதியளித்தாள்.

ருபினி உலக மொத்த மனங்களின் உணர்வும், நிலையும் நிலவொளி மறையும் அமாவாசையின் ஆரம்பத்திற்காகக் காத்திருக்கத் தொடங்கியது.

வம்ச விருத்தி

உகந்து உகந்து நெஞ்சமே ஓரெழுத்தி னாலே
அகந்தனையே சுத்தி பண்ணி பாய்ந்து - முகந்து
குடியாம லாமோ குலவுமல மான
மிடியா னதுதீர வேண்டி.

கடைசியாக ஆதி கண்விழித்து மூன்று நான்கு நாட்களிருக்கும். கைலாசத்தின் உடம்பு அனுபவித்த அதே கோமா நிலையில் ஆதியின் உடம்பும் நிலைக் கொண்டிருந்தது. மருத்துவர்கள் கண்டிராத அஞ்ஞான விஷயங்கள், அது கொடுக்கும் ஆச்சர்யங்கள் அவர்கள் படித்த அறிவியல் அறிவை வெகுவாகக் குழப்பியிருந்தது. அவசரச் சிகிச்சைப் பிரிவில் சன்னமான மூச்சுடன் படுத்துக்கிடக்கும் ஆதி, யாருக்கும் விளங்காத ஒரு புதிராகவே இருந்தான். ஏதோ ஒரு நியதிக்கு உட்பட்டு அவன் இதயம் மட்டும் துடித்துக் கொண்டிருப்பதாய் சுற்றியிருந்த மின்னணு இயந்திரங்கள் காண்பித்துக் கொண்டிருந்தன.

அறைக்கு வெளியே காத்துக்கிடந்த ப்ரோபசருக்கும், திலகாவுக்கும் பல மனப் போராட்டங்கள். ஆதியின் இந்த நிலைமைக்கு நாம்தான் காரணமோ என்ற 'குற்ற உணர்ச்சி' இருவரின் நெஞ்சுக்குள்ளும் வட்டமிட்டுக் கொண்டிருந்தது. ஆதியைப் பற்றிய பல நினைவுகளுக்குள் விழுந்துக்கிடந்தார் உமையொருபாகன். ஆதியின் குறும்புகள், பேச்சுச் சேட்டைகள், அவன் சிரித்த முகம், அவனுக்குக் கடைசியாய் கொடுத்த முத்தம் என திலகாவின் நெஞ்சுக்குள்ளும் பற்பல நினைவுகள் வந்து போயின. சோகமென்னும் அரக்கன், குழப்பமென்னும் அசுரன், அவர்களின் வாழ்வில் சுகமாய் வந்தேறி ஜீவித்துக் கொண்டிருந்தான். மருத்துவமனை வாசம் அனுபவித்த இரண்டொரு நாட்களில் இருவரும் வாடி வதங்கியிருந்தனர். எப்படியும் ஆதியைக் காப்பாற்றி விடவேண்டுமென்ற எண்ணம்

இருவர் எண்ணத்திற்குள்ளும் நிறைந்திருந்தது. ஆனால் அது எப்படி நிகழப்போகிறது என்ற பெரும் கேள்வி ‘கொடும் பூதமாய்’ அவர்களைக் துரத்திக் கொண்டிருந்தது. என்ன நோய் என்று சரியாகக் கணிக்க முடியாத மருத்துவர்கள், எதனால் இது நிகழ்ந்தது என்பதை அறிவியல் பூர்வமாக விளக்க இயலாத நண்பர்கள் என ஆதியின் வாழ்வு பல இடர்பாடுகளால் சூழப்பட்டிருந்தது.

பிரச்சனைகளை அதன் பிரதிபலன்களை முன்னரே கணித்த திமிலேஸ்வரனைக் காண்பது மட்டுமே அத்தனைச் சிக்கலில் இருந்து விடுபட, சரியான வழியாக இருக்குமென உமையொருபாகனுக்குத் தோன்றியது. அறிவியல் பயின்ற நாம் ஒரு அஞ்ஞானவாசியின் ஆருடப்பேச்சை நம்பலாமாவெனவும் தோன்றியது. முன்செல்லும் அனைத்து வழிகளும் மூடிக்கிடக்க, முன்னேறிச் செல்ல அவ்வழி மட்டுமே இருந்தது. மனதிற்குள் திடமான ஒரு முடிவுடன் எழும்பினார் உமையொருபாகன். ஆதியைக் கவனித்துக் கொள்ளுமாறு திலகாவிடம் கூறிவிட்டு, ப்ரோபசர் கிளம்ப எத்தனித்த வினாடியில் மருத்துவமனை வாசலில் அழுது வீங்கிய முகத்தோடு அமுதா வந்து கொண்டிருந்தாள்.

முறையானத் திருமணம் இல்லை என்றாலும், கணவன் மனைவியாக வாழ்ந்து, இன்று தனித்து நிற்கும் ‘ஆதியின் பிரிவு’ அமுதாவின் தோற்றத்தில் அப்பட்டமாகத் தெரிந்தது. தண்ணீரின்றி வாடி வதங்கிய மாங்கன்றாய் சோர்வாக விழி சிமிட்டினாள் அமுதா. கண்களுக்கு கீழே சோகத்திற்கு அடையாளமாய் மெலிதாய் உதித்த கருவளையங்களின் தோன்றல்களிருந்தது. காய்ந்து வறண்டு வெடித்த உதடுகள் நாவின் ஈரத்திற்காய் ஏங்கித் தவித்தது. காற்றில் ‘பரபரக்கும் கூந்தல்‘ அவள் உள்ளம் அமைதியாய் இல்லை என்பதைப் பறைசாற்றியது போலிருந்தது. போட்டோக்களில் மட்டுமே பார்த்திருந்த ப்ரொஃபஸரையும் திலகாவையும், பார்த்தவுடன் சட்டென்று அடையாளம் கண்டு கொண்டாள் அமுதா. சுய அறிமுகத்தில் அவர்களும் அவளை அடையாளம் கண்டுகொண்டார்கள்.

சோகப் பெருக்கோடு மருத்துவமனையின் ஐ சி யூ பிரிவுக்குள் சென்று வட்ட வடிவ கண்ணாடித் திறப்பின் வழி ஆதியைப் பார்த்து சிறு குழந்தையைப் போல மீண்டும் உடைந்தழுதாள் அமுதா. இரு கண்களிலும் நேராக கோடிட்டது போல் வரிவரியாய் 'கண்ணீரின் தாரைகள்'. சோகச் சலனத்தில் மீண்டும் மீண்டும் கண்ணீரின் வரிகள் வளர்ந்துக் கொண்டே இருந்தது. என்ன கூறி அவளைத் தேற்றுவது என்பது ப்ரொபசருக்கும் திலகாவிற்கும் விளங்க முடியாதப் புதிராகவேயிருந்தது. எனக்கு எல்லாமாக ஆதி மட்டுமே இருந்தான் என்று விம்மினாள். என்னவாயிற்று ஆதிக்கு?- என்று அமுதா கேட்டபோது, கலங்கி நின்ற இருவர் கைகளிலும் விளம்புவதற்கு பதில்கள் இல்லை. எப்படி இது நடந்தது?- என்ற அமுதாவின் கேள்விக்கும் அவர்களிடம் பதில் இல்லை. அவர்களின் கலக்க மௌனம் அமுதாவைப் பலவிதங்களில் சிந்திக்க வைத்தது. சஞ்சலம் மிகுந்து விம்மிவிம்மி அவள் அழுகையில், நெஞ்சுக்கூடு துக்கம் நிரம்பி தறிகெட்டு ஏறித் தாழ்ந்தது.

கலங்கிய கண்ணீரோடு அமுதாவை திலகா ஆரத்தழுவி அணைத்துக் கொண்டாள். இளசுகளின் துயரத்தால் பொங்கிய கண்ணீரை, கண்ணாடியைக் கழட்டி உமையொருபாகனும் துடைத்துக்கொண்டார். சோகத்தின் முதல் சில நிமிடங்களைக் கடந்து விட்டால் அது இயல்பான உணர்வாகி விடும் என்பதைப்போல, பதினைந்து நிமிட இடைவெளியில் அழுது களைத்த அமுதாவின் முகத்தில் ஏதோ ஒரு 'துளிர்ப்பு' தெரிந்தது போலிருந்தது. நீண்ட ஒரு ஏக்கப் பெருமூச்சை உடம்பிற்கு கொடுத்தாள். ஆதிக்கு ஒன்றும் ஆகாது என்று அவளுக்குள்ளாகவே கூறிக்கொண்டாள். ஆறுதல் தேடி திலகாவின் கைகளை மீண்டும் ஆறுதலாய் பற்றிக்கொண்டாள் அமுதா.

நடந்த விஷயங்களைப் பெரிதான விவரிப்பு இல்லாமல் அமுதாவிடம் சொல்லி முடித்தார் உமையொருபாகன். கேட்ட மாத்திரத்தில் அனைவரின் நெஞ்சையும் குடைந்து கொண்டிருந்த 'அதே சந்தேகம்' அவளுக்குள்ளும் பரிணமித்தது. அறிவியல் உலகில்

இப்படியெல்லாம் நடக்கச் சாத்தியமா? - என்ற அதே கேள்வி, அமுதாவின் நெஞ்சத்தையும் குடைய ஆரம்பித்தது. அமானுஷ்ய விஷயங்களில் இயல்பாகவே பயம்கொண்ட அமுதாவுக்கு, ப்ரோபசர் கூறிய சம்பவங்கள் மேலும் பயத்தை ஊட்டின. தீராத இச்சோகத்தின் வேதனை எப்போது தீருமென இறைவனிடம் கோபத்தோடு கேள்விகேட்டாள். அனாதையான தனக்கு கொடுப்பதைப்போல் ஒரு சொந்தத்தை கொடுத்து, இப்படி வெடுக்கென்று பிடுங்குவது நியாமா? - என்று கடவுளிடம் நெஞ்சுருகி வாதம் செய்தாள். பின்பு பெண்களுக்கே உரித்தான பிராத்தனை வேண்டுதல்களில் அமைதியாக நிலை கொண்டாள் அமுதா. அத்தனையும் கண்டுகொண்டிருந்த உமையொருபாகன் ஏதோ ஒரு முடிவோடு வெளியில் கிளம்பினார். துணையை நினைத்து அரும்பிய அமுதாவின் கண்ணீர் அவர் மனக்கண்களில் வழிந்து கொண்டேயிருந்தது.

பலவித சிந்தனைகளோடு உமையொருபாகன் வைத்தீஸ்வரன் கோயிலை அடைந்திருந்த போது மொத்த ஊரும் இருட்டுக்குள் விழுந்திருந்தது. ஏதோ ஒரு பணிச் சுமையின் காரணமாக மொத்த ஊருக்கும் மின்சாரம் நிறுத்தப்பட்டிருந்தது. வீதியில் நடக்கையில் மின்சார விளக்குகள் இல்லாத கற்கால வாழ்க்கையை, ‘தற்கால மக்கள்’ வாழ்ந்து கொண்டிருப்பது போல் தோன்றியது. இருட்டு குடித்திருந்த திமிலேஸ்வரனின் வீட்டுக்குள், ஏற்றி வைத்திருந்த நல்லெண்ணை விளக்கின் உபயத்தில் மஞ்சள்நிற ஒளிப் பாய்ச்சலிருந்தது.

ஈசிச் சேரில் சிரம்தாழ்த்திப் படுத்திருந்த திமிலேஸ்வரன் ப்ரொபசர் உமையொருபாகனைப் பார்த்ததும் சினேகப் புன்னகைப் பூத்தார். விளக்கு ஒளியில் அவர் முகத்தில் அப்படியொரு தேஜஸ். நடந்தது எல்லாம் ஏற்கனவே அவர் அறிந்தது போன்ற ஒரு முகபாவனையில் இருப்பதாகத் தோன்றியது. சுற்றிவளைத்து கம்பு சுத்தாமல் நேரடியாக விஷயத்துக்கு வந்தார் உமையொருபாகன்.

சார்... நீங்க சொன்ன மாதிரியே ஆகிவிட்டது... ஆதிய கோமா ஸ்டேஜுல ஐசியூ ல அட்மிட் பண்ணியிருக்கோம்... - உங்களால் தான்

இந்த நிலை என்ற குற்றம் சாட்டும் ரீதியில் பேசினார் உமையொருபாகன்.

முகத்தில் எந்த அதிர்வையும் காட்டாது அமர்ந்திருந்தார் திமிலேஸ்வரன். அச்சுப் பிசகாமல் அவர் கண்களையே பார்த்துக் கொண்டிருந்தார் உமையொருபாகன். ஆழ்ந்த அந்தப் பார்வைக்கு அடைந்த இக்கட்டிலிருந்து விடுபடுவது எப்படி? - என்ற கேள்வியின் சாயலிருந்தது. இரண்டொரு நிமிடங்கள் அமானுஷ்யமாகவே கழிந்தன. சிறிது நேரத்தில் உமையொருபாகனின் குற்றச்சாட்டை ஏற்றுக் கொண்டது போல் புன்முறுவல் பூத்தார் திமிலேஸ்வரன். உடலெங்கும் யோகநிலைக்கான அதிர்வுகள். ஆர்வப் பெருக்கில் கை விரல்கள் மடிந்து பிரிதிவி முத்திரையில் நிலைத்தது. ஏற்கனவே பார்த்து பரிச்சயமான 'பக்தி பிரவாகம்' அவர் முகத்தில் லேசாகச் சன்னமாய் மலர ஆரம்பித்தது. லேசான அதிர்வோடு தொண்டையைச் செருமிக்கொண்டார்.

எதனால் இது நடந்தது?

இதற்கு என்னதான் முடிவு?

ஆதி மீண்டு வருவானா?

அடுத்தடுத்துக் கேள்விகளை அடுக்கிக் கொண்டே போனார் உமையொருபாகன்.

மொத்த கேள்விக்கும் சேர்த்து மெலிதானப் புன்னகையோடு தொண்டையை செருமிக் கொண்டார் திமிலேஸ்வரன்.

திமிலேஸ்வரனின் முகத்தில் ஏதேனும் ஒரு தெய்வீகக் குறிப்பை உணர்ந்ததாலோ என்னவோ, சார் என்ற விளிப்பதம் மாற்றி சாமி என்று விளிக்கலானார் உமையொருபாகன்.

ஏதாவது பண்ணுங்க சாமி... ஒரு சின்ன வயசு பையனோட உயிர் ஊசலாடுகிறது...- கெஞ்சினார் உமையொருபாகன்.

நிலைமை எல்லை மீறிவிட்டது... இனி செய்வதற்கு ஒன்றுமில்லை - என்று கைகளைத் தூக்கி விரித்தார் திமிலேஸ்வரன்.

சரி... நீங்க சொன்ன மாதிரி ஆதியோட உயிர் வேற உலகத்துக்குப் போனதாகவே இருக்கட்டும். அது திரும்பி வர ஏதேனும் வாய்ப்பிருக்கா?- துருவித் துருவித் துருவித் துருவி மீண்டும் அதே கேள்வியை கேட்டுக் கொண்டிருந்தார் உமையொருபாகன்.

விதியை மதியால் வெல்லும் வித்தையெல்லாம் கலியுக மாந்தர்களுக்கு அறவே இல்லையே... மெய் பிரிந்த அவன் உயிருக்கு நல்லதொரு உடல் அவ்வுலகில் கிடைத்துவிட்டது. இப்புவியில் அவன் சாயலாய் எந்த உயிரும் இல்லை. அவனுக்கு இந்த உலகில் வம்ச விருத்தியும் இல்லை. அதனால் உறுதியாகக் கூறுகிறேன் கண்டிப்பாக அவன் இங்கு வருவதற்கில்லை.

உன்னிப்பாகக் கேட்டுக்கொண்டிருந்த உமையொருபாகனின் மனதிற்குள் அந்த கேள்வி பட்டென்று தோன்றியது.

ஆதியின் வாரிசு இவ்வுலகிலிருந்தால், அவன் திரும்பிவர வாய்ப்புள்ளதா? -என்று ஆர்வமாய் கேட்டார் உமையொருபாகன்.

உறுதியாகக் கூறவியலாது. ஆனால் இவ்வுலகில் அவ்வுயிரின் எச்சம் இருக்கின்ற நிலையில், அவனுயிர் இங்கு வருவதற்கான வாய்ப்பு இருக்கிறது. - என்று திமிலேஸ்வரன் கூறிமுடித்த வினாடியில், உமையொருபாகனின் குறுக்கு வெட்டு எண்ணத்தில் சில அறிவியல் சிந்தனைகள் தலைத்தூக்க ஆரம்பித்தது.

நர சாம்ராஜ்ய தொடக்கம்

அம்புவி தன்னிலேயுதித் தாய்ந்தறி பாடைதன்னை
வம்புலகத் தார்வசிய மாய்க்கைப் பிடித்தேபிரிந்து
கும்பி தனிலேயுழன்று மக்குண்டலி பொற்கமலம்
நம்பியிருந்தேன் சிலநாள் ரகசியங் காண்கிலனே!

துலாம் ராசியில் சூரியன் இருக்கக் கூடிய மகாளய அமாவாசையின் தொடக்க நேரம். வானெங்கும் லெட்சோப லெட்சம் கருத்த யானைகள் சூழ்ந்து கொண்டது போல் பேரிருட்டு. யாகசாலை முழுதும் குந்திரிக்கப் புகை மற்றும் மாந்த்ரீக மந்திர உட்சாடனங்களின் சப்தங்கள். பச்சைக் கற்பூரத்தில் கொளுந்து விட்டு நடனமிடும் மஞ்சள் நிற நெருப்பின் தழல். அந்த வெப்பத் தணலை ஏற்று, வியர்வையோடு தியானிக்கும் ருபினிஇன சீடர்கள். அவ்விடம் முழுதும் யாகசாலை பூஜைகளை வழிநடத்தும் சிவவாத்திய இசைக்கருவிகளின் பேரிரைச்சல். யாழும், பறையும், சங்கும் மாந்த்ரீக நெறிமுறைகளோடு மெல்லொலியாய் இசைந்துக் கொண்டிருந்தது. நடு நாயகமாய் நின்று, எல்லாவற்றையும் ஏற்றுச் சிரிக்கும் ருபினி பெருந்தெய்வத்தின் கரும்சிலை. அம்மம்மா வென அகலத்திறந்திருக்கும் அச்சிலையின் கண்கள். சிலையின் அங்கமெங்கும் நெறியோடு கோர்க்கப்பட்ட அரளிப்பூக்களின் சேர்க்கை. சிலையின் காலடியில் குங்குமத்தில் குளித்து, ஆகர்சனங்களை நிர்மாணிக்கும் சக்திச் சக்கரத் தகடுகள்.

முறையானப் பரகாயப் பிரவேசமாக இல்லாமல், விஷமேறிய குழந்தையின் உடலிருந்து வலுக்கட்டாயமாக வெளியேறிய திமிலனின் ஆத்மா, தன்னுடல் தேடி, சூலக அரண்மனையை வந்தடைந்தது. உடம்பும் உயிரும் ஒன்றோடொன்று ஒன்றி இருக்கும்போதே, யோகசித்துக்களைப் பிரயோகிக்கவும், வலுப்படுத்தவும் இயலும் சுயம்பு நிலை. இவ்விரண்டும் தனித்

தனியாக இருக்கும் போது, உடல் கெட்டழியும். உயிர் உடலில் இணைய மார்க்கமேதுமின்றி அங்குமிங்கும் அலைந்து திரியும். அவ்வாறே அலைவுற்று துயருற்ற திமிலனின் ஆத்மா, ஏற்கனவே வேறொரு ஆத்மா குடி கொண்டிருக்கும் தன்னுடலில் நுழைய முடியாமல் குழம்பித் தவித்தது.

ஆன்மாவாக அலைக்கழியும் பித்ரு தோஷ அறிகுறிகளை உன் ஜாதகத்தில் காணப்பெற்றேன் - என்று அன்றொருநாள் ஆச்சாரியர் உரைத்தது உண்மையாகியிருந்தது. ருபினியர் நலம் ஒன்றே குறிக்கோளாகக் கொண்டு, சூலக அரண்மனை நிகழ்வுகளைத் திறம்படச் செய்த திமிலனின் புண்ணிய ஆத்மா அடைக்கலமாகும் உடலைத் தேடி அங்குமிங்கும் அலைந்துத் திரிந்தது.

சங்கும், யாழும், பறையும் இசையால் சங்கமித்துக் கலந்தன. இதற்காகவே காத்திருந்தது போல், கருப்பு எள்ளை முக்கியத் திரவியமாகக் கொண்டு, அக்னியில் முறையாகச்செய்யப்படும் 'திலா ஹோம மந்திரங்களைப்' பாராயணம் செய்தான் அதிரன். சுற்றித் திரியும் ஆத்மாக்களை நற்கதி அடையச் செய்யப்படும் பரிசுத்த ஹோம முறைகள் திமிலனின் ஆத்மாவை பிடித்து வலுச் சேர்த்து சாந்தப்படுத்தியது. உடலாய், உயிராய், செயலாய் விரிந்திருந்த 'திமிலனின் ராஜவசியம்' அந்நேரத்தில் ஒரு முடிவுக்கு வந்தது. ஆம்... ஆத்ம சாந்தி கிட்டிய ஆன்மா மறை ஒழுக்கத்தின்படி இறை நிழலில் இளைப்பாறத்தொடங்கியது. வெற்றிக்களிப்பில் மிதந்த அதிரன், யாருக்கும் சந்தேகம் வராதபடி அடுத்த ஆகர்சனப் பணிகளைக் கவனிக்கலானான்.

மாந்த்ரீக வெளிப்பாட்டின் அறிகுறியாய் சிவவாத்தியங்கள் முழங்க ஆரம்பித்தன. யாகசாலைகள் பொங்கிவரும் நறுமணப்புகையில் மூழ்கின. திமிலனாய் இருந்த ஆதியை யாகசாலையில் முன்னிறுத்தி, சப்த ஆகர்சனத்தில் குழந்தையின் உடலுக்குள் வேறொரு நர ஆத்மாவை புகுத்த மந்திரங்கள் வழி அறைகூவல் விடுத்தான் அதிரன். ருபினி தெய்வத்தை ஆராதித்து

களித்த பூமியின் ஆத்மாவொன்று குழந்தையின் உடலுக்குள் நிலைக் கொள்ள, குழந்தை அதிர்ந்து அழ ஆரம்பித்தது. நினைத்தக் காரியங்கள் யாவும் சிறப்பாய் நடந்த பூரிப்பு அதிரனின் நெஞ்சுக்குள். திமிலன் இல்லாத மொத்த சூலக அரண்மனையும் இனி நம் கட்டுப்பாட்டில் என்ற பேரானந்தம். வேறெந்தச் சலனமும் காட்டாமல் அதிரன் அறிவுறுத்தியபடி யாகசாலையில் நெஞ்சம் நிமிர்த்து பத்மாசனத்தில் அமர்ந்திருந்தான் திமிலனாகிய ஆதி.

திட்டமிட்டபடி திமிலன் தன்னுடல் வந்தேறி, ராஜவசியக் காரியங்களைப் பரிபூரணமாக நடந்தேற்றியதாக நினைத்து சில்வியாவும், ஆச்சாரியாரும் மன அமைதி கொண்டனர். அவர்களுக்கு சிறு சந்தேகமும் வராதபடி காரியங்கள் நடந்து முடிந்திருந்தது. குழந்தையின் உடலிலிருந்து திமிலனின் ஆத்மா வலுக்கட்டாயமாக வெளியேட்டப்பட்டதையும், திமிலனின் உடலுக்குள் ஆதியின் ஆத்மா இருப்பதையும் கடைசிவரை அவர்களால் உணரவே இயலவில்லை. செய்து முடித்த காரியங்களில் அத்துணைச் சாதுர்யம் காட்டியிருந்தான் அதிரன். காற்றெங்கும் அரளிப்பூ கலந்த சாம்பிராணியின் வாசம்.

ஏற்ற காரியங்களைச் சிறப்பாக செய்து முடித்ததாக நினைத்து, திமிலனைப் பாராட்ட மகாராணியும், ஆச்சரியாரும் யாகசாலைக்கு வெளியே அவன் தியானம் முடியக் காத்திருந்தனர். திமிலனோ வேண்டுமென்றே அனக்க மில்லாமலிருந்தான். பூஜை புனஸ்காரங்கள் முடிவுற்ற நிலையிலும் அதிரனின் அறிவுரைப்படி பிரம்ம முகூர்த்தம் வரை தியானத்திலேயே கண்விழிக்காமல் அமர்ந்திருந்தான் திமிலன்.

ருபினி குல ஆட்சிபீட அடிமைகள் ஏனைய காரியங்களைக் கவனிக்க, கிழக்கில் தென்பட்ட சூரியக் கதிர்களுக்கு சூலக அரண்மனை மெதுவாகக் கண்விழிக்கத் தொடங்கியது. சிறிது நேர காத்திருப்புக்கு பின் சில்வியாவும், ஆச்சாரியரும் தன் இருப்பிடம் செல்ல, மெதுவாக திமிலனின் உடம்பு கண்விழித்தது. நெருக்கடிகள் அகன்ற சிறிது

நேரத்தில் அதிரனும் ஆதியும் பதட்டம் நீங்கி இயல்பு நிலைக்குத் திரும்பினர்.

வெற்றி மானிடா... இனி இந்த மொத்த உலகமும் நம் வசம்...சூலக அரண்மனையின் கட்டுப்பாடுகள் நம் கைகளில்... இந்த பரந்த தேசத்தின் ஆட்சி நம் காலடியில்... திமிலனாக உன்னை முழுவதுமாக ஏற்றுக்கொள்... ருபினி சாம்ராஜ்ய குடிகளின் உதயம் இனி நம் கைகளில்...- அகிலம் அதிர சிரித்தான் அதிரன்.

சடலச் சுக்கிலம்.

எண்சாண் உடம்படியோ ஏழிரண்டு வாயிலடி
பஞ்சாயக் காரர்ஐவர் பட்டணமுந் தானிரண்டு
அஞ்சாமற் பேசுகின்றாய் ஆக்கினைக்குத் தான்பயந்து
நெஞ்சார நில்லாமல் என் கண்ணம்மா

டேய்... நீங்க நினைக்கிற மாதிரி பி.எஸ்.ஆர் ஒண்ணும் சுலபமான காரியம் இல்லை... லீகலா ஏகப்பட்ட பார்மாலிட்டீஸ் அதுல இருக்கு... - என்று சொன்ன அந்த பாலியல் மருத்துவருக்கு அறுபது வயது இருக்கலாம். ப்ரொபஸர் உமையொருபாகனின் பால்ய கால நண்பர். கருப்பும் வெள்ளையுமாய் தலையெங்கும் முடி நிறைந்திருக்க, நீண்ட சங்கிலியால் இணைக்கப்பட்ட வெள்ளெழுத்துக் கண்ணாடியை மூக்கு நுனியில் மிகச்சரியாய் நிறுத்தியிருந்தார். நன்கு பாலிஷ் செய்ததைப் போல், பளபளப்பான வெள்ளை நிறத்தோடு அமர்ந்திருந்த அந்த செக்ஸியாலஜி மருத்துவரின் மேஜையெங்கும் மருத்துவ உபகரணங்கள் அழகாக அடுக்கி வைக்கப்பட்டிருந்தன. மேஜை முகப்பில் டாக்டர் மனோகர் என்று பெயர் பொறிக்கப்பட்ட பிஸ்கட் நிறபலகையொன்று நீளவாக்கில் படுத்துக் கிடந்தது.

ஐ கேன் அண்டர்ஸ்டாண்ட் டா... பட் ஒரு உயிரை காப்பாற்றுவதற்காக, இதைத் தவிர நமக்கு வேறு வழியில்லை. - திடமாகப் பேசினார் உமையொருபாகன்.

உமா... ஒரு விஷயத்தை தெளிவா புரிஞ்சுக்கோ... போஸ்துமஸ் ஸ்பெர்ம் ரீட்ரைவல் Posthumous sperm retrieval அதாவது PSR-ங்குற சிகிச்சை இன்று வரை அபிஸியல்லா அங்கீகரிக்கப்படாத விஷயம். இதுக்கு முன்னால நடந்து முடிந்த சில பாஸ்ட் கேஸஸ்ஸ பத்தி, இப்போதும் சில டிபேட் போயிட்டு தான் இருக்கு. அரசாங்க

அனுமதியோட, சட்ட ரீதியா ரெம்ப தெளிவா பண்ணவேண்டிய விஷயமிது. பிரைன் டெட் ஆகி இருக்கக்கூடிய ஒரு பேஷண்டோட விதைப்பையில் இருந்து உயிரணுவை எடுத்து, உயிரோடு இருக்கக் கூடிய ஒரு பெண்ணோட கருப்பையில் செலுத்தும் முறை. வெளிப்படையா சொல்லுறதா இருந்தா... உடல் ரீதியா இறந்த ஒருத்தருக்கு குழந்தையை உருவாக்குறது. இந்த விஷயத்துல மருத்துவரீதியான சேலஞ்சஸ்ஸ விட, சட்ட ரீதியான அனுமதிகள்தான் ரெம்ப முக்கியம். இதுக்கெல்லாம் மேல சம்பந்தப்பட்ட ஆணும், பெண்ணும் கணவன், மனைவியா இருக்கிறது கட்டாயமும் கூட. அந்த பொண்ணுக்கு இதுல முழு சம்மதம் இருக்கணும். இத தவிர இறந்தவனுக்கு பிறந்த குழந்தைன்னு மதநம்பிக்கைகள் ரீதியான சமூக அச்சுறுத்தல் எதுவும் அந்தக் குழந்தைக்கு இல்லாம இருக்கணும். இந்த பார்மலிடீஸ் எல்லாம் கம்ப்ளீட் பண்ணிணாதான் நம்மால இத பண்ண முடியும். நீ சொல்ற மாதிரி இன்னைக்கு அட்மிட் பண்ணிட்டு, நாளைக்கு காலைல நடத்தி முடிக்க கூடிய காரியமில்லை இது. -அடுக்கடுக்கான காரணங்களை நிரப்பிக்கொண்டு போனார் டாக்டர் மனோகர்.

மனோ, ஐ டோட்டெலி அண்டர்ஸ்டாண்ட் யுவர் பாயிண்ட்ஸ்... பட் இங்க நடந்துட்டு இருக்கு கூடிய விஷயங்கள் எல்லாம் அறிவியலுக்கு அப்பாற்பட்ட அமானுஷ்ய விஷயங்கள். கட்டுப்படுத்தமுடியாத தீவிரமான விஷயங்கள் இங்கு நடந்துட்டு இருக்கு. அதுல பாதிக்கப்பட்டது என்னோட ஒரு ஸ்டுடென்ட். வெரி யங் சாப் யூ நோ... அந்த பையனுக்கு ஒரு வாரிசு இருக்கிற பட்சத்தில், அவனை காப்பாற்ற ஒரு வாய்ப்பு கிடைக்கும்னு நம்புறோம். அதான்...

யாரு நம்புறா? நீயா? அந்த சாமியாரா?

மனோ நீ நினைக்கிற மாதிரி அவர் சாமியார் இல்ல...

பின்ன யாரு அவரு...? - ஏளனப் புன்னகையோடு கேள்வி கேட்டார் டாக்டர் மனோ.

நீ நினைக்கிற மாதிரியான ஆளு இல்ல மனோ. இவரு... பெரிய ஜோதிடர்...

உமா... ப்ளீஸ் டோன்ட் கம் வித் தீஸ் கைன்ட் ஆப் பிளாக் மேஜிக் தியரீஸ்... நல்லா படிச்ச நீயே, இப்படி பேசலாமா... சுத்த ஹம்பக் டா...

மனோ... எங்க ஆராய்ச்சியோட தீவிரம் தெரியாம பேசுற... அப்படி ஒரு உலகம் உண்மையிலேயே இருக்கு...

எங்க...?

அது தெரியல...

டாக்டர் மனோகர் மெலிதாகச் சிரித்தார்.

நீ மட்டுமல்ல, இந்த உலகமே இத நம்பாது. பட் இந்த பையன் மட்டும் கண்விழித்தால் உலகமே அதிசயிக்கும் வகையில் பல உண்மைகள் தெரிய வரும்.- உறுதியாகப்பேசினார் உமையொருபாகன்.

உமா... இந்த பி எஸ் ஆர் முறையை நவீன மருத்துவ முறைப்படி நம்ம வெற்றிகரமாக நடத்திட என்னால் முடியும். ஆனா நீ சொல்ற அந்த அமானுஷ்ய விஷயங்கள் தொடர்பான கதையை கண்டிப்பாக என்னால நம்ப முடியாது... சாரிடா... அஸ் எ மெடிக்கல் பெர்சன்... திஸ் இஸ் மை ஸ்டான்ட்.

மனோ... ப்ளீஸ்... புரிஞ்சுக்கோ... எனக்கும் ஆரம்பத்தில் அப்படித்தான் இருந்தது... நாங்க எதிர்கொண்ட பல விஷயங்கள், ஆராய்ச்சி தரவுகள் இதையெல்லாம் வைத்து பார்க்கும் போது இத நம்ப வேண்டிய இடத்தில் நான் இப்ப இருக்கிறேன். எனக்காக எப்படியாவது இத நீ பண்ணிக் கொடுக்கணும்...

உமா.... நான் திருப்பியும் சொல்றேன்... நீ நினைக்கிற மாதிரி இது ஒரு சாதாரண விஷயம் கிடையாது... இட்ஸ் கம்பிலீட்டலி அகைன்ஸ்ட் மை ப்ரோபஸ்னல் எத்திக்ஸ். - சொல்லும்போதே வார்த்தைகளில் பெரிதான சங்கடங்கள் தெரிந்தது.

மனோ... வாழும் வயசில சாகக் கிடைக்கும் ஒரு பையனோட வாழ்கைக்காக.... ப்ளீஸ்... கெஞ்சினார் உமையொருபாகன்.

ஒரு ஜோசியக்காரன் சொன்னதை இவ்வளவு பெருசா நம்பணுமாடா?

அவரு சொன்னது எல்லாம் நடக்குதே மனோ... ப்ளீஸ் எனக்காக... இந்த விஷயம் யாருக்கும் தெரியாம நான் பார்த்துக்கிறேன்... நீ சரின்னு மட்டும் சொன்னால் போதும்...

டாக்டர் மனோகர் சிறிது நேரத் தயக்கத்திற்கு பின் அரைமனத்தோடு சம்மதித்தார்.

உமா... உனக்காக பண்றேன். அதுவுமில்லாம சடலமா இருக்குற அந்த பையன் பொழைக்கிறதுக்கு வாய்ப்பு இருக்குன்னு சொல்ற... அதுக்காக இதைப் பண்ண சம்மதிக்கிறேன். சம்பந்தப்பட்ட பொண்ணு கிட்ட மட்டும் கரெக்டா பர்மிஷன் வாங்கிரு... பின்னால எந்த லீகல் இஸ்ஸுசும் இதுல வந்திரக்கூடாது... பேசிஷண்ட் அட்மிட் ஆகியிருக்குற ஹாஸ்பிடல் என்னோட ப்ரண்டோடதுதான். மற்ற விசயங்களை நான் பாத்துக்கிறேன்... வெளிக்கு வெளித் தெரியாமல் ரகசியமாய் இத பண்ணி முடிச்சிடலாம். - நண்பனுக்கு உதவ நினைத்து உறுதியளித்தார் மனோகர்.

சிரிப்புடன் கைகுலுக்கி விட்டு, ஏனைய காரியங்களை நடத்திட விடை பெற்றார் உமையொருபாகன்.

ஏதோ ஒன்றை சாதித்த மன மகிழ்ச்சியோடு அவ்விடம் விட்டு வெளியேறி, ஆதியிருக்கும் மருத்துவமனையை அடைந்து தயங்கி, தயங்கி திலகாவிற்கு நடந்த நிகழ்வுகளை விளக்கினார்

ஆதி மீண்டும் உயிரோடு எழுப்புவதற்கு இதைத் தவிர வேறு எந்த வழியும் இல்லை என்று உறுதியாக உமையொருபாகன் சொன்னபோது திலகாவிற்கு அதை ஏற்பது தவிர வேறு எந்த வழியும் இல்லை. திகைப்பின் உச்சத்திலிருந்தாள் திலகா. வேறு எந்த வழியும் சரியாகப்

படவில்லை. நினைத்ததெல்லாம் திட்டமிட்ட படி நடக்குமா? என்ற எண்ணம் அவளுக்குள் அலைபாய்ந்தது. எப்படி இந்தச் செய்தியை காய்ந்த சருகாய் சிதறிக்கிடக்கும் அமுதாவிடம் தெரியப்படுத்த போகிறோம் என்ற தயக்கமும் திலகாவுக்குள் இருந்தது. இது ஒன்றே மார்க்கம் என்றிருக்க, அதைக் கூறுவதைத் தவிர வேறு வழியில்லை என்று முடிவு செய்தாள் திலகா. பெண் மனது பெண்ணுக்குத் தெரியுமல்லவா? மெதுவாக நேரம் பார்த்து ஆதிக்கு ஒரு வாரிசு வேண்டியதன் அவசியத்தை தெளிவாக அமுதாவுக்கு விவரித்தாள் திலகா.

திலகா கூறுவதைக் கேட்க கேட்க அமுதாவின் இதயத்துடிப்பு இன்னும் பல மடங்கு கூடியது. உடம்பெங்கும் நடுக்கம் கூடி லேசான வியர்வைப் பூத்தது. இறப்பின் நுனியிலிருக்கும் மனிதனின் கருவை நாம் பத்துமாதம் சுமக்க வேண்டுமென்ற நினைப்பு அவள் மனத்தால் தூக்க முடியாத பாரமாயிருந்தது. திக்கெட்டு திசையிலிருந்தும் பற்பல எண்ணங்கள் வருவதும் போவதுமாய் இருந்தன. யாரும் எதிர்பார்க்காத ஒரு நொடியில் கண்ணிமைகள் பட்டென்று படபடக்க, வியர்த்து, பூத்து சேரில் மயங்கிச் சரிந்தாள் அமுதா.

சிறிது நேரத்திற்குள் அந்த இடம் முழுவதும் ஒரு பெரும் பரபரப்பு.

ப்ரோபசரும் திலகாவும் இதை சற்றும் எதிர் பார்க்க வில்லை. உலகின் மொத்த பிரச்சனைகளும் அவர்கள் தலைக்குள் ஏறியது போல் ஓர் உணர்வு. மருத்துவ பணியாளர்கள் சிலர் வந்து அமுதாவைப் பரிசோதித்தனர். சரியாகப் பத்து நிமிடம். இருவரும் எதிர்பார்க்காத பொழுதில் அந்தச் செய்தி ஒரு குண்டு நர்ஸிடமிருந்து தேனாய் காதில் பாய்ந்தது.

உங்க கூட வந்த பொண்ணு கன்ஸீவா இருக்காங்க...

ஆதியின் வாரிசு, அமுதாவின் வயிற்றில் என்ற செய்தி கேட்டு, திலகாவும் ப்ரொபசரும் ஆச்சரியத்தில் மிதந்து, ஆனந்தத்தில் விழுந்து, பெரிதாய் மகிழ்ந்துக் களித்தனர்.

ஊன் புசிக்கும் பசி

வையமதி லேயுதிக்கு மாண்பர்கனே யுங்களுயிர்
மெய்யென் றிருந்தசைவு வெளிப்படுவ தென்னவிதம்?
அய்யமில்லா வாழ்ந்துலகில் ஆண்மையாய்ப் பூண்டமதிப்
பொய்யெனுமிவ் வாழ்க்கையது போகுஞ்சுடு காடுளதே

அறியாத இடத்தில் அரிதான வாய்ப்பும், அதைப் பயன்படுத்தி செயல்படச் சுதந்திரமும் கிடைத்துவிட்டால் எமலோக வாசமும் சுகவாசமாகிவிட வாய்ப்புண்டு. அம்மாதிரியான நிலைக்கு வசப்பட்டிருந்தான் ஆதி. மனதில் உழன்று கொண்டிருந்த பயமும் குழப்பமும் அவனைவிட்டு முற்றுலுமாய் அகன்றிருந்தது. புத்துலகச் சாம்ராஜ்ய சூழ்நிலைக்குள் தனக்கானச் சாதகப் பாதகங்களை உன்னிப்பாகக் கவனிக்கத் தொடங்கினான் ஆதி.

இனி இந்த மொத்த உலகமும் நம் வசம்...சூலக அரண்மனையின் கட்டுப்பாடுகள் நம் கைகளில்... இந்த பரந்த தேசத்தின் ஆட்சி நம் காலடியில்... திமிலனாக உன்னை முழுவதுமாக ஏற்றுக்கொள்...- என்று அகிலம் அதிரச் சிரித்த முதன்மைச் சீடன் அதிரனின் ஆவேசம் அவனுக்குள்ளும் இறங்கத் தொடங்கியது.

அதிரனுக்கு ஆதரவாய், முதன் முதலாய் திமிலனின் உடம்பிலிருந்த ஆதி சிரிக்கத் தொடங்கினான். அதிரனின் பெருமகிழ்ச்சி அவனுக்குள்ளும் சிறிதாகத் தொற்றிக்கொண்டது. இனி இது மட்டுமே என் உலகம். நான் ஆளப்போகும் உலகம். இனி இங்கு மட்டுமே என் வாழ்வு. ஆளும் வர்க்கத்தின் ஆடம்பர வாழ்வு - என்பது மாதிரியான உணர்ச்சி மயமான மனநிலை.

புத்துடம்பில் புத்துயிராய் புத்துலகை ஆளப்போகும் புளகாங்கிதம்.

இருந்தும் வசியதந்திரங்கள் தெரியாமலேயே வசியக்குல மாமேதையாக இவ்வுலகில் உலவ முடியுமா என்ற சந்தேகம் மீண்டும் அவனுக்குள் வலுப்பெற்றது. யாகசாலையில் ஆட்சிப் பீட ஆளுமைகளை வேண்டுமென்றே நிராகரித்தது போல், எந்நாளும் ஏமாற்ற முடியுமா? அப்படியே ஏமாற்றினாலும் அது எத்தனை நாட்களுக்கு நிலைக்கும்?- என்ற பயம் அவனைச் சூழ்ந்தது. அப்படி உண்மைநிலை தெரிகையில் தன்னிலை என்னவாகும்? - என்ற பெரும் கவலைக்குள் விழுந்தான் ஆதி. பாம்புப் புற்றுக்குள் மாட்டிக்கொண்ட சுண்டெலியென அவன் நெஞ்சமெங்கும் பற்பல எண்ணங்கள் பிறந்து மடிந்துக் கொண்டிருந்தன.

முகச் சூத்திரங்கள் அறியாதவனா அதிரன். ஆதிவெளிக்காட்டிய திமிலனின் முகக்குறிப்பை வைத்தே அவன் குழப்பத்தைக் கிரகித்துக் கொண்டான் அதிரன்.

ஆட்சிபீடத்திலுள்ளவர்களை நினைத்த உன் கவலை எனக்கு புரிகிறது திமிலா... எப்போதும் அவர்களை இம்மாதிரி ஏமாற்ற இயலுமா என்ற மனக்குழப்பம் உனக்குள். சரியா... நான் சொல்வது...?

தன் மனதில் நினைத்ததை அப்படியே படிக்க முடிந்த அதிரனின் ஆற்றலை நினைத்து ஆச்சர்யம் கொண்டான் ஆதி.

தன்னிலையை வெளிக்காட்டி விரக்தியாகச் சிரித்துக்கொண்டான். எதற்கும் அஞ்சாத அதிரன் தன் சொல்வன்மையால் ஆதியின் அச்சம் தீர்க்க முயன்றான்.

திமிலா... எதற்கும் அஞ்சாதே? உனக்கு காலம் கொடுத்திருக்கும் அற்புதமான வாய்ப்பு இது. சூலக அரண்மனை வேலைகள் எல்லாம் எனக்கு அத்துப்படி. அதில் பிழையேதும் இனி நிகழாது. உன்னை முன்னிருத்தி எந்நாளும் அதை நான் செவ்வனே செய்து முடிப்பேன். மகாராணியையோ ஆச்சாரியரையோ சந்திக்கும் நிமிடங்களில் மட்டும் கவனமாக இரு... அம்மாதிரியான 'அதிகார சந்திப்புகள்' நேரடியான குழப்பங்கள் நிகழ்கையில் மட்டுமே, வெகு அரிதாக

நிகழும். எதற்கும் கலங்காதே... இப்படியே ஏழு மண்டல காலம் கடத்தி விட்டால், அடுத்து வரும் நீலநிலவு பௌணர்மியில், ஆளும் ருபினிகள் உட்பட அனைவரையும் அடக்கி ஒடுக்கும் 'பெருந்திட்டம்' ஒன்று என் மனத்திரளில் உள்ளது. - என்று பேசி முடிக்கையில், அகலத் திறந்த அதிரனின் கண்களில் 'அதிகாரவெறியும்', துடிக்கும் புஜங்களில் 'ஆணவத்திமிரும்' அப்பட்டமாய் தெரிந்தது.

வலியவனின் நெஞ்சத்தில் இம்மாதிரியான திட்டங்கள் வருமா?

இளைத்தவன் இம்மாதிரி சிந்திப்பானா?

எளியவனின் எண்ணங்கள் ஆட்சிபீடம் நோக்கி விரியுமா... என்ன?

அதிகாரங்கள் வசப்படும்போது, ஆணவம் தலைக்கேறும்போது, சக்திகள் கூடும்போது, ஆற்றல்கள் பெருகும்போது அடிமைகள் கூட 'ராஜதந்திரங்கள்' செய்ய முயலும். அவர்கள் மனதிலும் ஆட்சியை கைப்பற்றும் எண்ணங்கள் தோன்றும். திமிலன் இல்லாத உலகில் இனி நாம் தான் எல்லாம் என்ற அதிரனின் 'மமதை', ஆயிரம் ஆயிரம் திட்டங்களை அதிரனின் அடிமனத்திற்குள் உருவாக்கிக் கொண்டேயிருந்தது.

அதிரனின் உரை கேட்டு ஆதி கொஞ்சம் பயந்திருந்தான். எதுவும் பேசாது சிலையென நின்றிருந்தான்.

ஏதோ ஒரு முடிவோடு, ருபினி தெய்வத்தின் பாதத்தில் உருவேற்றிய சொரூப சக்திச் சக்கரங்களை மடியிலிருந்து எடுத்தான் அதிரன்.

சூலக அரண்மனையின் பாதுகாவலனாய் இந்த 'வசிய சக்திச் சக்கரங்கள்' சில நாட்கள் உன் மடியில் இருக்க வேண்டியது கட்டாயம். 'வசியசாஸ்திரம்' தெரியாத உன்னால் இச்சக்கரச் சக்திகளை பிரயோகிக்க இயலாதென்பது உண்மைதான். ஆனால் இதன் இருப்பு

உன்னை பலநிலைகளில் காக்கும். எதற்கும் தயங்காதே - என்றான் அதிரன்.

கட்டைவிரல் இல்லாதவன் கையில் மிகச்சிறந்த ‘காண்டீபம் வில்’ கிடைத்தது போல், அரைகுறை மகிழ்வோடு அத்தனை வாங்கி மடியில் முடிந்து கொண்டான் ஆதி. உள்ளுக்குள் ஒரு குழப்பம் இருந்துகொண்டே இருந்தது.

அதிரன் அதை உணர்ந்தவனாய், தன் கையிலிருந்த மோதிரம் ஒன்றையும் கழற்றி திமிலனின் விரலில் மாட்டினான்.

திமிலா... உன் குழப்பம் புரிகிறது... உன் கையிலிருக்கும் இந்த மோதிரம் சித்தர்களால் வசிய மகாமூலிகை என்றழைக்கப்பட்ட ‘நத்தை சூரி’ வேரினால் செய்யப்பட்டது. இதனைப் பயன்படுத்தி உன்னால் எந்த சாதாரண உயிரையும் இரண்டு நாழிகைக்கு வசியப்படுத்த முடியும். வசியக் கட்டுகளை உடைக்கும் திறனுள்ளவர்களால் மட்டுமே உன் வசியத்திலிருந்து வெளிப்பட முடியும். ஏனையோர் இரண்டு நாழிகைகள் உன் அடிசில் பற்றிக் கிடக்கும் தன்னிலை மறந்த ‘அடிமை பிண்டங்கள்’ மட்டுமே. வசியக் காலக்கெடு முடிந்தபின்பே அவர்கள் தன்னிலை உணர்வார்கள். இந்த வசியப்பொழுதில் நிகழ்ந்தவைகள் அவர்கள் நினைவில் தங்காது.

பிருதிவி முத்திரையில் கைவிரல்களை கோர்த்து, நான் பகரும் வசிய மந்திரங்களை, உன் நெற்றி சகஸ்கர சக்கரத்தில் நிறுத்தி பாராயணம் செய்தால் போதுமானது. வசியப்படுத்தப்பட வேண்டியவர்கள் உன் எதிரில் இருக்கவேண்டுமென்ற ஒரு நிபந்தனையைத் தவிர, வேறெந்த விஷேசச் சித்துக்களும் உனக்குத் தேவையில்லை. நான் அருகில் இல்லாத பொழுதுகளில் நீ ஏதேனும் அபகடத்தில் மாட்டிக்கொண்டால், இதனைப் பயன்படுத்தி கண்டிப்பாக நீ தப்பித்துக் கொள்ளலாம். நான் குறிப்பிட்ட காலக்கெடு வரை இவ்வாறு சமாளித்து விட்டால், எதிர் வரும் காலத்தில் இப்பிறையுலக பிதாமகன்களாக நாமிருப்போம். இது சத்தியம். - என்று கூறி நம்பிக்கையூட்டினான் அதிரன்.

திமிலன் உடம்பிலிருந்த ஆதிக்கு கேட்பவைகள், நடப்பவைகள் அனைத்துமே வித்தியாசமாகவே இருந்தது. ஏதோ ஒரு உந்துதலில் சரியென்று தலையாட்டி, மோதிரத்தை பெற்றுக் கொண்டான். சிறிது நேர கலந்துரையாடல்களுக்கு பின், அதிரனிடமிருந்து விடை பெற்றுக் கொண்டான். குழப்பரேகைகள் நெஞ்சமெங்கும் படர்ந்திருந்தன. அரண்மனையில் தன் அறை நோக்கி நடக்கும் சமயத்தில், வழியெங்கும் தென்பட்ட ஆண்களும், பெண்களும் சிரம் தாழ்த்தி பணிந்து வணங்கியது அவனுக்குள் ஒரு மிதப்பை ஊட்டியது. அதிகாரச் செருக்கும், அது கொடுக்கும் மரியாதையும் அவனுக்குள் புதிய இரத்தத்தைப் பீச்சியது போலிருந்தது. எல்லாவற்றையும் எதிர்க்கொண்டு நடக்க... நடக்க... நடக்க... மனதிலிருந்த பயமும், குழப்பமும் பெருவாரியாய் குறைந்தது போலிருந்தது. அறைக்குள் நுழைந்ததும் சொல்லி வைத்தாற்போல், அரேபியக் குதிரைகளைப் போலிருந்த மூன்று நிர்வாணப் பணிப்பெண்கள் அவனைச் சூழ்ந்து பணிவிடை செய்ய, திமிலனுக்குள் இருந்த ஆதியின் மனது வேறு திசையில் பயணித்தது.

அதிரன் பகன்ற வசிய மந்திரங்களை நினைவில் நிறுத்தி, வலதுகை மோதிரவிரலை அலங்கரித்த, வசிய வேர் பொதிந்த பொன் மோதிரத்தை கண்களால் தடவிப் பார்த்து, ஏதோ ஒன்றை யோசித்தான் ஆதி.

உசித மரணம்

எந்நா ளிருந்தென்ன முன்னாளனுப்படி யிந்தவுடல்
தன்னா லழிவதுந் தானறியாதெனத் தந்தைவிதி
உன்னலழிவ துடலுயிர் காயமொழிவ துங்கண்
டந்நா ளனுப்படி கண்டுபிருந் தறியாதவரே

மரணம் என்பது பெரும் பேரா? அல்லது கொடும் சாபமா? - சுகபோக வாழ்விலிருக்கும் மனிதர்களுக்கு மரணம் என்பது கொடும் சாபமாகவே காட்சிப்படுகிறது. இன்னலில், துன்பத்தில் உழலுபவர்களுக்கு அதுவே பெரும் பேராகிறது. ஆனால் இவ்விரு மனத்தவரும், இறந்த பின்பு சுகபோகச் சொர்க்கத்தை அடைவதற்கு என்ன வழி? என்று வாழும் போதே சிந்தித்துக் கொண்டிருக்கிறார்கள். ஊர்ஜிதப்படுத்தாத நம்பிக்கைகளோடு அனுதினமும் அதைப்பற்றியே நினைத்து, சக மதபோதகர்கள் இசையும் வழிமுறைகளை கண்முடித்தனமாகப் பின்பற்றுகிறார்கள். மரணம் என்னும் பயணம் குறித்த பிரக்ஞை இல்லாத மனிதர்களால், இறப்பு பற்றி எப்படி இயல்பாகச் சிந்திக்க இயலும்?.

வாழ்வு முடிந்த பின் நிகழும் மரணம், நரகம், துறப்பு ஆகிய விஷயங்களைப் பற்றி பேசுவதற்கு யாருக்கும் பெரிதான விருப்பம் இருக்காது. இன்னது இன்னபடி இப்படித்தான் ஆகுமென்ற 'அனுபவத் தரவுகள்' யாரிடத்தும் இல்லாத காரணத்தால், மரணம் என்பது புரிந்து கொள்ள முடியாத ஒரு பொக்கிஷமாகவோ அல்லது மனப்பயத்தை வெளிப்படுத்தும் அமானுஷ்யமாகவோ மட்டுமே பார்க்கப்படுகிறது.

திமிலேஸ்வரனின் முன்னிருந்த உமையொருபாகனும், திலகாவும் அம்மாதிரியான மனநிலைமையிலிருந்தனர். ஆதியின் வாழ்வு இப்பூவுலகில் எப்போது நிலைப் பெறுமென கேட்ட அந்தக்கணத்தில்,

மரணத்திற்கான அவசியம் குறைத்து மேற்கண்டவாறு ஏதேதோ பேசிக்கொண்டிருந்தார் திமிலேஸ்வரன்.

ப்ரோபசரின் நேரடியான பல கேள்விகளுக்கு, புரியாத விளக்கங்களோடு அஞ்ஞானவிஷயங்களில் பதில் தந்தார் திமிலேஸ்வரன். மேலும் மேலும் குழம்பி அவர் கண்களையே உற்று நோக்கினார் உமையொருபாகன். அவர் ஏதோ ஒன்றைச் சொல்ல மறுப்பதை ப்ரோபசரால் உணர முடிந்தது. வேறு எல்லா விஷயங்களும் போகட்டும். ஆதி மட்டுமாவது மீண்டும் வரவேண்டுமென்ற எதிர்பார்ப்பிப்பிலிருந்தாள் திலகா. திமிலேஸ்வரனின் தொடர்ந்த பேச்சு ஏதோ ஒன்று பாதகமாய் நடக்கப் போவதை அறிவுறுத்தியதை போலிருந்தது. ஏதோ ஒரு குழப்பம் அவர்களை குடைந்து துரத்திக் கொண்டேயிருந்தது. ஒருநிலையில் சட்டென்று எழும்பி, விடைபெற்றுக் கொண்டு, ஏதோ ஒரு நினைவில் ஆதியிருந்த மருத்துவனை நோக்கி வண்டியை விரட்டினார் உமையொருபாகன். கலக்கத்தோடு அவரைப் பின்தொடர்ந்து கொண்டிருந்தாள் திலகா.

உற்றவர்களை எதிர்பாராமல் பிரியும்போது ஏற்படும் விரக்தி அமுதாவைச் சூழ்ந்திருந்தது. அவசர சிகிட்சைப் பிரிவு வாசலில் காத்திருந்த அமுதாவுக்குள் மலையருவியின் சலசலப்பாய் பேரிரைச்சல். ஆச்சர்யக்குறியாய் நிமிர்ந்து நின்ற தன் வாழ்வு, இன்று கேள்விக்குறியாய் வளைந்து நிற்பது கண்டு உச்சக்கட்ட விரக்தியிலிருந்தாள் அமுதா. உடலால் இறந்த அல்லது வெகுவிரைவில் முழுமையாக இறக்கப்போகும் ஆதியின் கரு தன் வயிற்றுக்குள் இருப்பது பற்றிய பயம் மெதுமெதுவாய் அவளைத் தொற்றிக்கொள்ள ஆரம்பித்தது. பெருங்காற்றில் படபடக்கும் சிறு செடியென, எண்ணத்தால் அது கொடுக்கும் அழுத்தத்தால் அங்குமிங்கும் அலைந்துக் கொண்டிருந்தாள் அமுதா.

வயிற்றுக்குள் இருக்கும் 'சிறுகரு' தாங்கமுடியாதப் பெரும் சுமையாய் அவளைத் தாழ்த்தியது. ஒருவேளை திருமணப்

பந்தத்திற்குள் நுழைந்த பின்பு இது நிகழ்ந்திருந்தால், சமூகக் கட்டுப்பாடுகளால் அவள் மனது இதனை ஏற்றுக் கொண்டிருக்கலாம். ஆனால் இங்கு நிலைமை வேறு. நவயுக நண்பர்களாய் அன்பில் கலந்து, ஆயுள் முழுதும் ஆதரவை எதிர்பார்த்து, பரஸ்பரமாய் படுக்கையைப் பகிர்ந்து வாழ்ந்து கொண்டிருந்த அமுதாவிற்கு, இந்த நிலைமையில் இக்குழந்தை தேவையா? என்ற தனிப்பெரும் கேள்வி அனிச்சையாய் அவள் முன் வந்தமர்ந்தது.

அனாதை ஆசிரமத்தில் வளர்ந்து, பிறந்தது முதல் பல இன்னல்களோடு போராடி, வெகு சமீபத்தில் மனதிற்கு உகந்த ஒருவனை காதலித்து, வாழ்வு வசப்பட்டு விட்டது என்று தீர்மானித்த நிலையில், அள்ளிச் சாப்பிட நினைக்கையில், தள்ளிவிடப்பட்ட உணவுத் தட்டைப்போல் அவள் வாழ்வு உதிரியாய் நிலத்தில் கொட்டிக் கிடக்கிறது. அவள் பிறந்த அதே சாயலில், அதே நிற்கதியில், அவள் வயிற்றுக்குள்ளும் ஓருயிர். அப்பனில்லாத அனாதை குழந்தையோடு, ஆயுள் முழுவதும் வாழ்க்கையின் கஷ்டங்களை மீண்டும் எதிர்கொள்ளவேண்டுமென்பது 'சோகப்பெருமலையாய்' அவள் முன் நிமிர்ந்தது.

மனமெங்கும் சஞ்சலத்தோடு மீண்டும் ஒருமுறை ஆதியை நோக்கிக் கொண்டாள் அமுதா. அசைவில்லாமல் படுத்துக் கிடக்கும் ஆதி அவளுக்குள் பெரும் சங்கடத்தை விளைவித்துக் கொண்டிருந்தான்.

நீ முடிவெடுக்க வேண்டிய முக்கியமான நேரமென்று அமுதாவின் மனசாட்சி கூறிக்கொண்டே இருந்தது. ஆதியின் மீது கொண்ட அன்பால் இந்தக் குழந்தையை வளர்த்து, தனிமரமாக வாழ்க்கையை வாழ்ந்துக் கடப்பதா? இல்லை தன் இளமைக்கு உகந்த மற்றொரு வாழ்வை தேடிக் கண்டடைந்து சுவைப்பதா? - சுழலும் நாணயத்தின் இரு பக்கங்களைப் போல இரு வேறு எண்ணங்கள் அவளுக்குள் தோன்றிய வண்ணமிருந்தன. பெண் உடம்பை கொஞ்சம் கொஞ்சமாய் கொத்தி ருசி பார்க்க என்னும் 'கழுகுகள்' நிறைந்த உலகமிது.

இவ்வுலகில் பெண்ணாக வாழ்வதே சிரமம். அதிலும் எந்த ஒரு பாவமும் செய்யாத இந்தக் குழந்தையோடு, தாயாக ஆயுளுக்கும் வாழ்வதென்பது தினம் தினம் ‘கொடும் நாகம்’ தீண்டும் கொடுமைக்குச் சமமானது.

தொடந்த சிந்தனையில், அனைத்துமான ஆதியே இல்லை. அவன் எச்சத்தில் உதித்த இக்குழந்தை நமக்கெதற்கு? என்ற முடிவுப்புள்ளியில் வந்திறங்கினாள் அமுதா. புதிதாய் தன் வயிற்றுக்குள் குடியேறிய உயிருக்கு விடுதலை கொடுக்க முடிவு செய்தாள். எண்ணங்களின் ‘தொடர் உருட்டல்‘ ஏதேனும் ஒரு இடத்தில் அசைவில்லாது நிலை கொள்ளுமல்லவா. அமுதாவின் மனதிலும் அப்படி ஒரு உறுதியான முடிவு பிறந்திருந்தது. யாருக்கோ போன் செய்து ஒன்றிரண்டு விஷயங்களை உறுதிப்படுத்தினாள். செய்யப்போவதை முழுதாய் முடிவெடுத்த காரணத்தினால், அவள் சிந்தனைக்கு ஆதரவாய் பறபல எண்ணங்கள் தோன்றிக் கொண்டே இருந்தன. முப்பதாவது நிமிடத்தின் முடிவில் கலங்கிய கண்ணீரோடு, ஆதியை ஒருமுறை ஏக்கப் பெருமூச்சோடு பார்த்துவிட்டு, ஒரு கடிதமெழுதி அங்கிருந்த செவிலியரிடம் ஒப்படைத்து, மருத்துவமனைவிட்டு அவசர அவசரமாய் வெளியேறினாள் அமுதா.

ஏதோ ஒரு அதிர்வை எதிர்பார்த்து திரும்பிய திலகாவிற்கும் உமையொருபாகனுக்கும் அந்த செவிலியர் கொண்டு கொடுத்த அமுதாவின் கடிதம் பேரதிர்ச்சியைக் கொடுத்தது

அன்பானவர்களுக்கு,

இனியும் ஒரு இன்னல் மிகு வாழ்க்கைக்குள் நான் விழ விரும்பவில்லை. ஆதியின் நினைவுகள் மட்டும் எனக்குப் போதும். இந்தக் குழந்தை எனக்குத் தேவையில்லை. திருமணம் என்னும் பந்தத்தில் எங்களுக்கு எப்போதுமே பெரிதான நம்பிக்கை இருந்ததில்லை. நீங்கள் கூறிய அமானுஷ்ய சக்திகள் தொடர்பான

விஷயங்கள் எப்போதும் என்னை பயமுறுத்துவதாக மட்டுமே அமைந்திருக்கிறதே தவிர நம்பிக்கை ஏதும் தரவில்லை. ஆதி, பேசும் நிலையில் உயிரோடு இருந்திருந்தால் கண்டிப்பாக என் முடிவை பாராட்டி இருப்பான்.

என்னை தேடாதீர்கள். இனி என் வாழ்வில் ஆதி இல்லை... ஆதியின் வாழ்வில் நானும் இல்லை... நாங்கள் வாழ்ந்து முடித்த சந்தோஷத் தருணங்கள் மட்டும் எங்கள் நெஞ்சத்திலும் நிலைப் பெறட்டும்.

அழுகையுடன்

அமுதா

கசங்கிய கடிதத்தைப் பிரித்துப் படிக்க படிக்க கோபம், விரக்தி, படபடப்பு என எல்லாம் ஒரு சேர இருக்கையில் வந்து தளர்ந்து அமர்ந்தார் உமையொருபாகன். அவர் கையிலிருந்து திலகாவும் கடிதத்தை வாங்கிப் படித்தாள்.

சில மணிநேரத்தில் வேறேதோ ஒரு மருத்துவமனையின் கருக்கலைப்பு பிரிவில் மல்லாந்து படுத்திருந்தாள் அமுதா. அதே கணத்தில் ஏதோ ஒரு சமிக்கை போல ஆதியின் அறைக்குள்ளிருந்து சில ஒலிகள் வர ஆரம்பித்தன. ஆதி கண்விழித்து விட்டானோ?- என்ற ஆசையில் ஓடிச்சென்று உள்ளே பார்த்த திலகாவின், உமையொருபாகனின் கண்களுக்கு, மின்னணு இயந்திரத்தின் திரையில் தோன்றிய கிடைமட்டமான நேர்கோடொன்று தொடர் நீளமாய் பார்வைக்குக் கிட்டியது. அதைத் தொடர்ந்து ஒலித்த கருவியின் பீப்ப்ப்... எனும் சப்தம் ஆதியின் உயிர் முற்றிலுமாய் பிரிந்து விட்டது என்பதை அப்பட்டமாகப் பறைச் சாற்றியது.

ஆர்ப்பரிக்கும் ஆலிங்கனம்

எழுவகைத் தோற்றமும் நால்வகை யோனியிலெய்திடினும்
பொழியச் சுரோணிதம் நாதவிந்து பொருள் போதகத்தால்
கழியக்கழியக் கடலுயிர் தேய்பிறை கண்டுமிருந்
தழியப் பெருந்தரை யெந்நாளிருந்தும் அனித்தியமே!

பெரும் சாம்ராஜ்ஜியத்தின் சரிவுகளின் பின்னணியில் துரோகமும், குரோதமும், காமமும் எப்போதும் இருப்பதுண்டு. அழிவில்லா பெருநகரம் என்று புகழ்ந்த இடங்களெல்லாம் இக்காரணங்களால் மண்ணுக்குள் புதைந்து அழிந்ததுண்டு. காமமில்லா ருபினி பேருலகும் அம்மாதிரியான ஒரு அழிவின் ஆரம்பத்திலிருந்தது. வாழத் தொடங்கிய ஒரு மண்டல காலத்திற்குள், எந்த ஒரு எதிர்ப்பும் இல்லாத சூலக அரண்மனையின் 'அதிகாரம் மிக்க சுகபோக வாழ்வு' ஆதியின் மனநிலையை வெகுவாக மாற்றியிருந்தது. கொஞ்சம் கொஞ்சமாய், படிப்படியாய், சிறிது சிறிதாய் மெல்லமாய் தலையெடுக்கத் தொடங்கியிருந்தான் ஆதி.

பின் வந்த நாட்களில் பூமியில் சிகிச்சையிலுள்ள ஆதியின் உடலை நோக்கி அவனுயிர் பயணிக்க வில்லை. அல்லது அந்த உடலில் இணைந்து திரும்ப அவனுயிருக்கு பெரிதான விருப்பம் இல்லை. எதற்கு அங்கு செல்ல வேண்டும்? உடம்பாய், உயிராய் அவன் அடையத் துடிக்கும் அனைத்து விஷயங்களும், ஆ...வென்று சொல்லி அள்ளிச் சாப்பிடும் தூரத்தில், தேனில் குழைத்தப் பலாச்சுளையென கண் முன்னே இங்கே அசைந்தாடுகிறது. இதைவிடுத்து அங்கெதற்கு செல்ல வேண்டும். அமுதா, திலகா, ப்ரோபஸர் எல்லாம் அவன் நினைவிலேயே இல்லை. அல்லது அவர்களைப் பற்றி அவன் நினைக்கவே இல்லை. அதிபோக வாழ்வு, அதிகாரச் செருக்கு அவனுள்ளே வெகுவாக இறங்க ஆரம்பித்தது. 'அதிகாரம்' கூடவே

கூட்டிக் கொணரும் அகங்காரம், ஆணவம் எல்லாம் கரையான் புற்றென அவன் தலையேறத் தொடங்கியிருந்தது.

அதிகாரத்திற்கு மிக அருகில் எப்போதும் தவழ்ந்து கிடக்கும் காமமும் அவனுக்குள் முட்டத் தொடங்கியது. எந்தவித கூச்சமும் இல்லாமல் தன்னைத் தொட்டு தொட்டுப் பணிவிடைசெய்யும் பணிப்பெண்களை மோகத்தோடு உற்று நோக்கத் தொடங்கினான் ஆதி. அப்பெண்களின் நீளநீளமான விரல்களோடு, நகங்களோடு, கால்களோடு, கைகளோடு, கழுத்தோடு அவனுக்கு ஒரு நெருக்கம் தோன்றத் தொடங்கியது. அவர்கள் உடம்பின் சந்தன வண்ணம் அவன் கண்களுக்குள் கலந்தது. அவர்களின் அங்க அசைவுகள் எல்லாம் அவனுக்குள் ஆவலை விதைத்துக்கொண்டே இருந்தது. அழகான வடிவான பெண்ணுடம்புகளின் நிர்வாணம், அவன் ஆண்மையை நனைத்த வண்ணமிருந்தன. காம வேகத்தில் பரிதவிக்கும் அவன் கண்களை, மேலெலும்பி உந்தும் அவன் ஆண்மையினை தொட்டு தொட்டு சேவைச் செய்யும் பெண்களுக்கு தெரியாமல் மறைக்க மிகவும் சிரமப் பட்டான். ஆனால் மோகமென்பதே என்னவென்று தெரியாத மூன்று பெண்களும் ஏதுமறியாது தங்கள் எஜமானருக்கு சேவை செய்வதையே பெரும் பேராக கொண்டு அவன் கண் அசைவுக்காக காத்துக் கிடந்தனர்.

விரக தாபத்தை தனக்குள் அடக்கி ஆண்ட, ‘விரத நேரம்’ எந்நேரம் வேண்டுமானாலும் உடையலாம் என்கிற நிலை.

கண்களில் தூசுவிழுந்த ஒரு பொழுதில், பதறி தன் நுனிநாக்கை கண்களுக்குள் துழாவி சரி செய்த அந்த பணிப்பெண்ணிடமிருந்து ஆரம்பிக்கலாமா? அல்லது

அனுதினமும் தன்னைப் பன்னீரில் குளிப்பாட்டி, அக்குளில் சந்தனமும், ஜவ்வாதும் தேய்க்கும் அந்த பணிப்பெண்ணிடமிருந்து ஆரம்பிக்கலாமா? அல்லது

ஒவ்வொரு இரவிலும் பட்டுப்போன்ற தன் கைகளால், உடலமுக்கி சுகப்படுத்தும் அந்த பணிப்பெண்ணிடமிருந்து ஆரம்பிக்கலாமா? என்ற குழப்பப் பேரிடர் வேறு.

கள்ளத்தேன் குடிக்கையில் கடந்தை தேனீ கொட்டிவிடுவதை போல், காமத்தோடு பெண்களை ருசிக்கையில் தன் கைங்கர்யம் தெரிந்து விடுமோ என்ற பயப்பேரிடர் வேறு.

குழப்பமும், பயமும் திமிலனாகிய ஆதியை குடைந்தெடுத்துக் கொண்டிருந்தது.

மோகம் கூடிய ஒரு முன்னிரைவில் போகவாழ்வு கொடுத்த தைரியத்தில், முதன் முதலாய் வசிய மோதிரத்தைப் பயன்படுத்தி 'நத்தைசூரி' வசியத்தை மூன்று பெண்களின் மீதும் ஒரே நேரத்தில் ஏவினான் ஆதி. வசிய மந்திரங்களை அவன் உச்சரிக்க உச்சரிக்க மங்கையர் மூவரும் சித்தபிரம்மை மனநிலையோடு அவன் பாதம் பணிந்தனர்.

அவனால் நம்ப முடியவில்லை.

அனைவரும் எழும்புங்கள் என்றான்.

எழுந்தனர்.

ஆரத்தழுவுங்கள் என்றான்.

தழுவினர்.

ருபினிப் பெண்களின் ஸ்பரிசம் அவனுக்குள் இருந்த காமத்திற்கு முதலாய் சிறு தீனிக் கொடுத்தது. சந்தோசப்பெருக்கில் அடுத்த கட்டளையைப் பிறப்பித்தான்.

என்னிதழ் பருகுங்கள் என்றான்.

ஒவ்வொருவராய் அவன் இதழ் சுவைத்துக் களித்தனர்.

உடலின்பத்திற்குகந்த ஒவ்வொன்றாய் செய்யச் சொன்னான்.

தானியங்கிப் பொம்மையாய் அவன் சொல்வதையெல்லாம் செய்து முடித்தனர் மங்கைகள். வசியம் வசப்பட்ட பெருமகிழ்ச்சியில் சந்தோசத்தின் எல்லைக்கே சென்றான் ஆதி.

‘உங்கள் உடலை புணர்வின் மூலம் எனக்கு காணிக்கையாக்குங்கள்’- என்று ஆணையிட்டு மிதந்தான்ஆதி. கட்டளைக்குப் கட்டுப்பட்டு கால்களை உரசும் பூனைக்குட்டிகளைப் போல மூவரும் அடுத்தடுத்து அவனோடு மஞ்சத்தில் கலந்தனர். அங்கம் மறைத்த ஓரிரு நகைகளையும் அடுத்தடுத்து ஒவ்வொன்றாய் கழற்றி எறிந்தனர். வெல்லத்தை மொய்க்கும் கட்டெறுப்புகளென திமிலனின் உடம்பை சுற்றிச் சூழ்ந்தனர். காமப் பூட்டின் சாவி நாவினால் திறக்கப்படுவது சிற்றின்ப நெறியில் வழக்கம் தானே. ஒருத்தி இதழ் பருக, மற்ற இருவரும் ஆளுக்கொன்றாய் அவன் விடைத்த காம்பினைச் சுவைக்க ஆரம்பித்தனர். உடலுறுப்புகளின் விளிம்புகளை, வளைவுகளை, நெளிவுகளை, நீட்சிகளை தங்கள் விரல்களின் இன்பத்தால் நிறைத்துக் களித்தனர். மோகம், காமம், தாபம் எல்லாம் அவர்களுக்குள் வேகமாய் கூடி எழும்பின.

கண்ணால், விரலால், நாவால், நகத்தால், இமையால், இதழால் அவர்கள் அங்கமெங்கும் தடவி, நீவி, ருசித்து, சுவைத்து ஆர்ப்பரித்துக் களித்தான் ஆதி. நகக்கீறல்களும், பற்குறிகளும் பெரும் போர்க்களத்தின் சாயலில் அங்கு நிகழ்ந்து கொண்டிருந்தன. உச்சி முதல் பாதம் வரை மோகத்தால் பெருக்கெடுத்த இரத்தத்தின் ஓட்டம். மயிர்க் கூச்செரியும் புல்லரிப்புகளால் நிரம்பியது அவன் யாக்கை. உடம்பை விட்டு வெளிப்புறமாய், செங்குத்தாய் தலைதூக்கி, படமெடுத்து நின்றது அவன் நாகம். சிறிது நேரத்திற்குள் காட்டுகுதிரையென கால்மடக்கி மூவரையும் ஆக்ரோசமாய் அடுத்தடுத்து இசைக்க ஆரம்பித்தான். புணர்ந்து ஒடுங்கிய அவன் ஆண்மையை மூவரும் சுவைத்து மீண்டும் எழுப்பிக் கொண்டேயிருந்தனர். மீண்டும்...மீண்டும்... மீண்டும்... உடலதிர புணர்ந்துக் களித்தான்ஆதி. கட்டிப் பாதுகாத்த பெரும் அணையின்

சுவர் உடைந்ததுபோல் ‘காமம்‘ அவர்களுக்குள் கட்டுக்கடங்காமல் கலக்க ஆரம்பித்தது. உடலைக் கோயிலாக வழிபட்ட மூவரின் தேகத்தையும், காமமென்னும் பேய் கடித்து ருசிக்க ஆரம்பித்தது.

எந்தக் கட்டுப்பாடு ருபினி இனத்தவரை மானிட உலகிலிருந்து பிரித்துக் காட்டியதோ, எந்த ஒழுக்கம் அவர்களுக்கு அளப்பறியாத சக்திகளை வாரி வாரி வழங்கியதோ, அது திமிலன் உடம்பிலிருந்த ஆதியால் மெதுவாகத் தளரத் தொடங்கியிருந்தது. காமமில்லா, மோகமில்லா பேருலகில் ஆதியின் வழி மண்பானை நீர்கசிவாய் காமம் கசிய ஆரம்பித்திருந்தது. பணிவிடை செய்யும் பணிப்பெண்களிடமிருந்து தன் பழுதுப் பணியை ஆரம்பித்திருந்தான் ஆதி. ஆம். அதுவே நிகழ்ந்திருந்தது. அதிரன் அளித்த வசிய சக்தியால் அரண்மனையிலிருந்த அழகு மிகுந்த ரூபினிப் பெண்களையெல்லாம் நினைத்த போதெல்லாம் புணரத் தொடங்கியிருந்தான்.

அதிலும் அவனுக்குப் பணிவிடைசெய்யும் சிறுத்தைப் போன்ற மூன்று பெண்களையும் முழு நேர வசியத்திலேயே வைத்திருந்தான் ஆதி. அவனுக்கே தெரியாமல் அது அவனால் முடிந்தது. அவனுக்காக எதையும் செய்ய அவர்கள் தயாராய் இருந்தனர். புணர்ச்சிக்கு மட்டுமல்லாது இன்னபிற இத்யாதி விஷயங்களுக்கும் அந்த மூவர்படையைப் பயன்படுத்திக் கொண்டான். காம விருந்தாக மட்டுமல்லாமல், அவனுக்கான காவல் படையாகவும் அவர்களே இருந்தனர். அந்த மூவர் படை மூலம் நினைத்த பெண்களையெல்லாம் கவர்ந்திழுத்து கட்டிலில் வீழ்த்தினான். அவனுக்காக எதையும் செய்ய அவர்கள் தயாராய் இருந்தனர்.

மூவர் படையின் தயவில் அவன் படுக்கையெங்கும் விதம் விதமாய், வகை வகையாய் பெண்கள். அவன் உடலெங்கும் அவர்கள் விட்டுச் சென்ற உடல் திரவ மணங்கள். வசிய வீரியத்தில் தங்களுக்கு என்ன நடக்கிறது என்பது தெரியாமலையே அவனை அவர்களுக்குள் அனுமதித்தனர் பெண்கள். உடலீர்ப்பு இல்லாமல் முழு

உறுதியோடிருந்த பேரழகு பெண்களின் கன்னித்திரைகள் எல்லாம் ஆதியின் வழி திமிலனின் அந்தரங்க சுத்தியால் திறக்கப்பட்டன. வீட்டுப்புல் தின்று கொண்டிருந்த குதிரைக்கு, காட்டுப்புல் தோட்டத்தை திறந்து விட்டால் களிப்பு மிகாதா... என்ன. தினம் தினம் எட்டு பத்துவென அழகழகானப் பெண்களாகப் புணர்ந்து தள்ளினான் ஆதி. உடல்கட்டு இறங்காத ருபினி இன பெண்களின் திறந்த நிர்வாணம், அவனுக்குள் உடல் சூட்டை ஊட்டிக்கொண்டே இருந்தன. காலையில், மாலையில், ஜாமத்திலென முழுநேர உடலுறவு இயந்திரமாய் மாறியிருந்தது திமிலனின் உடல். இயங்குவது உடலாக இருந்தாலும், இயக்குவது ஆதியின் அறிவாக இருந்தது. ஆதியின் அறிவிலிருந்த காட்டாற்று காமம், திமிலனின் உடம்பு வழி பெரும் புயல் வெள்ளமாய் அரண்மனையெங்கும் பரவத் தொடங்கியிருந்தது.

நெல்லுக்கு இறைத்த நீர், புல்லுக்கும் பாய்வதைப் போல், அரண்மனைவாசிகளின் உடலுக்குள் விரிந்த காமம், வெகுவிரைவில் ஊரெங்கும் சீராகப் பரவத் தொடங்கியது.

பிறைக்குள் நேர்ந்த பிழை

ஊறிநின்ற தூமையை உறைந்துநின்ற சீவனை
வேறுபேசி மூடரே விளைந்தவாறது ஏதடா
நாறுகின்ற தூமையல்லோ நற்குலங்க ளாவன
சீறுகின்ற மூடனேஅத் தூமைநின்ற கோலமே.

ஒழுக்கம், கட்டுப்பாடு, நீதி,நேர்மை போன்ற அனைத்து உயரிய விஷயங்களும் மெல்லிய சரடுகளால் கட்டமைக்கப்பட்ட பெரும் வலைப்பின்னல்களின் சாயல்கள். ஏதேனும் ஒரு சரடு உடைபடும்போது மொத்த பின்னலும் சிக்கலாகும் அபாயம் எப்போதுமுண்டு. ருபினியுலகும் அப்படி ஒரு இக்கட்டான நிலைக்குத் தள்ளப்பட்டிருந்தது.

பிறையுலகில் காமக் கசடு கலந்த நிமித்தத்தால் விளைந்த ரூபினி தெய்வத்தின் கோபமோ, என்னவோ, ருபினியருக்குள் ஆங்காங்கே சில அத்துமீறல்கள் நடக்கத் தொடங்கின. ‘முழுமையான காமத்துடன் ஒரு மனித உடல் நம் மக்களோடு கலக்கையில், உடம்பின் மீது மற்றொரு உடம்பின் ஆதிக்கம் நிகழ்கையில், சப்த ஆகர்ஷன ராஜவசியம் தளர்ந்து, கட்டுப்பாடுகள் முறியும். ஆணுடம்பின் மீது பெண்ணுடம்பும், பெண்ணுடம்பின் மீது ஆணுடம்பும் பேராதிக்கம் செய்யும் பேரிடர் நிகழும். ஆகச் சிறந்த நம் ருபினி இனத்தவரின் ஆயுளும் ஆற்றலும் குறையும். அறிவியல் சிந்தனைகள் மழுங்கும். ஒழுக்கமும், நேர்மையும் இவ்வுலகம் விட்டு அகலும்...’ - என்று அன்றொருநாள் ஆச்சாரியார் சொன்ன நிகழ்வுகள் ஆங்காங்கே நடக்க ஆரம்பித்தன.

காமமுறுவதை பெரும் சாபமென கருதும் ருபினி குடிகள் பலபேர் உடலீர்ப்பை முதன் முதலாய் தங்களுக்குள் உணரத் தொடங்கினர்.

அதனால் உருவாகும் வெட்கத்தை ஆண்களும், பெண்களும் தயங்கித் தயங்கி வெளிப்படுத்தினர். ஆண்கள் தங்கள் வெறித்தப் பார்வையை பெண்களின் மார்பகத்திற்கு மாற்றினர். அது பார்க்கப்படுவதை உணர்ந்த பெண்கள் முதன் முதலாய் கைகளை மடக்கி தங்கள் முலைகளை மறைத்தனர். ஆர்வம் தாங்காமல் முலை பற்றிச் சுவைத்த சம்பவங்கள் சிலதும் ஆங்காங்கே நிகழ்ந்தேறின. ஆண்களின் தோளும், கண்களும், தொடையும், குறிகளும் பெண்களால் ரசிக்கப்பட்டன. பெண்களின் உதடுகளும், தனங்களும், கூந்தலும், பிட்டமும் ஆண்களால் ரசிக்கப்பட்டன. அடக்க, அடக்க, அடக்க முயன்றும் ஆசைக் கொள்ளாமல் சிந்தின மோகரசங்கள். இயல்பான வாழ்கை என்பது அவ்வுலகில் உள்ளவர்களுக்கு இல்லாமலேயே போனது.

தங்கள் இயல்பில் இல்லாத காமம் வெளிப்படுவதை பொறுக்க மாட்டாத ருபினி மரபில் ஊறிய குடிமக்கள் சிலபேர் தற்கொலைக்கு முயன்றனர். சிலபேர்கள் ருபினி தெய்வ ஆராதகர்களால் கொடூரமாக கொலை செய்யப்பட்டனர். பைக்கால் ஏரியில் முதன் முதலாய் சில ருபினிகளின் சடலங்கள் ரத்தம் சொட்ட மிதக்க ஆரம்பித்தன. களங்கமில்லா உலகில் முதன்முதலாய் சில கற்பழிப்பிற்கான அடையாளங்கள். பிழையிழைத்த தங்கள் உடலின் வேதனையை பொறுக்க மாட்டாது, சிலபேர்கள் கண்ணீர் மல்க, ருபினிக் கோவிலில் சரண் அடைந்தனர். ஏதோ ஒரு தெய்வக்குற்றம் நிகழ்ந்துவிட்டதாய் குடிகள் அனைவரும் குழம்பிக் கிடந்தனர். இன்னும் சிலர், பால்நிலையின் உச்சத்தை வெளிக்காட்டும் பொருட்டு, தன் குறி விறைக்கும் போதெல்லாம், எதிர்பாலினரை எதிர்கொள்ள முடியாமல் காட்டுக்குள் ஓடி ஒளிந்தனர். பருவம் துளிர்க்கும் மாதவிடாயின் அறிகுறிகளை சில பெண்கள் உணரப்பெற்றனர்.

வசியக் கட்டு தளர்ந்த அவர்களின் உடம்பில், ஹார்மோன்கள் 'ஹார்மோனியம்' வாசிக்க ஆரம்பித்தது. 'உடல் தேவைகள்' ஆக்ரோஷமாய் ஆவேசமாய் அங்கொன்றும் இங்கொன்றுமாய்

நடந்தேறத் தொடங்கியது. என்னவோ நடக்கிறது. என்னவெல்லாமோ நடக்கப் போகிறது. இத்தனை காலமாய் இந்த உடம்பிற்குள் இருந்த ஏதோ ஒன்று தூண்டப்படுகிறது. காமம் என்பது பாவம் என்றிருந்த மக்களுக்கு மத்தியில், வலுக்கட்டாயமாக இன்று அதுவே வழிந்தோடப் பார்க்கிறது.

உடலீர்ப்பை உணராத ஒவ்வொரு உடம்பிற்கும், இன்று மற்றொரு உடம்பின் தேவை வலுக்கிறது. உணர்ச்சிப் பெருக்கில் ஆங்காங்கே உடல் ஆதிக்கம் நிகழ்கிறது.

விருப்பத்துடன் சில இடங்களில்.

வெறுப்புடன் சில இடங்களில்.

பரிவுடன் சில இடங்களில்.

பயத்துடன் சில இடங்களில்.

ஆக்ரோஷமாக சில இடங்களில்.

அருவெறுப்பாய் சில இடங்களில்.

மோகமும், காமமும், உணர்ச்சியும், புணர்ச்சியும் ஒன்றோடொன்று போட்டி போட்டுக் கொண்டன. ஏதோ ஒரு துர் நிமித்த அறிகுறியாய் பைக்கால் ஏரியின் ருபினி தெய்வ ஆலய மேற்கூரை வடக்கு நோக்கிச் சரிந்தது. காதலால் மட்டும் சிறந்த இப்பேருலகில் இன்று காமத்திற்கான அவசியம் உணரப்பெறுகிறது. இல்லை... இல்லை... முழுவெறியோடு காமம் புகுத்தப்படுகிறது. அதுவே அடுத்தடுத்து செலுத்தப்படுகிறது. முற்றிலுமாய் மோகம் தெளிக்கப்படுகிறது. இதற்கெல்லாம் முத்தாய்ப்பாய் மெதுவாய், சிறிதாய், சிலபேருக்கு 'பெருவிரல்கள்' வெகுவாகக் குருக்க ஆரம்பித்தது.

ஒவ்வொரு நாளும் நிலைமை படுமோசமடைந்துக் கொண்டிருந்தது. ருபினி உலகம் முழுதும் காமத்தின் தீ சுடர் விட்டு எரியத் தொடங்கியது. சூலக அரண்மனையின் உடலுறவு கூடத்திலும்

ருபினியர்களால் ஏகப்பட்ட அத்துமீறல்கள். உடம்பின் மீது உடம்பின் ஆதிக்கம் தொடர்ந்து நிலைபெறத்தொடங்கியது. காமம் என்பது 'பெரும் பாவம்' என்பதிலிருந்து 'உயிர்களின் இயல்பு' என்ற பூமியின் நடைமுறை பிறையுலகமெங்கும் பரவத் தொடங்கியது.

சில்வியாவிற்கும், ஆச்சாரியாருக்கும் மட்டுமல்ல அதிரனுக்கும் நடப்பதன் சூட்சமம் விளங்க வில்லை. பன்னெடும் காலமாய் கட்டிக் காத்த ராஜவசிய கட்டுகள் உடைவதன் காரணமும் புரியவில்லை. என்ன நடக்கிறது என்று சுதாரிப்பதற்குள் ஏதேதோ நடந்து முடிந்திருந்தது. பன்னெடும் காலமாய், அளப்பரிய ஆற்றல்களால் சிறந்த அவ்வுலகம், மிகக்குறுகிய காலத்தில் காம மிருகத்தின் நாவுகளுக்கு காவு கொடுக்கப்பட்டிருந்தது.

துரோகத்தின் நீட்சி

உப்பின் கசடுதான் ஊறலது மாறினதால்
மூப்புசுன்ன மாவதற்கு முன்னமே - உப்பதனால்
கற்பாந்தங் கோடி காய மிதுவலுத்துச்
சொற்பாயும் வாசியில் தேகம்.

பிறைஉலகின் பெருங்குழப்பம் தன் பெருங்காமத்தின் வழியே நிகழ்ந்தது என்ற சொரணை கூட இல்லாமல் ஸ்கலித வாழ்வில் மிதந்தான் ஆதி. ருபினியின பெண்களின் ‘வனப்பான உடம்பு’ அவனுக்குத் திகட்டவே இல்லை. கடித்துக், குதறிப், புசித்தும் பசியடங்கா சிங்கமெனப் புணர்ச்சி வேட்கையில் அலைந்தான் ஆதி.

நடப்பவைகளின் வீரியத்தை உணர்ந்த அதிரனும், பிரச்சனைகளின் ஊற்றை ஆராயத் தொடங்கினான். திமிலனுக்குப் பணிவிடைச் செய்யும் பணிப்பெண்களின் உதடுகளில், மார்புகளில் காம அறிகுறிகளுடன் தென்பட்ட பற்குறி, நகக்குறிகளை ஏதேச்சையாகக் கண்டு திகைத்தான் அதிரன். அவர்களிடம் விசாரிக்கையில் இது தங்களுக்கு எப்படி ஏற்பட்டது என்றே தெரியவில்லை என்றனர். முதன் முதலாய் திமிலனாகிய ஆதியின் மீது அதிரனுக்கு மெல்லியதாய் ஒரு சந்தேகம் பிறந்தது.

காமப் பிளிரல் திமிலன் வழி நடந்திருக்குமோ? என்ற சந்தேகம். திமிலனின் உடம்பில் புகுத்திய ஆத்மா, காமம் கடந்ததா? என்ற சந்தேகம். காமம் மிகுந்த ஆத்மாவை தேர்வு செய்து விட்டோமோ என்ற குழப்பம். புனிதமான ‘சப்த ஆகர்சன பூஜை’ காமமிகு மனிதனின் ஆத்மாவினை தேர்தெடுக்க வாய்ப்பில்லையே? - என்று தன்னை தானே சமாதானம் செய்து கொண்டான் அதிரன். இருந்தும் அவனுக்குள் இரு குழப்பம். ஒருவேளை பூமியில் ஏதேனும் தவறு நிகழ்ந்திருந்தால்? எப்படியோ ஆகர்சன சக்திச் சக்கரம் கை மாறியிருந்தால்? இருதலைக்கொள்ளி எறும்பென, ஒருதலைக் குத்திச்

சிந்தித்தான் அதிரன்.

பெரும்பிழை தன்னால் நிகழ்திருக்கக்கூடும் - என்பதை நினைக்க நினைக்க, அதிரனின் அகமும் புறமும் ஆற்றொணாத்துயரில் துடித்துக் களைத்தது. ருபினியுலகத்தின் வீழ்ச்சிக்கு நாம் காரணமாகி விடுவோமோ- என்ற குற்ற உணர்ச்சி அவனை வெகுவாகத் தாக்கியது. ஆட்சிப்பீட ஆசையில் தன் குருநாதர் திமிலனுக்கெதிராய் செய்த துரோகம், இன்று அழகான ருபினி ராஜ்ஜியத்தையே சிதைத்து விட்டதோ - என பெரும் பதட்டத்திற்குள்ளானான். ஏனோ தெரியவில்லை. யோகச் சித்துக்களைக் கற்றுத் தந்த திமிலனின் முகம் தீடிரென அவன் மனக்கண்களில் தோன்றியது. குருத்துரோகம் குலத்தையே கருவருக்குமென எங்கோ படித்தது நினைவுக்கு வந்தது.

வெகுவிரைவில் ஏதோ ஒரு திட்ட யோசனையுடன் திமிலனைக் காண வருவதாகச் செய்தி அனுப்பினான்.

அதிரன் வருவதாகச் செய்தி கிடைத்த அடுத்த கணத்திலிருந்து, ஆதி எதிர்ப்புறத்தில் பல சிந்தனைகளில் திளைத்தான்.

எதற்காக வருகிறான்?

ஒருவேளை நம் சுயம் அவனுக்குத் தெரிந்திருக்குமோ?

வாய்ப்பில்லையே...

கூடவே ராணியும், ஆச்சாரியாரும் வந்தால்?

கண்டிப்பாக இருக்காது. நாமிருக்கும்போது அவர்கள் அவனிடம் தொடர்பு கொள்ள மாட்டார்கள்.

மாந்திரீக வல்லுனனின் முன்பு, வெறும் மனிதனால் என்ன செய்ய முடியும்?

கண்டிப்பாக தற்காப்பிற்காக ஏதாவது செய்ய வேண்டும்.

- எனப் பற்பல சிந்தனைகள் அவனுக்குள் ஓடியது.

சிறிது நேரத்தில், ஏதோ ஒன்றை முடிவு செய்த ஆதியின் மனது, மீன்தொட்டியில் பரிதவிக்கும் மீன் குஞ்சாய் அங்குமிங்கும் படபடத்துக் கொண்டது.

சிறிது நேர இடைவெளியில் ஆதியின் முன்பு அமர்ந்திருந்தான் அதிரன். இருவருக்குள்ளும் ஒருவரைப்பற்றிய ஒருவரின் சிந்தனைகள். இவன் மூலமாய் காமம் வந்திருக்குமோ? என்று அதிரனும், இவன் நம்மை சந்தேகிக்கிறானா? என்று ஆதியும் மாறி மாறி நிந்தித்துச் சிந்தித்துக் கொண்டார்கள்.

ஏதோ ஒரு ஆபத்து நம் உலகைச் சூழ்ந்துள்ளது திமிலா? ஊரெங்கும் பலபிரச்சனைகள், குழப்பங்கள். - நேரடியாகப் பேச்சை ஆரம்பித்தான் அதிரன்.

என்னவாயிற்று?- உண்மையான ஆவலோடு ஆதி கேள்வி கேட்டான்.

நாடு முழுவதும் ராஜவசியக்கட்டு உடைந்தற்கான அடையாளங்கள். ருபினியர் அனைவரும் மானிடர்கள் போல் காமம் ருசிக்க முயலுவதற்கான அறிகுறிகள்...- திமிலனின் முகக்குறிப்பை கவனித்துக்கொண்டே செய்தி பகர்ந்தான் அதிரன்.

என்ன... ருபினியருக்குள் காமமா? என்னால் சிறிதும் நம்ப முடியவில்லை.- சந்தேகமில்லாத நடிப்பை சரியான சந்தர்ப்பத்தில் வெளிப்படுத்தினான் ஆதி..

எனக்கும்தான் திமிலா. ஆனால் அதற்கும் வாய்ப்புண்டு என்று ஒருமுறை உருளியர் சொல்லக் கேட்டிருக்கிறேன்.

அது எப்படி சாத்தியம்? - என்று ஆச்சர்யம் காட்டினான் திமிலனாகிய ஆதி.

திமிலா, நமது ருபினி ஆகம விதிகளின்படி காமமில்லா பெருவாழ்வை வேண்டியே நாம் அனைவரும் இங்கு இணைந்துள்ளோம். இவ்வுலகில் ஏதேனும் ஒரு விதத்தில் இயல்பிற்கு மாறான காமம் கலக்கையில் 'வசியக்கட்டு' தறிகெட்டு உடையும். எனக்கென்னவோ அது எங்கோ நிகழ்ந்தது போல் தோன்றுகிறது. - பட்டென்று பதிலுரைத்தான் அதிரன்.

செய்த தவறின் வீரியம் ஆதிக்கு தெளிவாக உரைக்கத்

தொடங்கியது. யாருக்கும் தெரியப்போவதில்லை என்று வசியப்படுத்தி தான் புணர்ந்த பெண்களெல்லாம் நினைவுக்கு வந்தார்கள். உடம்பெங்கும் பதட்டம் தொற்றிக் கொண்டாலும் வெளியில் அவன் காட்டிக்கொள்ளவில்லை. உண்மையான கவலையோடு அதிரன் தொடர்ந்தான்.

உடைந்த கண்ணாடியை ஒட்ட முடியாததுபோல், மாற்றமுடியா பெரும் பிழை இது. இனி இவ்வுலகம் நரவுலகம் போலாகும். காமமும், குரோதமும், வஞ்சமும், பஞ்சமும், சிறிதும், பெரிதுமாய் இனி இவ்வுலகில் நிகழும். ஆற்றல்கள் குறைந்து அற்ப மானிடர்களைப் போல் வாழும் நிலைமை உண்டாகும். இனி இவ்வுலகம் நமக்கானதாக இருக்காது - என்றுகூறிப் பதறி, ஆதியாகிய திமிலனின் அங்க அசைவுகளை அணு அணுவாகக் கவனித்துக் கொண்டிருந்தான் அதிரன்.

அத்தனையும் கேட்க கேட்கத் திகைப்பும், உவகையும், நடிப்பும் கலந்த பல உணர்வுகளை, அதிரனுக்கு சந்தேகம் வராதபடி வெளிப்படுத்தினான் ஆதி. 'இனி இவ்வுலகம் பூலோகம் போலாகுமென்ற செய்தி', அவனுக்குள் பல விசித்திர உணர்வுகளை உண்டாக்கியது. சொற்ப நேரத்தில் பல எண்ணங்கள், பல திட்டங்கள் அவனுக்குள் உதித்த வண்ணமிருந்தது.

சில வினாடிகள் மெலிதான மௌனத்தில் கரைந்தது. திமிலனின் முகக்குறிப்பிலிருந்து, அதிரனால் எதையும் அனுமானிக்க முடியவில்லை.

வெகுவிரைவில் ராணியார் உன்னைக் காண வரலாம்? அதைக் கூறத்தான் அவசரமாக நான் வந்தேன்- என்றான் அதிரன்.

ராணியார் வந்து கேட்டால் என்ன சொல்வது? - பயம் மிகுந்து, பதட்டம் மறைத்து கேள்வி கேட்டான் ஆதி.

பொறுத்திரு... தவறு நிகழ்ந்த விதத்தை நான் கணிக்க முயல்கிறேன். அதன் பின்பு, ராணியாரின் கேள்விக்கு என்ன பதிலுரைக்கலாமென

நானே அறிவுறுத்துகிறேன்- என்று கூறி எழும்பினான் அதிரன்.

குற்றவுணர்வை மறைத்து, பொய் கவலையோடு எழும்பி அதிரனை வழியனுப்பினான் திமிலன்.

விடைபெற்றுத் திரும்புகையில், தொடர்ந்த கண்காணிப்பில், எதிர்பாரா ஒரு கணத்தில் திமிலனின் உடம்பில் தென்பட்ட 'பெருவிரல் வளர்ச்சியை' எதேச்சையாய் கவனித்தான் அதிரன். இருந்தாலும் நிற்கவில்லை. நடந்துகொண்டே இருந்தான். அவனுக்குள் பெரும் பதட்டம். ஏதோ ஒரு உண்மை அவனுக்கு புரிவதுபோலிருந்தது. பிறையுலகில் பரவிய 'காமச் சுவடிற்க்கான காரணம்' அதிரனின் மனக்கண்களுக்கு சிறிதாகப் புலப்பட ஆரம்பித்தது.

குற்றவுணர்ச்சியில் அதிரன் நடந்து கொண்டேயிருந்தான்.

அதிகார ஆசையினால் தன்னாலேயே மொத்த பிழையும் நிகழ்ந்த உண்மை, அவனுக்குள் பேரிடியாய் உரைத்தது. சரிசெய்ய முடியா பெருங்குற்றத்திற்கு தானே 'காரணகர்த்தா' என்பதை அதிரனால் ஏற்றுக் கொள்ள முடியவில்லை.

கவலையின் உச்சத்தில் அதிரன் நடந்து கொண்டேயிருந்தான்.

சர்வ சொரூப சக்திக் சக்கரங்கள் அவன் மடியில் இருப்பது வரை திமிலனின் மீது வசியச் சக்திகளை ஏவுவது பாதுகாப்பில்லை. தன் இருப்பிலுள்ள சக்திச்சக்கர வலிமைகளை அவன் உணர்ந்து விடக் கூடாது. முதலில் சக்திச் சக்கரங்களைக் கைப்பற்ற வேண்டும். பின்பு அவனுயிரை எடுக்க வேண்டும்.

கடும்சினச் சிந்தனைகளோடு அதிரன் நடந்து கொண்டேயிருந்தான்.

ஐம்புலனடக்கி வாழும் ஆற்றல் மிகுந்த ருபினியை, சிற்றின்பத்தில் திளைத்த 'சிறு மனித நரி' வென்று விட்டதே என்ற கோப உணர்வு. மீள முடியாத சாபமாய் பாலோடு கலந்த நஞ்சைப்போல், காமம் தன் இனத்தோடு கலந்து விட்டதே என்ற ஆக்ரோஷ ஆவேசம். இதற்கு காரணமானவனை எப்படியாவது அழிக்க வேண்டும். அவன் இருப்பை

இங்கிருந்து அகற்றவேண்டும். - என பற்பல எண்ணங்களில் நேராக விஷப்பெட்டகமிருக்கும் அறையை நோக்கிச் சென்றான் அதிரன்.

கொடும் நீசம் மிகுந்த மனித மூளையோடிருந்த ஆதிக்கு, அதிரனின் சந்தேகம் அரைகுறையாய் புரிந்தது. தன் விரல் வளர்ச்சியை அதிரன் கவனித்து விட்டதாய் ஒரு தோணல். கவனித்திருந்தால் கண்டிப்பாக ஏதோ ஒரு கணிப்போடுதான் செல்கிறான் என்ற அனுமானம். அதிரனின் சஞ்சலத்தை ஆதியும் ஒருவாறு யூகித்திருந்தான். தன்னிலை உணர்ந்த அதிரன், கண்டிப்பாக ஆட்சிபீடத்தில் இருப்பவர்களிடம் செல்ல மாட்டான். மொத்த உலகமும் தன்னால்தான் இப்படிக் கெட்டது என்று வேறு யாரிடமும் சொல்லவும் இயலாது. வேறு ஏதேனும் சூழ்ச்சி மூலம் அதிரன் தன்னை அழிக்க வரலாம் என்ற எதிர்பார்ப்பு மட்டும் ஆதியின் மனதிலிருந்தது.

அதிரன் சென்ற அடுத்த கணத்திலிருந்து ஆதிக்குள் பல எண்ணங்கள். அதிரன் தனக்கெதிராய் சிந்திக்க முயன்ற பொழுதில், ஆதி கொடூரமாய் செயலாற்றத் தொடங்கியிருந்தான்.

தன் காமவிளையாட்டுக்கள் இப்படியொரு விளைவை ஏற்படுத்துமென அவன் எதிர்பார்க்கவில்லை. ‘காமம் கலந்த உலகில் ருபினியர் எப்போதும் இருக்க விரும்புவதில்லை‘ - என்று எப்போதோ அவன் படித்தது நினைவுக்கு வந்தது.

இனி இது என் உலகம் - என்பது போன்ற மனநிலை.

இவ்விடம் எனக்கு மட்டுமான உலகம் - என்பது போன்ற திமிர்நிலை.

என்னை போன்ற மனிதர்களுக்கான உலகம் என்பது மாதிரியான பல திட்ட வரைவுகள் அவன் மனதில்.

ருபினி இன அதிரன் பதுங்கி எழும்புவதற்குள், மனித குல ஆதி பாய்ந்திருந்தான்.

ஆம்... அதிரனை ரகசியமாய் கொல்ல மூவர் படைக்கு உத்தரவுவிட்டிருந்தான் ஆதி.

திரனின் ஆட்டம்

கானற்பால் காமப்பால் கலங்கா வுண்டிடும்
ஞானத்து வான்மா நலமே வளர்ந்து
மோனத்துப் பெருவெளி முயலா நுழைந்து
காலத்துப் படாஅக் கழற்கதி உற்றிடும்

முள்ளை முள்ளால்தான் எடுக்க வேண்டும் என்பதற்கிணங்க சூதினை சூதால் வெல்லத் திட்டமிட்டிருந்தான் ஆதி. ஊரெங்கும் உடம்புகளின் காமக் களியாட்டங்கள் ஆரம்பமாகியிருந்தன. ருபினியருக்குள் காமம் கலந்தது கலந்ததுதான். இனி அதை மாற்ற முடியாது. இங்கிருக்க வேண்டுமென்றால் நரவுலகைபோல் மோக தாபத்துடனேயே இருக்கமுடியுமென்ற நிலை. காமத்தை வெறுக்கும் அல்லது ருசிக்க மறுக்கும் ருபினிகுல ஆராதகர்களுக்கு இனி இவ்வுலகில் இடமில்லை என்பது விதிப்பயன். ஒன்று அவர்கள் உயிர் துறக்க வேண்டும் அல்லது இவ்வுலகம் விட்டு ஓட வேண்டும். இது ஒன்றே வழி. இதுவே இனி இங்கு நடக்கப்பபோவது எனப் பற்பல செய்திகளைப் பெண் ஒற்றர்கள்மூலம் அறிந்திருந்தான் ஆதி. ஓடுபவர்கள் இங்கிருந்து ஓடட்டும். எதிர்ப்பவர்களை ஒவ்வொருவராக அழிக்கத் தீர்மானித்தான் ஆதி. அழிவின் கணக்கை அதிரனிடமிருந்து ஆரம்பித்தான். மூவர் படையை அழைத்து, முத்தமிட்டு, சூட்சமத் தயாரிப்போடு அதிரனிடம் அனுப்பி வைத்தான்.

தன் முன் தலைக்குனிந்து நின்று கொண்டிருந்த மூன்று பெண்களையும் கண்ணிமைக்காமல் பார்த்துக் கொண்டிருந்தான் அதிரன். வெகு சமீபமாய் உணர்ந்து கொண்டிருக்கும் திமிலனின் உடலுறவு 'நீர்ப்பாச்சல்களால்' வனப்பேறிய, அவர்களின் 'உடல்வாகுகள்' அளவுக்கு மீறிய அழகோடு சிரித்துக் கொண்டிருந்தன.

காமம் மறந்த அதிரனுக்கு அது ஒன்றும் பெரிதாகத் தெரியவில்லை.

நீங்கள் கூறுவது உண்மைதானா? - ஆக்ரோஷத்துடன் கேள்வி எழுப்பினான் அதிரன்.

உண்மையா இல்லையா என்பதை தாங்கள் தான் கண்டறிய வேண்டும் முதன்மை சீடரே... - முதலாமவள் பதில் கூறினாள்.

ஆளும் அரசிற்கு எதிரான குற்றச்சாட்டுகளைக் கூறுகிறீர்கள். பிழையாகிவிட்டால் உங்கள் உயிர் உங்களுக்கானதல்ல...? - எச்சரிக்கை செய்தான் அதிரன். அதன் வழி அவர்களின் உண்மை நிலையை அறிய முயன்றான்.

முதன்மை சீடரே, ருபினி நெறிகளுக்கு மாறாக சில நிகழ்வுகள் ஆங்காங்கே நடைபெற்றுக் கொண்டிருப்பதை தாங்கள் அறிந்திருப்பீர்கள். ஒருவேளை மொத்தக் குழப்பத்திற்கும் இந்த செயல்பாடுகள் காரணமாக இருக்குமோ...என்ற சந்தேகத்தின் பேரிலேயே உங்கள் முன் இதை தெரிவிக்கிறோம் - இரண்டாமவள் இப்படிக்கூறினாள்.

அவர்கள் வார்த்தைகளில் உண்மை இருப்பதாக அதிரனுக்குத் தோன்றியது. இருந்தாலும் சந்தேகத்துடனேயே கேள்வி கேட்டான்.

திமில ராஜனின் செயல்பாடுகளில் நரவுலகை ஒத்த காம வெளிப்பாடுகள் இருப்பதாகக் கூற உங்கள் மூவருக்கும் எப்படி தைரியம் வந்தது? - உள்ளத்தின் ஒரு மூலையிலிருந்த அதிரனின் சந்தேகம் அவர்களை நம்ப மறுத்தது.

நிகழ்ந்ததை அனுபவித்த 'அடிமைகள்' என்ற முறையில் இன்று உங்கள் முன் மண்டியிட்டு கிடக்கின்றோம் சீடரே. ருபினி ராஜ்ஜியமே குழம்பி கலக்கமுற்று நிற்கும் இவ்வேளையில், இப்பிரச்சினையின் ஊற்று இதுவாக இருக்குமோ என்ற சந்தேகத்தை மட்டுமே உங்களுக்கு தெரிவிக்கிறோம் - மீண்டும் பயத்தோடு இரண்டாமவள் பேசினாள்.

ஆளும் அரசை குறை சொல்கிறோம் என்ற குற்ற உணர்வை விட, ருபினியரைக் காக்கப் போகிறோம் என்ற இனபக்தியே இன்று எங்களை உங்கள் முன் நிறுத்தியிருக்கிறது - கனிவாக முதலாமவள் கூறி கண்ணீர் சிந்தினாள்.

ஒருவர் மாற்றி ஒருவராக கூர்மித்துப் பார்த்தான் அதிரன்.

ஒருவாறாக அவர்களை நம்பிய அதிரன், உண்மையில் என்னதான் நடந்தது?- என்று மறுபடியும் கேள்வி எழுப்பினான்.

முதன்மை சீடரே... மனிதர்களின் காம விளையாட்டுகளை எங்களிடம் அரங்கேற்றினார் திமில ராஜன். எங்கள் தனங்களை பிடித்து கசக்கி, ஆர்வம் தாங்காமல் ருசித்துப் பார்த்தார். பின்புறம் பிட்டமென வளைவுகளில் எல்லாம் விரல்களால் ஆதிக்கம் செலுத்தினார். கூந்தலில் விரல் நுழைத்து இதழ்களைப் பருகினார். எங்கள் உடம்பின் மீது அவர் உடம்பின் ஆதிக்கத்தை பொறுக்க மாட்டாது இன்று உங்களிடம் புகார் எழுப்புகிறோம். - பேச்சில் நடித்து தள்ளினாள் மூன்றாமவள்.

உண்மையில் நடந்ததை, சங்கோஜம் இல்லாமல் அவர்கள் கூறக் கூற, அவர்களின் மேல் அதிரனுக்கு ஒரு நம்பிக்கை பிறந்தது. தன்னால் நேர்ந்த பிழைக்கு இவர்களை வைத்து கைம்மாறு காண முடியுமென்று தோன்றியது.

மங்கையரே... உங்கள் வேதனை புரிகிறது. தவறு யார் நிகழ்த்தியிருந்தாலும் ருபினி தெய்வத்தின் முன்பு அவர்கள் குற்றவாளிகளே... உடம்பென்னும் கோவிலை அசுத்தப்படுத்திய எவரும் இங்கிருந்து தப்ப இயலாது... அதற்கெல்லாம் முன்னால், திமில ராஜனின் மடியிலிருக்கும் ராஜ வசியச் சக்கரத்தை மட்டும் எப்படியாவது கைப்பற்றி என்னிடம் தாருங்கள். ஏனையவற்றை நான் பார்த்துக் கொள்கிறேன். - அவர்களுக்கு ஆதரவாய் பேசுவதாய் நினைத்து பிதற்றினான் அதிரன்.

மூவர் படையோ அதிரனைச் சாய்ப்பதற்கான சரியான நேரம்

பார்த்துக் காத்துக் கிடந்தனர்.

வசிய சித்துக்களில் சிறந்த திமிலராஜனை, வெறும் அடிமைக் கன்னிகளான நாங்கள் என்ன செய்ய இயலும்? - திகைப்பான முகத்தோடு கேள்விகேட்டாள் மூன்றாமவள்.

அதற்கு ஒரு வழி இருக்கிறதென்று உடைக்குள் மறைத்து வைத்திருந்த ஒரு சிறிய மரப் பெட்டகத்தை எடுத்துக் காட்டினான் அதிரன்.

அதனுள் மிகச்சிறிய போனி எறும்புகள் சில, உடம்பெங்கும் சிவப்பு நிற புள்ளிகளோடு, கொடும் விஷம் கொண்ட பளபளப்பான பற்களோடு அங்குமிங்கும் ஓடிக்கொண்டிருந்தன.

இந்த எறும்புகளை அவர் உடம்பில் எப்படியாவது ஏவி விடுங்கள். எறும்புகள் கடித்த அடுத்தக் கணத்தில் அவர் பிணமாவது உறுதி என்று கூறும்போதே அதிரனின் கண்களில் கொலைவெறிக்கான அடையாளங்கள்.

மூவரும் தயங்குவது போல், ஆச்சர்யம் மேலிடுவது போல், ஒரு சேர நடித்தார்கள்

பயப்படாதீர்கள்... உங்களோடு நான் இருக்கிறேன்... அந்தச் சக்தி சக்கரங்கள் என் கைவசம் வந்துவிட்டால், இவ்வுலகை மீண்டும் சரிப்படுத்த என்னால் முடியும். - உறுதியளித்தான் அதிரன்.

அவனுக்கு இசைவது போல் இசைந்து, மரப்பெட்டகத்தை வாங்கிக்கொண்டு, ஆசி வேண்டி அவன் முன் தலை சாய்த்துப் பணிந்தனர்.

ருபினி காக்கட்டுமென அவன் கையுயர்த்தி ஆசி வழங்கிய அடுத்தக் கணத்தில், ஏறிய ஏணியை எட்டி மிதிப்பதுபோல் விஷ போனி எறும்புகளை அவன் மீதே ஏவினர்.

மூன்று வினாடி கால இடைவெளியில், ஆளுயரக் கருங்கல்

சிலையொன்று அப்படியே சரிவதைப் போல பொத்தென்று சரிந்தான் அதிரன்.

அடுத்த நாள் காலையில் உயிற்ற உடலாய் முதன்மைச்சீடன் அதிரன் பைக்கால் ஏரியில் மிதந்து கொண்டிருந்தான்.

அதிரனின் மூலம் எதிரிகளின் 'முதல் அழிப்பை' ஆரம்பித்த ஆதியின் மனதிற்குள் இன்னும் என்னவெல்லாமோ திட்டங்கள் இருந்தது. சூலக அரண்மனையின் தனிப்பெரும் சக்தியாக மாறிட முயன்ற அவன், சிறிய கால இடைவெளியில் யாராலும் விவரிக்க முடியாத கொடுங்கோலனாய் உயர்ந்திருந்தான்.

வேற்றுலகத் தேடல்

இந்தவுடல் காயம் இறந்துவிடு மிவ்வுலகில்
வந்தவழி தானறியா வாழ்க்கை - இந்தவுடல்
அற்பக் குழியி லரவ மிருப்பதெனும்
கற்பகத்தை யாண்டிடுமோ காண்.

பிரச்சனை எங்கு யாரால் எப்படி உருவாகியது என்பதை சிந்திக்கும் நிலைமையில் யாருமில்லை. பிறையுலக அரிச்சுவடியே தளர்ந்து போயிருந்தது. ருபினியுலகத் தோற்ற ரகசியக் குறிப்புகள், ராஜவசிய தந்திரக் கோப்புகள் மற்றும் ராஜாங்க நடைமுறைகள் அடங்கிய 'ரகசிய பெட்டகத்தை' எடுத்துக்கொண்டு சில்வியாவின் அரண்மனை நோக்கி விரைந்தார் உருளியர்.

பெருந்தெய்வம் ருபினியின் முன் கண்ணீர் மல்க அமர்ந்திருந்தாள் சில்வியா. விபரீதங்கள் சுற்றிலும் நிகழ்ந்து கொண்டிருப்பதால் தலைமை மந்திரி விபிலன் பரபரப்பாய் இயங்கிக் கொண்டிருந்தான். உருளியரைப் பார்த்து விபிலன் பணிய, சில்வியாவும் சிரம் தாழ்ந்து வணங்க, பொங்கிய கண்ணீர் துளிகள் உருளியரின் பாதம் நனைத்தது.

விபிலனை வெளியில் காத்திருக்கும் படி, ஆச்சார்யர் சைகை செய்ய, பணிந்து வணங்கி விடைபெற்றான் விபிலன்.

தேவி... கலங்கவோ, வருந்தவோ நமக்கு நேரமில்லை. அன்று நான் சகுனங்கள் வழிக் கணித்தது, இன்று உண்மையாகியிருக்கிறது. இம்மாதிரி ஒன்று நிகழும்போது நாம் அடுத்து செல்ல வேண்டிய 'பரதேசத்தை' நம் முன்னோர்கள் நமக்கு ஏற்கனவே அறிவுறுத்தியுள்ளனர். இம்மாதிரியான ஒரு பொழுதில்தான் நாம் பூலோகம் விடுத்து, இப்பிறையுலகில் சரண் புகுந்தோம். விரைந்து

செயலாற்ற வேண்டிய நேரமிது. மோகம் கலந்த இவ்வுலகம், இனி நமக்கானதல்ல. நம்மில் முக்கியமானவர்கள் மட்டும் மலையருவியை அடுத்த மர்மக் குகையைக் கடந்து, ரகசிய வழி மூலம் வேறுலகம் செல்ல வேண்டும். புறப்படுங்கள் தேவி. - வார்த்தைகளில் பரிதவித்தார் ஆச்சாரியார்.

ஓங்கி, உயர்த்திய ராஜ்ஜியம் விட்டு வேறிடம் செல்வதா? அப்படி சிந்திக்க கூட எனக்கு மனமில்லை ஆச்சாரியாரே? - வெகுண்டழுதாள் சில்வியா.

தேவி... இவ்வுலகில் இனி ருபினியர் வாழ வழியில்லை. வெகுவிரைவில் மனிதர்கள் இவ்விடத்தை ஆக்ரமித்துக் கொள்வர். சந்திரயான் உட்பட மனிதர்களின் பல செயற்கை கோள்கள் நம் நிலவுலகம் நோக்கி வரத் தொடங்கியிருக்கிறது. இவ்வுலகம் இனி நமக்கானது அல்ல. கிளம்புங்கள் தேவி. - கெஞ்சினார் உருளியர்.

மீண்டும் ஒருமுறை ருபினி தெய்வத்தின் முன் சென்று பிராத்தனையில் ஆழ்ந்தாள் சில்வியா. முகமெங்கும் கல்லெறிபட்ட பானையைப்போல் கண்ணீரின் பிரவாகம்.

ருபினியுலக தர்மத்தை காப்பாற்ற மகாராணியோடு வேறுலகம் செல்வதே ஒரே மார்க்கம் என்ற சிந்தனை ஆச்சாரியாரின் எண்ணத்தில் மீண்டும் மீண்டும் தோன்றிக்கொண்டிருந்தது. வாழ்வுபயம் வரும்போது மனமானது பின்னோக்கி பயணிக்கும் தானே. ஆச்சாரியாரின் மனமும், நினைவின் வழி, அம்மாதிரியான ஒரு பின்னோக்கியச் சுழலிருந்தது.

முன்னொரு காலத்தில் பூமியில் காமமில்லா பெரு வாழ்வை வேண்டி ருபினியை தெய்வமாக வழிபட்ட போது, மானிடர்கள் எள்ளி நகையாடி தன் போன்றவர்களை ஓட ஓட விரட்டியது நினைவுக்கு வந்தது. பின்பு மனிதர்களோடு மனிதர்களாக ரகசியமாய் வாழத் தொடங்கி, ருபினி தெய்வத்தை ரகசியமாய் வழிபடத் தொடங்கி, தன்

போன்றவர்களுக்கு ஒரு தனியுலகம் கிடைக்காதாவென ஏங்கியதெல்லாம் நினைவில் ஓடியது. ருபினி தெய்வ அருளால், வசியமாமேதை திலாதிபனின் சக்தியால் ஆகச்சிறந்த ருபினியர் சிலர் பிறையுலகம் வந்து, அமானுஷ்ய வசிய சக்கரங்களால் மக்களாகப் பெருகி, பின்பு மானிடர்களை விட அறிவிலும் செயலிலும் வாழ்விலும் உயர்குடியாய் மாறியதெல்லாம் கண்முன்னே காட்சிகளாக விரிந்தது. காமம் விடுத்த இவ்வுலகம் எத்துணைக் கட்டுக்கோப்பாய் சிறந்து ஓங்கியது. எத்துனை எத்துனை அறிய ஆற்றல்களை பெற்றுச் சிறந்தது.

இன்று மொத்த உலகும் ஏதோ அசம்பாவிதத்தால் சிறகொடிந்தப் பறவையாய் திக்கற்று கிடக்கிறது. கடுகுத் தோட்டத்தில் காட்டு யானைகள் ஓடியதுபோல் மிதிபட்டு, கதிகெட்டு குலைந்துக் கிடக்கிறது. போதும். போதும்... இவ்விடம் இனி நமக்கானது அல்ல. பாலில் நஞ்சு கலப்பதுபோல், களங்கமில்லா உலகத்தில் காமம் கலந்தாயிற்று. வேறு மார்க்கம் இல்லை. ருபினி தெய்வ சொரூபமாய் இருக்கும் சில்வியாவைக் காக்க வேண்டும். வேறுலகம் சென்று அனைத்தையும் முதலிலிருந்து ஆரம்பிக்க வேண்டும். ஆற்ற வேண்டிய பணிகள் ஆயிரம் ஆயிரம் இருக்கிறது. இங்கு இருப்பது பாதுகாப்பல்ல. யாருக்கும் தெரியாமல் இங்கிருந்து செல்ல வேண்டும்.

இங்கிருந்து செல்ல வேண்டும்...

மகாராணியைக் காப்பாற்ற வேண்டும்...

இங்கிருந்து செல்ல வேண்டும்...

மகாராணியைக் காப்பாற்ற வேண்டும்... - என்ற மனக்குரல் ஆச்சாரியாரின் தேகமெங்கும் பரவத் தொடங்கியது.

சில்வியாவும் ஆச்சாரியார் சொல்வதை அப்படியே ஏற்றுச் செயல்படத் தொடங்கினாள். ருபினி தெய்வ மூலச்சக்தி சக்கரத்தோடு, உணவுத் தாவர விதைகள் மற்றும் பயணத்திற்கான அத்தியாவசியப்

பொருட்களோடு ஆச்சார்யர் தயாராயிருந்தார். புரவி ரதம் வரவழைக்கப்பட்டது. ஆச்சாரியாரின் கட்டளைக்கிணங்கி எந்த ஒரு சலனமுமில்லாமல் விபிலன் ரதத்தை செலுத்திக் கொண்டிருந்தான். பைக்கால் ஏரியின் நடுவிலிருக்கும் ருபினி சந்நிதியை நோக்கி ரதம் விரைந்துக் கொண்டிருந்தது. கனத்த மௌனத்தோடு, பற்பல யோசனைகளோடு சில்வியாவும், உருளியரும் ரதத்தில் அமர்ந்திருந்தனர்.

இருந்தாலும் இப்பெருந்தவறு எப்படி நிகழ்ந்ததென்று இப்போதும் எனக்கு விளங்கவில்லை ஆச்சாரியாரே? -மெதுவாக மனக்குமுறலை வெளிப்படுத்தினாள் சில்வியா.

எச்சரிக்கை உணர்வோடு உருளியரும் தன் சந்தேகம் பரப்பினார்.

இச்சூழ்நிலையில் என் ஐயத்தை தங்களிடம் கூறலாமாவெனத் தெரியவில்லை தேவி. இருந்தும் ஏதோ ஒரு வழியில் 'காமம்' நம்முலகில் கலந்திருக்கிறது என்பது மட்டும் உண்மை. மனிதர்கள் தங்கள் விஞ்ஞானத்தின் மூலம், நம்முலகம் கலந்திருக்கலாம் அல்லது சூலக அரண்மனையில் தவறு நிகழ்ந்திருக்கலாம்.

சூலக அரண்மனையில் தவறு நிகழ வாய்ப்பில்லை ஆச்சாரியாரே. நிகழ்ந்த தவறைத்தான் திமிலன் செம்மையாய் சரிப்படுத்தி விட்டானே?

இதில் மற்றொரு காரியமும் இருக்கிறது. மனிதர்கள் இப்போதுதான் நிலவுக்குச் செயற்கை கோள்களை விட்டு விளையாடிக் கொண்டிருக்கிறார்கள். அவர்கள் இங்கு வருவதற்கான வாய்ப்பு அரிதிலும் அரிது தேவி - சொல்லும்போதே ஆச்சாரியாரின் குரல் தாழ்ந்தது. ரதம் ஓட்டிக்கொண்டிருக்கும் மந்திரி விபிலன் தங்கள் சம்பாஷணையை கவனிக்கிறானா என்று பார்த்துக் கொண்டார். பின்பு சில்வியாதேவிக்கு மட்டும் கேட்கும் படி மெதுவாக அவள் காதுகளில் கிசுகிசுத்தார்.

என் சந்தேகம் முழுதும் திமிலனின் மீதுதான் தேவி? விபிலன்

உட்பட யாரையும் நம்பவோ, சந்தேகப்படவோ முடியாத தர்ம சங்கட நிலையில் இருக்கிறோம் தேவி. - சொல்லும்போதே ஆச்சாரியாரின் உடலில் ஒரு நடுக்கம் தெரிந்தது.

என்ன திமிலனா? - சகலமும் அதிர்ந்து சில்வியா பொங்க, 'மெல்ல' என்பதுபோல் விபிலனைச் சுட்டிக்காட்டி கையமர்த்தினார் ஆச்சாரியார்.

மீண்டும் ஒருமுறை விபிலன் தங்களை கவனிக்கிறானா? என்று இருவரும் பார்த்துக் கொள்ள, குழப்பமென்னும் 'கொடும் நாகம்' சில்வியாவின் மனத்திரையைச் சூழ்ந்து கொண்டது.

பழுதிற்கான பரிசு

எந்நா ளிருந்தென்ன முன்னாளனுப்படி யிந்தவுடல்
தன்னா லழிவதுந் தானறியாதெனத் தந்தைவிதி
உன்னலழிவ துடலுயிர் காயமொழிவ துங்கண்
டந்நா ளனுப்படி கண்டுபிருந் தறியாதவரே

கைவிடப்பட்ட கடலொன்றைப் போல் பைக்கால் ஏரி அமைதியாக இருந்தது. எப்போதும் ஆர்ப்பரிக்கும் மக்களின் குதூகலம் அந்நாளில் இல்லை. ருபினி தெய்வக் கோவிலில் வழிபாடேதும் இல்லை. எந்த ஒரு தாக்குதலும் இல்லாமல் ருபினிக் கூரை வடக்கு நோக்கி சாய்ந்திருந்தது முழு அழிவின் ஆரம்ப அறிகுறியாக உருளியர் யூகித்துக் கொண்டார். வழிபட்டக் கோவில் சிதைப்பட்டுக் கிடப்பதை பார்த்த மாத்திரத்திலேயே, இருவரும் பரிதவித்து விட்டார்கள். சுற்றிலும் தாரைக் காய்ச்சி ஊற்றியது போல் கடும் இருட்டு. ரதத்தோடு மந்திரி விபிலன் வெளியில் காத்திருக்க, ஆச்சாரியாரும், சில்வியாவும் கையில் கொள்ளிக் கட்டையோடு கோவில் உட்பிரகாரத்தைச் சுற்றி வந்தனர். ஒளிப் பெருக்கோடு, பக்திச் செருக்கோடு கண்ட தெய்வத்தை, கொள்ளிக் கட்டை கொட்டிய இருட்டில் பிராத்திப்பது நரக வேதனையைத் தந்தது.

பிறையுலக வீழ்ச்சிக்கு பின்னால் இருப்பவன் திமிலனா ஆச்சாரியாரே? - கலக்கமும் கோபமும் ஒரு சேரக் கேட்டாள் சில்வியா.

தேவி, என் சந்தேகத்தை உங்களுக்கு தெளிவு படுத்துகிறேன். இந்த பிறை உலகத்தை இயக்குவது ராஜவசிய சக்தி. இதன் அடிப்படை நமக்கு கிடைக்கப்பெற்றது பூலோகத்தின் வசிய மாமேதை திலாதிபனின் மூலமே. அவர் பூத உடல் பூமியில் அழிந்தாலும் அவர் ஆத்மா

பரிணமித்திருந்தது நம் திமிலனின் உடம்பில் தான். நம்குடிகள் பெருகும் ஒவ்வொரு நிலையையும் வடிவமைத்தது அப்பெரும் மகான்தான். உயிராய் இங்கிருந்தாலும் தன் பாரம்பரியத்தில் வந்தவர்கள் மீது, இப்போதும் அவருக்குத் தனிப்பெரும் பாசமுண்டு. அதன் பொருட்டு ஒவ்வொரு நீலநிலவு பொழுதிலும் தன் சந்ததியினரைக் காண அவர் ஆத்மா ரகசியமாக பூலோகம் செல்வதுண்டு. இத்தனைக் காலங்களாய் அது எப்போதும் தப்பியதில்லை. ஒவ்வொருமுறை அவர் ஆன்மா இடம்பெயரும் போதும், சில சமிக்கைகளின் மூலம் எனக்கும் அறிவிப்பார். ஆனால் கடந்த நீல நிலவு பொழுதில் திமிலனின் ஆத்மா பூலோகம் செல்ல வில்லை.

ஆச்சர்யம் மேலோங்க கேட்டுக் கொண்டிருந்தாள் சில்வியா.

ஆமாம், தேவி. அது நிகழ வில்லை. எனக்குள் சந்தேகம் வலுக்க, வழக்கத்திற்கு மாறான இந்நிகழ்வைத் தெளிவுபடுத்த சப்த ஆகர்சனத்தை பிரயோகித்து நான் சில நாழிகைகள் பூலோகம் விரைந்தேன். அவர் சந்ததியில் வந்த திமிலேஸ்வரன்என்பவர், அவர் ஆன்மா இறைவனடி பற்றியதாக உறுதியாகச் சொன்னார். நான் அதை மறுதலித்து, அவர் ஆத்மா திமிலனின் உடம்பில் இன்னும் இருப்பதாக வாதிட்டேன். அவர் உறுதியாக அதை மறுத்தார். கடைசியில் திலாதிபன் தன் கைப்பட எழுதிய ஓலைச்சுவடியை நோக்கும்போதுதான் எனக்கும் அது உண்மையென்று விளங்கியது. அதில் இருந்த வாசகம்,

‘எப்போது என் ஆத்மா பூத உடலை விடுத்து இறைவனின் அடி பற்றி சாந்தி கொள்கிறதோ, அதன் பின்னர் நீலநிலவு பொழுதுகளில் என் ஆத்ம பூலோக சஞ்சாரம் இராது’

அதன் பின்புதான் என் சந்தேகம் மேலும் வலுக்க ஆரம்பித்தது. திலாதிபனின் ஆத்மா திமிலனின் உடலில் இல்லையென்றால், அவனுள் இருப்பது யார் என்ற ‘பெரும் குழப்பத்தின் விடை‘ இப்போதும் என்னிடத்திலில்லை. ஆனால் திமிலன் என்று உலவுபவன்

நம்மவன் இல்லை. அதுமட்டும் உறுதி. என்ன ஏதுவென்று நான் சுதாரிப்பதற்குள் அடுக்கடுக்காய் பல அசம்பாவிதங்கள் நிகழ்ந்து விட்டது. மீளமுடியாத அளவிற்கு நம்முலகும் பிழைப்பட்டுப் போனது. குறைபட்ட உலகை மீட்கமுடியாமல்,இன்று வேறுலகம் ஓடும் துயரமும் நிகழ்ந்துவிட்டது - பேருரை நிகழ்த்தி, கண்ணீர் பெருகி, பெருமூச்சு விட்டார் ஆச்சாரியார்.

எவனோ ஒருவனால் ஏமாற்றப் பட்டிருக்கிறோம் என்பதை மகாராணியால் ஏற்க முடியவில்லை. ஒரு மாபெரும் சாம்ராஜ்யத்தை சிறு மனிதன் வந்து வீழ்த்துவதா? சில்வியாவின் கண்களில் கோபத்தின் மின்னல் மின்னியது.

பிழைபட்ட நம்முலகை மீட்க முடியாதென்பது உண்மைதான்... காம நஞ்சு கலந்த இவ்வுலகில் ருபினியராய் நாம் வாழமுடியாது என்பதும் உண்மைதான்... ஆனால் இத்தனையும் ஏற்படுத்திய அந்த வஞ்சகனுக்கு இந்த பெரும் உலகத்தை விட்டுக் கொடுத்துவிட்டு கோழையாய் ஓடுவது ஒரு காலமும் சரியாகாது ஆச்சாரியாரே - வார்த்தைகளின் கனல் சில்வியாவிடமிருந்து வந்த வண்ணமிருந்தது.

கொடும் காமத்தின் சூறைக்காற்றால், நம் உலகம் கொழுந்து விட்டெரிகிறது தேவி. இனி இவ்வுலகில் நாம் வாழ இயலாது. இத்தனையும் செய்தவன் எத்துனை கொடிவனாக இருப்பான்? அவனுக்குள் எத்துணை திட்டங்கள் இருக்கும்? வீரியம் விடுத்து காரியத்தில் இறங்குவோம். இழந்தவைகளை மறந்துவிட்டு நம் தர்மம் காக்க வேறிடம் செல்வோம் தேவி...

கொடியவனுக்கு கொடுக்க வேண்டியதை கொடுத்துவிட்டு இவ்விடம் விட்டு நகர்வோம் ஆச்சாரியாரே. துரோகம், குரோதத்தைவிட கோழைத்தனம் மிகக்கொடிது- வீரத்துடன் கொக்கரித்தாள் சில்வியா.

ஏதோ ஒரு சக்தியில் திளைக்கிறான் அவன். உங்கள் கோபத்தைப்

பொசுக்கி, உங்களுக்குள்ளும் அவன் காமத்தை விதைக்கலாம் தேவி...வாருங்கள் போய்விடலாம்.- மன்றாடினார் ஆச்சாரியார்.

அன்னை ருபினி என்னைக் காப்பாள்... இந்த அழகான உடலை வைத்து, அவனைச் சடலமாக்குவது மிக எளிது ஆச்சாரியாரே - வாக்குகளில் உறுதி காட்டினாள் சில்வியா. மனக்கூட்டில் ஏதோ ஒரு திட்டமும் தீட்டினாள்.

எப்படியும் நாம் இவ்வுலகில் வாழவியலாது. விபிலனைக் கூட நம்ப வேண்டாம். ஒதுங்கி, பதுங்கி போய்விடலாம் தேவி - உருளியர் உருகினார்.

பழுதை விரும்பி விதைத்தவன், பதுங்க வேண்டும் ஆச்சாரியாரே... நாமல்ல. இங்கேயே காத்திருங்கள். மூன்று நாழிகைக்குள் நான் திரும்பி வருகிறேன். இல்லையேல் நமக்கென்று ஒரு உலகம் ஏற்படுத்த நீங்கள் மட்டும் வேறுலகம் செல்லுங்கள்... இது எனது கட்டளை - என சீறும் சிறுத்தையென ரதம் நோக்கி விரைந்தாள் சில்வியா.

ஏதும் பேச வார்த்தையின்றி ருபினியைச் சரணடைந்தார் ஆச்சார்யர்.

அழிவின் அஸ்தமனம்

யோனிக்குளாசை யழியா தனித்தியம் உங்களுயிர்
தேனிக்குள் இன்பஞ்சுகாதித மோவருஞ் சிற்றின்பத்தில்
ஊனற்றுக்காய முடலற்று போம்பொழு தொன்றறியா
ஈனர்க்குச் சொர்க்கஞ் சுடுகாடொழிய இனியில்லையே.

அதிரனின் மறைவிற்குப் பிறகு எல்லா விஷயங்களிலும் படு கவனமாக இருந்தான் திமிலன். கட்டில் புணர்ச்சியைத் தற்காலிகமாய் நிறுத்தியிருந்தான். ஆட்சிக் கட்டிலில் ஏறுவது பற்றிய ஆழ்ந்தச் சிந்தனையிலிருந்தான். இது செய்தால் இன்னதெல்லாம் நிகழும் என்ற புரிதலேதும் இல்லாமல் தொடங்கியக் காமக்களியாட்டத்தின் பக்க விளைவுகளை, அதிரனின் வாய்மொழி வழி, பின்னாளில் மிகச்சரியாக அனுமானித்திருந்தான் ஆதி. மக்களுக்குள் தான் விதைத்தக் காமம் பெருகுவதை ஒருவாறாக உணர்ந்திருந்தான். மக்களுக்குள் காமம் இயல்பாகி விட்டால் இவ்வுலகம் இன்னொரு பூலோகம். ஆண்களின் புணர்ச்சியில் பெண்கள் கருவுற ஆரம்பித்துவிட்டால் இவ்வுலகிற்கு சூலக அரண்மனையின் தேவை இல்லை. இதையெல்லாம் கணித்துதான் அதிரனைக் கொல்லும்போதும் கூட, ஆதி எந்தவிதத் தயக்கமும் காட்டவில்லை.

பூமியிலிருந்து ஓடி ஒளிந்த 'ரூபினியர்களின் வரலாறு' அவன் தெரிந்ததே. மோகத்தை வெளிப்படுத்த முடியாத தங்களின் இயலாமையைப் பெரும் குறையாக நினைத்து, தொடர்ந்து அச்சுறுத்தும் மனிதர்களின் பகடிக்குப் பயந்து, பூமியில் அவர்கள் ஒதுங்கி வாழ ஆரம்பித்து, பின்னாளில் பதுங்கிப் பதுங்கி வாழ்ந்த கதையெல்லாம் தொல்லியல் துறை பணியில் இருக்கும்போதே அவன் அறிந்ததே. காமம் உலகில் பரவிவிட்டால், இவ்வுலக ஆட்சியில் உள்ளவர்கள் கண்டிப்பாக ஓட்டம் பிடிப்பார்கள் என்பதையும் அவன்

ஒருவாறு யூகித்திருந்தான். காமமில்லாப் பெருவாழ்வு கட்டுக்குலையும் இடத்தில் ருபினியர்களால் இருக்க இயலாது என்பதை சரியாகக் கணித்திருந்தான் ஆதி. ஆட்சிப்பீட சில்வியாவும், ஆச்சாரியாரும் இவ்வுலகம் விடுத்து ஓடும் நாளை எதிர்பார்த்துக் காத்திருந்தான். ஒருவேளை அவர்கள் ஓட மறுத்தால் இருக்கவே இருக்கிறது அதிகொடூர அகோனைட் விஷம். திட்டங்கள் சர்வசுத்தமாகக் கையிலிருக்க, அடுத்தடுத்து ஒவ்வொன்றாய் நடைமுறைப் படுத்தியிருந்தான் ஆதி. அதனால்தான் அதிகாரம் தன் கைக்குள் அடங்கும்வரை மெதுவாக காத்திருந்து, திறன் மிகு காமச்சக்கர வர்த்தியாக பரந்து, விரிந்து, திமிலனாய் இன்று நிமிர்ந்து நிற்கின்றான்.

இதற்கெல்லாம் மேலாக, நிலவின் ஒருபுறம் வந்த மனிதர்கள், வெகுவிரைவில் மறுபுறமும் வந்து விடுவார்கள். வரவிருக்கும் மனிதர்களுக்கு தகுதியாக இவ்வுலகை மாற்றியமைக்கவேண்டாமா? திறன்மிகுந்த இவ்வுலக தொழில் நுட்பங்கள் பூமியின் மானிடர்களுக்கு பயன்பட வேண்டாமா? - என்ற தர்க்க சிந்தனை வேறு அவன் நெஞ்சத்தில் அலைந்தாடியது.

புத்துயிராய், புதிய உடலோடு எப்படியோ இங்கு வந்து சிக்கியாயிற்று. எதிர்பார்க்காமல் கையில் கிடைக்கப்போகும் ஆட்சி அதிகாரத்தை ருசி பார்க்க வேண்டாமா? - என பற்பல எண்ணங்கள் திமிலனாகிய ஆதிக்குள் ஓடிக்கொண்டிருந்தது. குழப்பச் சிந்தனையோடு ஆதி தளர்ந்திருக்க, எதிர்பாரா விருந்தாளியாய் மெழுகுப் பதுமையென சில்வியா அவனெதிரில் நடந்து வந்து கொண்டிருந்தாள்.

அந்த நேரத்தில் அவ்விடத்தில் சில்வியாவின் வருகையை திமிலன் எதிர்பார்க்க வில்லை. அடைந்த பேரதிர்ச்சியை வெளிக்காட்டவு மில்லை. ஏதோ ஒரு திட்டத்தோடுதான் சில்வியா வருகிறாள் என்பதை தெளிவாக யூகித்துக் கொண்டான். கையிலிருக்கும் வசிய மோதிரத்தை ஒருமுறை சரிபார்த்துக் கொண்டான்.

அழுதச் சுவடோ, கவலையின் சாயலோ இல்லாமல் கழுவித் துடைத்த கண்ணாடிப் பதுமையாய் அவன் முன்னே நின்றிருந்தாள் சில்வியா. காமம் ருசிக்கும் ஆண்களின் எதிர்பார்ப்புகள் அவளுக்குத் தெரியதா என்ன? காம அரக்கனை கவர்ந்திழுக்கும் கன்னிச்சிலையாய் அவயம் காட்டிச்சிரித்தாள். உடம்பில் ஆபரணங்கள் குறைவாயிருக்க, அங்கமெங்கும் தேக அழகுகள் கொட்டிக் கிடந்தன. கருத்து சுண்டி நிற்கும் காம்புகளைத் தாங்கிய கொழுத்த கொங்கைகள், நடையின் அசைவில் பிடித்து வைத்த நிலவெனக் குலுங்கிச் சிரித்தன. சில பல மூங்கில் ஊசிகளால் ஒதுக்கி பின்னப்பட்டு, தோள்பட்டையில் சரிந்து தொங்கிய கூந்தலில் 'அப்சரஸ்' தேவதையின் சாயலிருந்தது.

நிமிர்ந்த நடையில், மலர்ந்த உதடுகளில், விரிந்த கண்களில், ஒரு சிறு தடுமாற்றமும் இல்லை. சில்வியாவின் இந்த துணிச்சல் திமிலனுக்கு மென்மேலும் பயத்தை ஊட்டியது. எந்நேரம் வேண்டுமானாலும் தான் தாக்கப்படும் அபாயம் இருப்பதாய் உணர்ந்தான். அவனுக்குள் ஒரு பதட்டம் இருந்து கொண்டேயிருந்தது.

என்ன திமிலா, நடக்கும் அசம்பாவிதங்களை நீ அறிந்திருப்பாயென நம்புகிறேன்... - குதிகாலைக் குழைத்து, ஆளுமை ஏதும் குறையாமல் கேள்வி கேட்டாள் சில்வியா.

அறிந்தேன் தேவி... ராஜவசியக் கட்டு உடைவதன் காரணம் எனக்கும் விளங்கவில்லை... பிழையைச் சரிசெய்ய வசிய தெய்வத்தைத் திருப்தி படுத்தும் 'ஆலிங்கன யாகத்திற்கு' திட்டமிட்டுள்ளேன் தேவி. எல்லாவற்றையும் சரி செய்து விடலாம்... கலங்காதீர்கள்- திறமையாகப் பதிலுரைத்தான் திமிலன்.

சிறப்பு... எல்லாவற்றையும் சரிசெய்ய வேண்டும்... அது உன் தலையாய கடமையும் கூட... இருந்தாலும் இதற்கான காரணம் என்னவாக இருக்க வேண்டும் திமிலா?- கண்ணோடு கண் நோக்கி கேட்டு, மெதுவாகப் புன்னகைத்தாள் சில்வியா.

அதுதான் புரியவில்லை தேவி. நமக்குள் இந்த 'இழிந்த காமம்'

எப்படிக் கலந்ததென்பதை என்னால் கணிக்க முடியவில்லை. - தலையைச் சாய்த்துக் கொண்டான் திமிலன்.

கல...கல...கல... வென அருவியின் மெல்லிரைச்சலாய் சிரித்து, உடலை அசைத்து, அசைந்து நடந்தாள் சில்வியா.

பயத்துடன் கூடிய ஆதியின் எச்சரிக்கையுணர்வு வெகு சிறப்பாய் கண்விழித்திருந்தது. எந்தத் தாக்குதலையும் உன்னிப்பாய் சமாளிக்கும் மனஉறுதியிலிருந்தான்.

திமிலா... நமக்கு இயலாததால் அது இழிந்தது என்றாகிவிடுமா? பூமியின் கோடானுகோடி மானிடர்களுக்கு 'இந்தக் காமம்'சிற்றின் பத்தில் விளையும் பேரின்பச்செயல் அல்லவா? காமம் என்பது இழிவல்ல... அது உயிரின் இயல்பு...- மெல்லிய சிரிப்புடன் பேச்சில் மறுதலித்தாள்.

சில்வியாவின் பேச்சு, ஆதியைச் லேசாகச் குழம்பச் செய்தது.

உன் குழப்பம் புரிகிறது. வெளிப்படையாகவே சொல்கிறேன் திமிலா... பேரின்ப காமத்தின் தூண்டுதல்களை என் உடம்பிலும் உணரப்பெற்றேன். - என்று நெஞ்சம் நிமிர்த்தி மெலிதாகத் திரும்பினாள். வெளுத்த கால்களைத் தூக்கி, அமரும் இருக்கையில் வைத்து, கலவிக்கொள்ளும் ஒரு அபாயகரமான வளைவில் நின்று ஆதியை நோக்கிச் சிரித்தாள்.

ஆதி அப்போதுதான் கவனித்தான். அவள் வலது காலில் 'பெருவிரல் குருத்து' பெருவாரியாய் வளர்ந்திருந்தது.

என்னவோ சிந்தித்த ஆதி, அந்த நிமிடத்தில் சரிந்தான். வேறெந்தச் சிந்தனையும் அவனுக்குத் தோன்ற வில்லை. பரந்த இந்த ராஜ்ஜியத்தின் மகாராணிக்கும் காமத்தின் சுவடு பற்றிக் கொண்டது- என்ற உணர்வு அவனுக்குச் சந்தோச அதிர்ச்சியாக இருந்தது. இந்நேரம் இவளோடு இணைந்தால் ஆளும் அரசாங்கமும் என் அடிமையாகிவிடுமே - என்று ஒரு மனத்தேடல். இருந்தும் ஏதோ ஒரு எச்சரிக்கை அவனுக்குள் இருந்து கொண்டேயிருந்தது. வைத்த கண் வாங்காமல் அவள் கால்களையே பார்த்துக் கொண்டிருந்தான்.

நாணம் என்பதை தன் வாழ்நாளில் ஒருமுறை கூட உணராத சில்வியா, அவன் நேர்கொண்டப் பார்வையால் முதன் முதலாய் வெட்கத்தின் அறிகுறிகளைத் தன் உடம்பில் காட்டினாள்.

கண் முன் நிற்பது, காமம் கடந்த ருபினி குலத் திலகமல்ல. வெறும் மோகம் தோய்த்த மானிடப் பெண்ணே இவள் - என்ற நினைப்பு ஆதிக்குள் மெதுவாக நுழைய ஆரம்பித்தது. மோக உணர்வு அவன் அச்சத்தை வெகுவாய் போக்கியிருந்தது. மரண பயம் இழந்த திமிலனின் உடல், கண் முன்னே வெட்கி, அசைந்தாடும் 'அழகு பதுமையின்' காமத்திற்கு இயைந்து, மெதுவாக இளகத் தொடங்கியது. அடிவயிற்றின் சூடு அவன் அங்கமெல்லாம் பரவத் தொடங்கியது. எல்லோரையும் படுக்கையில் சாய்த்த வசிய வித்தையைக் கருத்தோடு கையிலெடுத்தான். மோதிரவிரல்களைப் பிருதிவி முத்திரைக்கு மாற்றி, சில்வியாவிற்கு நேரெதிராய் சென்று வசிய மந்திரங்களைப் பகரலானான்.

அடுத்த மூன்றாவது நிமிடத்தில் கூண்டுக்குள் அடைபட்ட 'ஜோசியக்கிளியாய்', ஆதி சொல்வதைச் செய்யலானாள் சில்வியா.

படுக்கையில் இருக்கச் சொன்னான்.

செய்தாள்.

பாதங்களை வணங்கச் சொன்னான்.

செய்தாள்.

பாலெடுத்து பருகச் சொன்னான்.

செய்தாள்.

பழங்களை விளம்பச் சொன்னான்.

செய்தாள்.

வசிய தந்திரம் அவளுக்குள் முழுவதுமாய் கலந்திருக்க, குதூகலத்தின் உச்சிலிருந்தான் ஆதி. அவனுடைய பயம், பதட்டம் எல்லாம் முற்றிலுமாய் அகன்றிருந்தது. உடம்பெங்கும் ஈரம் சுரக்க

அவளை வெறித்துப் பார்த்தான் ஆதி. முதன் முதலாய் அவன் இவ்வுலகில் கண்விழிக்கையில் கண்ட 'அழகுக் குதிரை', இன்று அவன் கண்முன்னே மண்டியிட்டுக் புணரக் கிடக்கிறது. அங்கமெல்லாம் அழகு கொண்ட மயிலொன்று அவன் ஆசையைத் தீர்க்கக் காத்திருக்கிறது.

பசியோடிருக்கும் வேட்டை நாய்க்கு தலைவாழை இலை விருந்தாக, முழுநிலவாய் ஒரு பெண். அழகழகான கண்ணும், அலைஅலையான கூந்தலும், வட்ட மார்பும், ஒட்டிய வயிறும், கொப்பளித்த பிட்டமுமாய் ஒருசேரப் பரிமாறப்பட்ட 'பெரும் விருந்து'. சில்வியாவைப் பார்க்க, பார்க்க, போருக்குத் தயாராய் இருக்கும் தடித்த வாளைப் போல் திமிலனின் ஆண்மை முழுவதுமாக உயர்ந்திருந்தது.

உன் உடம்பை காமத்திற்காய் எனக்கு அர்ப்பணி - என்று ஆக்ரோஷமாய் கட்டளைப் பிறப்பித்தான் ஆதி.

வசியச் சித்தில் சிரம்தாழ்த்தி, அவன் கால் விரல் வளர்ச்சியைப் பார்த்துக் கொண்டிருந்தாள் சில்வியா. வெட்கப் பூ பூக்க உடம்பிலிருந்த ஒரு சிறு நகைகளையும், தானியங்கிப் பொம்மையாய் கழற்ற ஆரம்பித்தாள் சில்வியா. அவளை ஆக்கிரமிக்கும் வேகத்தில் மதம்கொண்ட யானையென வெறியோடுக் காத்திருந்தான் ஆதி.

காமப்பெருக்கில் அவன் கண் மூடிய அந்த ஒற்றை வினாடி இடைவெளியில், அவன் முற்றிலும் எதிர்பார்க்காதக் கணத்தில், சில்வியாவின் தலையிலிருந்த அகோனைட் விஷம் பூசிய மூங்கில் ஊசி, திமிலனின் நெஞ்சம் கடந்து இருதயத்தில் பாய்ந்தது. இன்னுமிரண்டு ஊசிகள் அவன் கண்களையும், கடைசியாய் ஒரு ஊசி அவன் ஆண்மைக்குள்ளும் அகோரமாய் பாய்ந்திருந்தது. மரண அவஸ்தையில் எரிந்த மரமெனச் சரிந்து விழுந்தான் திமிலன். அவன் உடம்பு குத்துயிரும், குலையுருமாய் துடித்துக் கொண்டிருந்தது.

எதிர்மறையான ஆட்சியும், அது வெளிப்படுத்திய அதிகாரமும், இவைகள் கொணர்ந்த அகங்காரமும் ஆதியாகிய திமிலனை அடியோடு சாய்த்திருந்தது. விஷமேறிய திமிலனின் உடல் தனக்கான கடைசி உதறலை வெளிப்படுத்த, அவன் கண்கள் கையில் அணிந்திருந்த வசிய மோதிரத்தில் நிலைக் கொண்டது. 'வசியக் கட்டுகளை உடைக்கும் திறனுள்ளவர்களால் மட்டுமே உன் வசியத்திலிருந்து வெளிப்பட முடியும்.' - என்று அதிரன் சொன்ன வார்த்தைகள் உயிர் போகும் கடைசி நொடியில் திமிலனின் நினைவில் தங்கியது.

வசிய ராணி சில்வியா முகத்தில் எந்தச் சலனத்தையும் காட்ட வில்லை. காலில் ஒட்டியிருந்த சந்தன பொம்மை விரல்களைக் களைந்து, அவிழ்ந்தக் கூந்தலைச் சரிசெய்து, நகைகளை அணிந்து நெடுந்தூரப் பயணத்திற்குத் தயாரானாள். கடந்து செல்லும் வழியெங்கும் பலதுளிக் கண்ணீரைத் தன் பெரு நிலத்திற்குக் காணிக்கையாக்கினாள்.

'நடந்தவற்றை மறந்துவிடுங்கள் தேவி, இந்தப் பிறையுலகத்தை விட மிகச்சிறந்த 'புத்துலகை' ருபினியருக்காய் நாம் மீண்டும் நிறுவுவோம்' - என்று கூறிய ஆச்சாரியார் பைக்கால் ஏரியைக் கடந்து பரிதவிப்புடன் ரதத்தை விரட்டினார். எதிர்பாராத நிகழ்வாய் பூமியிலிருந்து அனுப்பப்பட்ட ஏதோ ஒரு விண்கலத்தின் ஒரு பகுதி காமம் கலந்த பிறையுலகத்தின், பைக்கால் ஏரிக்குள் கட்டுப்பாடில்லாமல் வந்து விழுந்தது. கடலென எழும்பிய நீரின் அலைகள் சிதறி சில்வியாவின் உடலெங்கும் தெறித்தது. எந்த ஒரு அதிர்வுமில்லாமல் மலையருவியைத் தாண்டியப் பயணத்திலிருந்தாள் சில்வியா. அவர்களுக்கான உலகம் அடுத்த பால்வெளி அண்டத்தில் இருப்பதாகத் சில்வியாவிற்குத் தோன்றியது.

அதே நேரத்தில் இந்தியா அனுப்பிய 'சந்திராயன்' விண்கலத்தின் ரோவர் பகுதி, நிலவின் ஏதோ ஒரு பகுதியில் கட்டுப்பாடின்றி வெடித்துச் சிதறியது - என்ற செய்தி பூமியெங்கும் அல்லோலப்பட்டது.